"ರಾಜಕೀಯ ಪಥ: ಶೂನ್ಯದಿಂದ ಸಾಮ್ರಾಜ್ಯದವರೆಗೆ"

SHUNYADINDA SAAMRAJYADAVAREGE

ಶರಣಕುಮಾರ ಸೋಲಾಪುರ

Made with ♥ on the Notion Press Platform
www.notionpress.com

ಅರ್ಪಣೆ

ನನ್ನ ಅಕ್ಷರ ಲೋಕದ ಬೆಳಕಾಗಿ,

ನನ್ನ ಪ್ರತಿ ಹೆಜ್ಜೆಯಲ್ಲೂ ಸಾಕ್ಷಿಯಾಗಿ ನಿಂತು,

ನನ್ನನ್ನು ಈ ಮಟ್ಟಕ್ಕೆ ಬೆಳೆಸಿದ ಪೂಜ್ಯ ಮಾತೃಶ್ರೀ

ಹಣಮವ್ವ ಭೀಮರಾಯ ಸೋಲಾಪುರ್

ಅವರ ಪಾದಕಮಲಗಳಿಗೆ...

"ಜೀವನವೆಂಬ ಮಹಾಪುಸ್ತಕದ ಮೊದಲ ಪಾಠವನ್ನು ಕಲಿಸಿದ ನಿಮಗೆ,

ಈ 'ರಾಜಕೀಯ ಪಥ'ದ ಅಕ್ಷರ ಕುಸುಮಗಳನ್ನು ಭಕ್ತಿಪೂರ್ವಕವಾಗಿ ಅರ್ಪಿಸುತ್ತಿದ್ದೇನೆ."

— ನಿಮ್ಮ ಪ್ರೀತಿಯ ಮಗ,

ಶರಣಕುಮಾರ ಸೋಲಾಪುರ

ಪರಿವಿಡಿಗಳು

ಮುನ್ನುಡಿ

ರಾಜಕೀಯ ಪಥ ಮತ್ತು ನಾಯಕತ್ವದ ದರ್ಶನ

ಈ ಪುಸ್ತಕವು ಕೇವಲ ರಾಜಕಾರಣಿಗಳ ಜೀವನ ಚರಿತ್ರೆಯಲ್ಲ; ಬದಲಾಗಿ ಇದು ಭಾರತದ, ವಿಶೇಷವಾಗಿ ಕರ್ನಾಟಕದ ರಾಜಕೀಯ ಇತಿಹಾಸವನ್ನು ರೂಪಿಸಿದ ಮಹಾನ್ ಚೇತನಗಳ ಆಡಳಿತಾತ್ಮಕ ಶೈಲಿ ಮತ್ತು ಸೈದ್ಧಾಂತಿಕ ಬದ್ಧತೆಯ ಒಂದು ವಿಶ್ಲೇಷಣಾತ್ಮಕ ನೋಟ.

ಪುಸ್ತಕದ ಪ್ರಮುಖ ಅಂಶಗಳು:

* ಆಡಳಿತ ಮತ್ತು ರಾಜಕೀಯದ ಸಮತೋಲನ: ಒಬ್ಬ ನಾಯಕ ಅಭಿವೃದ್ಧಿ ಮತ್ತು ರಾಜಕೀಯ ತಂತ್ರಗಾರಿಕೆಯ ನಡುವೆ ಹೇಗೆ ಸಮತೋಲನ ಕಾಯ್ದುಕೊಳ್ಳಬೇಕು ಎಂಬುದನ್ನು ಆರಂಭಿಕ ಅಧ್ಯಾಯಗಳು ವಿವರಿಸುತ್ತವೆ.

* ಸಾಮಾಜಿಕ ನ್ಯಾಯದ ಹರಿಕಾರರು: ಡಿ. ದೇವರಾಜ ಅರಸು ಅವರಿಂದ ಹಿಡಿದು ಸಿದ್ದರಾಮಯ್ಯ ಮತ್ತು ಸತೀಶ್ ಜಾರಕಿಹೊಳಿಯವರವರೆಗೆ, ಕರ್ನಾಟಕದಲ್ಲಿ 'ಅಹಿಂದ' ಮತ್ತು ಸಾಮಾಜಿಕ ಸಮಾನತೆಯ ಕಲ್ಪನೆ ಹೇಗೆ ಬೆಳೆದು ಬಂದಿತು ಎಂಬುದರ ದರ್ಶನ ಇಲ್ಲಿದೆ.

* ಹೋರಾಟ ಮತ್ತು ಸಂಘಟನೆ: ಬಿ.ಎಸ್. ಯಡಿಯೂರಪ್ಪ ಮತ್ತು ಡಿ.ಕೆ. ಶಿವಕುಮಾರ್ ಅವರಂತಹ ನಾಯಕರು ಶೂನ್ಯದಿಂದ ಸಂಘಟನೆಯನ್ನು ಕಟ್ಟಿ ಬೆಳೆಸಿದ ರೀತಿ ಮತ್ತು ಬಿಕ್ಕಟ್ಟಿನ ಸಮಯದಲ್ಲಿ ಅವರು ತೋರುವ ಎದೆಗಾರಿಕೆಯ ವಿಶ್ಲೇಷಣೆ.

* ವೈಚಾರಿಕತೆ ಮತ್ತು ಮೌಲ್ಯಗಳು: ಜೆ.ಎಚ್. ಪಟೇಲರ ಸಮಾಜವಾದಿ ವೈಚಾರಿಕತೆ, ಮಲ್ಲಿಕಾರ್ಜುನ ಖರ್ಗೆಯವರ ಸಂಸದೀಯ ಶಿಸ್ತು ಮತ್ತು ಮಾಯಾವತಿ-ಜಯಲಲಿತಾ ಅವರ ಅಸ್ಮಿತೆಯ ರಾಜಕಾರಣದ ಕುರಿತಾದ ಒಳನೋಟಗಳು.

* ಜನಪರ ಯೋಜನೆಗಳು: ಬಂಗಾರಪ್ಪ ಮತ್ತು ಕುಮಾರಸ್ವಾಮಿಯವರಂತಹ ನಾಯಕರು ಹಳ್ಳಿಗಳ ಜನರೊಂದಿಗೆ ಬೆಳೆಸಿಕೊಂಡ ಭಾವನಾತ್ಮಕ ಬೆಸುಗೆ ಮತ್ತು ಅವರು ತಂದ ಕ್ರಾಂತಿಕಾರಿ ಯೋಜನೆಗಳ ಪ್ರಭಾವ.

ಉದ್ದೇಶ:

ಈ ಕೃತಿಯು ಇಂದಿನ ಯುವ ನಾಯಕರಿಗೆ ಮತ್ತು ರಾಜಕೀಯ ಆಸಕ್ತರಿಗೆ ಒಂದು ದಿಕ್ಸೂಚಿಯಾಗಲಿ ಎಂಬ ಉದ್ದೇಶವನ್ನು ಹೊಂದಿದೆ. ಅಧಿಕಾರ ಎನ್ನುವುದು ಕೇವಲ ಭೋಗವಲ್ಲ, ಅದೊಂದು ಜವಾಬ್ದಾರಿ ಮತ್ತು ಸಮಾಜದ ಕಟ್ಟಕಡೆಯ ವ್ಯಕ್ತಿಯನ್ನು ಮುಖ್ಯವಾಹಿನಿಗೆ ತರುವ ಸಾಧನ ಎಂಬುದನ್ನು ಈ ನಾಯಕರ ಜೀವನ ನಮಗೆ ಕಲಿಸುತ್ತದೆ.

ಪ್ರಸ್ತಾವನೆ

ಪುಸ್ತಕದ ಸಾರಾಂಶ: ರಾಜಕೀಯ ಪಥ - ಶೂನ್ಯದಿಂದ ಸಾಮ್ರಾಜ್ಯದವರೆಗೆ

ರಾಜಕೀಯ ಎನ್ನುವುದು ಕೇವಲ ಅಧಿಕಾರಕ್ಕಾಗಿ ನಡೆಯುವ ಸಂಘರ್ಷವಲ್ಲ; ಅದು ಸಮಾಜದ ಮೌಲ್ಯಗಳನ್ನು ಮತ್ತು ಸಾಮಾನ್ಯ ಮನುಷ್ಯನ ಬದುಕನ್ನು ಕಟ್ಟುವ ಒಂದು ನಿರಂತರ ಪ್ರಕ್ರಿಯೆ. ಈ ಪುಸ್ತಕವು ಭಾರತದ ಮತ್ತು ವಿಶೇಷವಾಗಿ ಕರ್ನಾಟಕದ ಪ್ರಭಾವಿ ರಾಜಕೀಯ ನಾಯಕರ ಜೀವನ ಮತ್ತು ಅವರು ಆಡಳಿತ ನಡೆಸಿದ ಶೈಲಿಯನ್ನು ವಸ್ತುನಿಷ್ಠವಾಗಿ ವಿಶ್ಲೇಷಿಸುತ್ತದೆ.

ಈ ಪುಸ್ತಕವು ಏನನ್ನು ಹೇಳುತ್ತದೆ?

* ನಾಯಕತ್ವದ ವೈವಿಧ್ಯತೆ: ಸಿದ್ದರಾಮಯ್ಯ ಅವರ ಸಮಾಜವಾದಿ ಸಿದ್ಧಾಂತದಿಂದ ಹಿಡಿದು ಯಡಿಯೂರಪ್ಪ ಅವರ ರೈತ ಹೋರಾಟದವರೆಗೆ, ಡಿ.ಕೆ. ಶಿವಕುಮಾರ್ ಅವರ ಸಂಘಟನಾ ಚತುರತೆಯಿಂದ ಸತೀಶ್ ಜಾರಕಿಹೊಳಿ ಅವರ ವೈಚಾರಿಕ ಕ್ರಾಂತಿಯವರೆಗೆ ವಿವಿಧ ನಾಯಕತ್ವದ ಶೈಲಿಗಳನ್ನು ಇಲ್ಲಿ ಪರಿಚಯಿಸಲಾಗಿದೆ.

* ಸಾಮಾಜಿಕ ಕ್ರಾಂತಿ: ದೇವಾರಾಜ ಅರಸು ಅವರು ಹಾಕಿಕೊಟ್ಟ ಸಾಮಾಜಿಕ ನ್ಯಾಯದ ಬುನಾದಿ ಹೇಗೆ ಇಂದಿನ ರಾಜಕಾರಣಕ್ಕೆ ದಿಕ್ಸೂಚಿಯಾಗಿದೆ ಎಂಬುದನ್ನು ಈ ಕೃತಿ ವಿವರಿಸುತ್ತದೆ.

* ಆಡಳಿತಾತ್ಮಕ ದಕ್ಷತೆ: ಮಾಯಾವತಿ ಮತ್ತು ಜಯಲಲಿತಾ ಅಂತಹ ಮಹಿಳಾ ನಾಯಕಿಯರು ಪುರುಷ ಪ್ರಧಾನ ವ್ಯವಸ್ಥೆಯಲ್ಲಿ ಹೇಗೆ 'ಕಬ್ಬಿಣದ ಮಹಿಳೆ'ಯರಾಗಿ ಹೊರಹೊಮ್ಮಿದರು ಎಂಬುದರ ರೋಚಕ ವಿಶ್ಲೇಷಣೆ ಇಲ್ಲಿದೆ.

* ಶೂನ್ಯ ಸಂಪಾದನೆಯ ಅರಿವು: ಒಬ್ಬ ನಾಯಕ ಸ್ವಾರ್ಥವಿಲ್ಲದೆ ಸಮಾಜಕ್ಕಾಗಿ ಕೆಲಸ ಮಾಡಿದಾಗ ಮಾತ್ರ ಹೇಗೆ ಇತಿಹಾಸದಲ್ಲಿ ಚಿರಸ್ಥಾಯಿಯಾಗಬಲ್ಲ ಎಂಬುದನ್ನು ಈ ಪುಸ್ತಕವು ನೆನಪಿಸುತ್ತದೆ.

ಯಾರು ಇದನ್ನು ಓದಬೇಕು?

* ಯುವ ರಾಜಕಾರಣಿಗಳು: ರಾಜಕೀಯಕ್ಕೆ ಬರಬಯಸುವ ಯುವಕರಿಗೆ ನಾಯಕತ್ವದ ಪಾಠಗಳನ್ನು ಕಲಿಯಲು ಇದೊಂದು ದಾರಿ ದೀಪ.

* ವಿದ್ಯಾರ್ಥಿಗಳು: ಸಂವಿಧಾನ, ಆಡಳಿತ ಮತ್ತು ಕರ್ನಾಟಕದ ರಾಜಕೀಯ ಇತಿಹಾಸವನ್ನು ಸುಲಭವಾಗಿ ಅರ್ಥಮಾಡಿಕೊಳ್ಳಲು ಈ ಪುಸ್ತಕ ಸಹಕಾರಿ.

* ಸಾಮಾನ್ಯ ಜನ: ತಾವು ಆರಿಸಿದ ಪ್ರತಿನಿಧಿಗಳು ಮತ್ತು ಅವರ ಹಿಂದಿರುವ ಸಿದ್ಧಾಂತಗಳ ಬಗ್ಗೆ ತಿಳಿದುಕೊಳ್ಳಲು ಆಸಕ್ತಿ ಇರುವ ಪ್ರತಿಯೊಬ್ಬರಿಗೂ ಇದು ಪೂರಕವಾಗಿದೆ.

ಸಾರ:

"ಅಧಿಕಾರ ಎನ್ನುವುದು ಅಂತಿಮ ಗುರಿಯಲ್ಲ, ಅದೊಂದು ಸಾಧನ." ನಾಯಕರು ಬಂದು ಹೋಗುತ್ತಾರೆ, ಆದರೆ ಅವರು ರೂಪಿಸಿದ ಯೋಜನೆಗಳು ಮತ್ತು ಸಮಾಜದ ಮೇಲೆ ಬೀರಿದ ಪ್ರಭಾವ ಮಾತ್ರ ಶಾಶ್ವತ. ಈ ಪುಸ್ತಕವು ಅಂತಹ ಶಾಶ್ವತ ಪ್ರಭಾವ ಬೀರಿದ ನಾಯಕರ ಹೆಜ್ಜೆಗುರುತುಗಳನ್ನು

ಗುರುತಿಸುವ ಒಂದು ಸಣ್ಣ ಪ್ರಯತ್ನ. ಒಂದು ಕಿವಿಮಾತು: ಈ ಪುಸ್ತಕವು ಯಾವುದೇ ಒಂದು ಪಕ್ಷಕ್ಕೆ ಅಥವಾ ಸಿದ್ಧಾಂತಕ್ಕೆ ಸೀಮಿತವಾಗದೆ, ನಾಯಕತ್ವದ ಗುಣಗಳನ್ನು ಅರ್ಥಮಾಡಿಕೊಳ್ಳುವ ದೃಷ್ಟಿಕೋನವನ್ನು ನೀಡುತ್ತದೆ.

ಪೀಠಿಕೆ

ನಾಯಕತ್ವದ ನೆರಳು-ಬೆಳಕು

ರಾಜಕೀಯ ಎನ್ನುವುದು ಕೇವಲ ಅಧಿಕಾರ ಹಿಡಿಯುವ ಕಸರತ್ತಲ್ಲ; ಅದು ಸಮಾಜದ ನಾಡಿಮಿಡಿತವನ್ನು ಅರಿತು, ಇತಿಹಾಸದ ಗತಿಯನ್ನು ಬದಲಿಸುವ ಒಂದು ಸೃಜನಶೀಲ ಕಲೆ. ಈ ಪುಸ್ತಕವು ಭಾರತದ ಮತ್ತು ವಿಶೇಷವಾಗಿ ಕರ್ನಾಟಕದ ರಾಜಕೀಯ ಧ್ರುವತಾರೆಗಳ ಜೀವನಪಥವನ್ನು ವಿಶ್ಲೇಷಿಸುತ್ತಾ, ಒಬ್ಬ ನಾಯಕನ ಯಶಸ್ಸಿನ ಹಿಂದಿರುವ ಸೈದ್ಧಾಂತಿಕ ಬದ್ಧತೆ, ಸಂಘಟನಾ ಚತುರತೆ ಮತ್ತು ಜನಪರ ಕಾಳಜಿಯನ್ನು ಅನಾವರಣಗೊಳಿಸುತ್ತದೆ.

ಈ ಟಿಪ್ಪಣಿಯ ಪ್ರಮುಖ ಹೂರಣಗಳು:

* ಸಿದ್ಧಾಂತ ಮತ್ತು ವಾಸ್ತವ: ಈ ಕೃತಿಯು ದೇವರಾಜ ಅರಸು ಅವರ ಸಾಮಾಜಿಕ ಕ್ರಾಂತಿಯಿಂದ ಹಿಡಿದು ಸಿದ್ದರಾಮಯ್ಯ ಅವರ ಅಹಿಂದ ಚಳವಳಿಯವರೆಗೆ, ಮತ್ತು ಯಡಿಯೂರಪ್ಪ ಅವರ ರೈತ ಹೋರಾಟದಿಂದ ಡಿ.ಕೆ. ಶಿವಕುಮಾರ್ ಅವರ ಸಂಘಟನಾ ಶಕ್ತಿಯವರೆಗೆ ಎಲ್ಲವನ್ನೂ ವಸ್ತುನಿಷ್ಠವಾಗಿ ಚರ್ಚಿಸುತ್ತದೆ.

* ವ್ಯಕ್ತಿತ್ವ ವಿಕಸನ: ಒಬ್ಬ ಸಾಮಾನ್ಯ ಕಾರ್ಯಕರ್ತ ಹೇಗೆ ಜನನಾಯಕನಾಗಿ ಬೆಳೆಯುತ್ತಾನೆ? ಸೋಲನ್ನು ಗೆಲುವಿನ ಮೆಟ್ಟಿಲನ್ನಾಗಿ ಮಾಡಿಕೊಳ್ಳುವುದು ಹೇಗೆ? ಎಂಬ ಪ್ರಶ್ನೆಗಳಿಗೆ ಈ ನಾಯಕರ ಬದುಕು ಇಲ್ಲಿ ಉತ್ತರ ನೀಡುತ್ತದೆ.

* ಆಡಳಿತದ ಪಾಠಗಳು: ಮಾಯಾವತಿ ಮತ್ತು ಜಯಲಲಿತಾ ಅವರಂತಹ ಪ್ರಭಾವಿ ನಾಯಕಿಯರ ಆಡಳಿತಾತ್ಮಕ ಬಿಗಿಹಿಡಿತ, ಎಚ್.ಡಿ. ದೇವೇಗೌಡರ ಸಂಸದೀಯ ಅನುಭವ ಮತ್ತು ಜೆ.ಎಚ್. ಪಟೇಲರ ವೈಚಾರಿಕ ಮುಕ್ತತೆಯ ಬಗ್ಗೆ ಆಳವಾದ ಒಳನೋಟಗಳನ್ನು ನೀಡಲಾಗಿದೆ.

* ಯುವ ಪೀಳಿಗೆಗೆ ದಿಕ್ಸೂಚಿ: ಇಂದಿನ ತಾಂತ್ರಿಕ ಯುಗದಲ್ಲಿ 'ಬ್ರ್ಯಾಂಡ್ ಬಿಲ್ಡಿಂಗ್' ಮತ್ತು 'ಸಂವಹನ ಕಲೆ' ರಾಜಕೀಯದಲ್ಲಿ ಎಷ್ಟು ಮುಖ್ಯ ಎಂಬುದನ್ನು ಈ ಪುಸ್ತಕವು ಯುವ ನಾಯಕರಿಗೆ ಮನವರಿಕೆ ಮಾಡಿಕೊಡುತ್ತದೆ.

ಸಾರ:

"ನಾಯಕತ್ವ ಎನ್ನುವುದು ಪದವಿಯಲ್ಲ, ಅದೊಂದು ಜವಾಬ್ದಾರಿ." ಈ ಪುಸ್ತಕವು ರಾಜಕೀಯ ಆಸಕ್ತರಿಗೆ, ವಿದ್ಯಾರ್ಥಿಗಳಿಗೆ ಮತ್ತು ಸಮಾಜ ಬದಲಾವಣೆಯ ಕನಸು ಹೊತ್ತವರಿಗೆ ಒಂದು ಕೈಗನ್ನಡಿಯಂತಿದೆ. ರಾಜಕೀಯದ ಜಟಿಲತೆಗಳನ್ನು ಸರಳವಾಗಿ ವಿವರಿಸುತ್ತಾ, ಬದಲಾಗುತ್ತಿರುವ ಕಾಲಘಟ್ಟದಲ್ಲಿ ರಾಜಕೀಯ ಮೌಲ್ಯಗಳನ್ನು ಹೇಗೆ ಉಳಿಸಿಕೊಳ್ಳಬೇಕು ಎಂಬುದನ್ನು ಈ ಪುಟಗಳು ನೆನಪಿಸುತ್ತವೆ.

೧

‘ಏಕತೆ’

ಭಾರತದ ಸ್ವಾತಂತ್ರ್ಯೋತ್ತರ ರಾಜಕೀಯ ಇತಿಹಾಸವು ಕೇವಲ ಅಧಿಕಾರ ಹಸ್ತಾಂತರದ ಕಥೆಯಲ್ಲ, ಅದೊಂದು ಅದ್ಭುತವಾದ ರಣತಂತ್ರಗಳ ಮತ್ತು ಅನಿರೀಕ್ಷಿತ ತಿರುವುಗಳ ಮಹಾಕಾವ್ಯ. ಬ್ರಿಟಿಷರು ಹೋದಾಗ ಈ ದೇಶವು ಹರಿದು ಹಂಚಿಹೋಗುತ್ತದೆ ಎಂದು ಜಗತ್ತು ಭಾವಿಸಿತ್ತು. ಆದರೆ, ಸರ್ದಾರ್ ಪಟೇಲರು ದೇಶದ ನೂರಾರು ಸಂಸ್ಥಾನಗಳನ್ನು ವಿಲೀನಗೊಳಿಸಿದ ರೀತಿ ‘ಏಕತೆಯ’ ಮೊದಲ ದೊಡ್ಡ ರಣತಂತ್ರವಾಗಿತ್ತು. ನೆಹರೂ ಯುಗದಲ್ಲಿ ಪ್ರಜಾಪ್ರಭುತ್ವದ ಅಡಿಪಾಯ ಭದ್ರವಾಯಿತಾದರೂ, ನಿಜವಾದ ರಾಜಕೀಯ ಒಳಸುಳಿಗಳು ಆರಂಭವಾಗಿದ್ದು ಇಂದಿರಾ ಗಾಂಧಿಯವರ ಕಾಲದಲ್ಲಿ.

ಇಂದಿರಾ ಗಾಂಧಿಯವರು ಅಂದು ಅನುಸರಿಸಿದ ‘ವಿಭಜಿಸು ಮತ್ತು ಆಳು’ ಎನ್ನುವ ತಂತ್ರ ಪಕ್ಷದ ಒಳಗಿನ ಹಿರಿಯ ನಾಯಕರನ್ನೇ ಮಕಾಡೆ ಮಲಗಿಸಿತ್ತು. 1969ರಲ್ಲಿ ಕಾಂಗ್ರೆಸ್ ಪಕ್ಷವನ್ನು ಇಬ್ಭಾಗ ಮಾಡಿ, ಹಿರಿಯರನ್ನು ಹೊರಹಾಕಿ, ತಾವೇ ಅಸಲಿ ಕಾಂಗ್ರೆಸ್ ಎಂದು ಸಾಬೀತುಪಡಿಸಿದ್ದು ಅವರ ಅದ್ಭುತ ರಾಜಕೀಯ ಚಾಣಾಕ್ಷತೆ. ಆದರೆ, ಅದೇ ಹಠಮಾರಿ ಧೋರಣೆ 1975ರ ತುರ್ತುಪರಿಸ್ಥಿತಿಗೆ ಕಾರಣವಾಗಿ ಅವರ ಪತನಕ್ಕೂ ದಾರಿಯಾಯಿತು. ಇಲ್ಲಿ ಯುವ ನಾಯಕರು ಕಲಿಯಬೇಕಾದ ಪಾಠವೆಂದರೆ, ಜನಪ್ರಿಯತೆ ಎನ್ನುವುದು ಎಷ್ಟು ವೇಗವಾಗಿ ಬರುತ್ತದೋ, ಅಷ್ಟೇ ವೇಗವಾಗಿ ಅಹಂಕಾರದಿಂದ ಕರಗಿ ಹೋಗುತ್ತದೆ.

ತದನಂತರದ ಕಾಲಘಟ್ಟವು ‘ಮಂಡಲ್ ಮತ್ತು ಮಂದಿರ’ ರಾಜಕಾರಣದ ಮೂಲಕ ಭಾರತದ ದಿಕ್ಕನ್ನೇ ಬದಲಿಸಿತು. ವಿ.ಪಿ. ಸಿಂಗ್ ಅವರು ಮೀಸಲಾತಿ ಜಾರಿಗೊಳಿಸುವ ಮೂಲಕ ಹಿಂದುಳಿದ ವರ್ಗಗಳ ಮತಬ್ಯಾಂಕ್ ಸೃಷ್ಟಿಸಿದರೆ, ಅದಕ್ಕೆ ಪ್ರತಿಯಾಗಿ ಬಿಜೆಪಿ ‘ರಥಯಾತ್ರೆ’ಯ ಮೂಲಕ ಹಿಂದೂ ಮತಗಳ ಧ್ರುವೀಕರಣಕ್ಕೆ ನಾಂದಿ ಹಾಡಿತು. ಈ ಹಂತದಲ್ಲಿ ಪ್ರಾದೇಶಿಕ ಪಕ್ಷಗಳ ಉದಯವಾಯಿತು. ಕರ್ನಾಟಕದ ಮಟ್ಟಿಗೆ ನೋಡುವುದಾದರೆ, ಡಿ. ದೇವರಾಜ ಅರಸು ಅವರು ತಂದ ಭೂಸುಧಾರಣೆ ಮತ್ತು ಹಿಂದುಳಿದ ವರ್ಗಗಳ ಸಂಘಟನೆ ಇಂದಿಗೂ ಸಮಾಜಮುಖಿ ರಾಜಕಾರಣಕ್ಕೆ ಮಾದರಿ. ಅವರು ಸಾಮಾನ್ಯ ಜನರನ್ನು ಅಧಿಕಾರದ ಕೇಂದ್ರಕ್ಕೆ ತಂದ ರೀತಿ ಇಂದಿನ ಯುವ ನಾಯಕರಿಗೆ ದಾರಿದೀಪ.

1990ರ ದಶಕದ ನಂತರ ಸಮ್ಮಿಶ್ರ ಸರ್ಕಾರಗಳ ಯುಗ ಆರಂಭವಾಯಿತು. ಅಲ್ಲಿ ತಂತ್ರಕ್ಕಿಂತ ‘ಹೊಂದಾಣಿಕೆ’ ಮುಖ್ಯವಾಗಿತ್ತು. ಪಿ.ವಿ. ನರಸಿಂಹರಾವ್ ಅವರು ಅಲ್ಪಮತದ ಸರ್ಕಾರವನ್ನಿಟ್ಟುಕೊಂಡು ದೇಶದ ಆರ್ಥಿಕತೆಯನ್ನು ಬದಲಿಸಿದ ರೀತಿ ಒಂದು ರಾಜಕೀಯ ಪವಾಡವೇ ಸರಿ. ಮುಂದೆ ಅಟಲ್ ಬಿಹಾರಿ ವಾಜಪೇಯಿ ಅವರು 24 ಪಕ್ಷಗಳನ್ನು ಒಗ್ಗೂಡಿಸಿ ಎನ್.ಡಿ.ಎ ಸರ್ಕಾರ ನಡೆಸಿದ್ದು, ವಿಭಿನ್ನ ಸಿದ್ಧಾಂತಗಳ ನಡುವೆಯೂ ಸಮನ್ವಯ ಸಾಧಿಸುವುದು ಹೇಗೆ ಎಂಬುದಕ್ಕೆ

ಅತ್ಯುತ್ತಮ ಉದಾಹರಣೆ. ಒಬ್ಬ ನಾಯಕನಿಗೆ ಕೇವಲ ಮಾತಿನ ಚಾತುರ್ಯವಿದ್ದರೆ ಸಾಲದು, ವಿರೋಧಿಗಳನ್ನೂ ವಿಶ್ವಾಸಕ್ಕೆ ತೆಗೆದುಕೊಳ್ಳುವ ಔದಾರ್ಯವಿರಬೇಕು ಎಂಬುದು ಇಲ್ಲಿನ ಸಾರ.

ಇಂದಿನ ಡಿಜಿಟಲ್ ಯುಗದಲ್ಲಿ ನರೇಂದ್ರ ಮೋದಿಯವರ ರಾಜಕಾರಣವು 'ಬ್ರ್ಯಾಂಡಿಂಗ್' ಮತ್ತು 'ಸಂವಹನ'ದ ಹೊಸ ಆಯಾಮವನ್ನು ಪರಿಚಯಿಸಿದೆ. ತಂತ್ರಜ್ಞಾನವನ್ನು ಬಳಸಿ ಕಟ್ಟಕಡೆಯ ವ್ಯಕ್ತಿಯನ್ನು ತಲುಪುವುದು ಮತ್ತು ರಾಷ್ಟ್ರೀಯತೆಯ ಹೆಸರಿನಲ್ಲಿ ಜನರನ್ನು ಭಾವನಾತ್ಮಕವಾಗಿ ಒಂದುಗೂಡಿಸುವುದು ಇಂದಿನ ಯಶಸ್ವಿ ರಣತಂತ್ರವಾಗಿದೆ. ಆದರೆ, ರಾಜಕೀಯದ ಈ ಸುಳಿಯಲ್ಲಿ ಮೌಲ್ಯಗಳು ಕಳೆದುಹೋಗದಂತೆ ನೋಡಿಕೊಳ್ಳುವುದು ಇಂದಿನ ಯುವ ನಾಯಕರ ಮುಂದಿರುವ ಸವಾಲು.

ಯುವ ನಾಯಕರು ಗಮನಿಸಬೇಕಾದ ಅಂಶವೆಂದರೆ, ಇತಿಹಾಸದ ಪ್ರತಿ ತಿರುವಿನಲ್ಲೂ ಒಬ್ಬ ನಾಯಕ ಉದಯಿಸುವುದು ತನ್ನ ಸ್ವಾರ್ಥಕ್ಕಾಗಿ ಅಲ್ಲ, ಬದಲಾಗಿ ಸಮಾಜದ ನಾಡಿಮಿಡಿತವನ್ನು ಅರಿತಾಗ ಮಾತ್ರ. ರಾಜಕೀಯವೆಂದರೆ ಕೇವಲ ಚುನಾವಣೆ ಗೆಲ್ಲುವುದಲ್ಲ, ಬದಲಾಗಿ ಜನರ ಬದುಕಿನಲ್ಲಿ ಬದಲಾವಣೆ ತರುವುದು. ಅಧಿಕಾರದ ಏಣಿ ಏರುವಾಗ ನಿಮ್ಮ ನೈತಿಕತೆ ಮತ್ತು ಸಾರ್ವಜನಿಕ ಹಿತಾಸಕ್ತಿ ನಿಮ್ಮನ್ನು ಕಾಪಾಡುತ್ತದೆ. ಶೂನ್ಯ ಸಂಪಾದನೆಯಲ್ಲಿ ಹೇಳುವಂತೆ 'ಅರಿವೇ ಗುರು' - ಅಂದರೆ ರಾಜಕೀಯ ಇತಿಹಾಸದ ಅರಿವೇ ಮುಂದಿನ ಹಾದಿಗೆ ನಿಮ್ಮ ದಾರಿದೀಪ.

ಭಾರತೀಯ ರಾಜಕಾರಣದ ಈ ಮಹಾ ಅಂಕಣದ ಮುಂದಿನ ಭಾಗದಲ್ಲಿ ನಾವು ಗಮನಿಸಬೇಕಾದ್ದು 'ಅಧಿಕಾರದ ವಿಕೇಂದ್ರೀಕರಣ' ಮತ್ತು 'ಸಮ್ಮಿಶ್ರ ಸರ್ಕಾರಗಳ ಅನಿವಾರ್ಯತೆ'. 1990ರ ದಶಕದ ಆರಂಭವು ಭಾರತದ ಪಾಲಿಗೆ ಒಂದು ಅಗ್ನಿಪರೀಕ್ಷೆಯಾಗಿತ್ತು. ಒಂದೆಡೆ ರಾಜೀವ್ ಗಾಂಧಿಯವರ ಹತ್ಯೆಯಿಂದ ಉಂಟಾದ ಶೂನ್ಯತೆ, ಮತ್ತೊಂದೆಡೆ ದೇಶ ಎದುರಿಸುತ್ತಿದ್ದ ತೀವ್ರ ಆರ್ಥಿಕ ಸಂಕಷ್ಟ. ಈ ಸಂದರ್ಭದಲ್ಲಿ ಪಿ.ವಿ. ನರಸಿಂಹರಾವ್ ಅವರು ಪ್ರಧಾನಿಯಾದದ್ದು ಒಂದು ಅನಿರೀಕ್ಷಿತ ತಿರುವು. ಅವರು ಅಲ್ಪಮತದ ಸರ್ಕಾರವನ್ನು ಹೊಂದಿದ್ದರೂ, ವಿರೋಧ ಪಕ್ಷದ ನಾಯಕ ಅಟಲ್ ಬಿಹಾರಿ ವಾಜಪೇಯಿ ಅವರನ್ನು ಜಿನೀವಾಕ್ಕೆ ಭಾರತದ ಪ್ರತಿನಿಧಿಯಾಗಿ ಕಳುಹಿಸುವ ಮೂಲಕ 'ರಾಷ್ಟ್ರ ಹಿತಾಸಕ್ತಿ ಮೊದಲು' ಎಂಬ ರಾಜತಾಂತ್ರಿಕ ನಡೆಯನ್ನು ಜಗತ್ತಿಗೆ ತೋರಿಸಿಕೊಟ್ಟರು. ಇದು ಇಂದಿನ ಯುವ ನಾಯಕರು ಕಲಿಯಬೇಕಾದ ಅತ್ಯುನ್ನತ ಪಾಠ: ರಾಜಕೀಯ ವೈರಿಗಳಿದ್ದರೂ ದೇಶದ ಹಿತ ಬಂದಾಗ ಎಲ್ಲರೂ ಒಂದಾಗಬೇಕು.

ಇದೇ ಕಾಲಘಟ್ಟದಲ್ಲಿ ಕರ್ನಾಟಕದ ರಾಜಕಾರಣವೂ ರಾಷ್ಟ್ರೀಯ ಮಟ್ಟದಲ್ಲಿ ಸದ್ದು ಮಾಡಿತು. ಎಚ್.ಡಿ. ದೇವೇಗೌಡರು 'ಮಣ್ಣಿನ ಮಗ' ಎಂಬ ಬಿರುದಿನೊಂದಿಗೆ ಪ್ರಧಾನಿ ಪಟ್ಟಕ್ಕೇರಿದ್ದು ಪ್ರಾದೇಶಿಕ ಪಕ್ಷಗಳ ಶಕ್ತಿಯ ಸಂಕೇತವಾಗಿತ್ತು. ಇದು ಸಣ್ಣ ಸಣ್ಣ ಸಮುದಾಯಗಳು ಮತ್ತು ಪ್ರಾದೇಶಿಕ ಆಕಾಂಕ್ಷೆಗಳು ರಾಷ್ಟ್ರದ ದಿಕ್ಕನ್ನು ಬದಲಿಸಬಲ್ಲವು ಎಂಬುದಕ್ಕೆ ಸಾಕ್ಷಿ. ರಾಜಕೀಯವೆಂದರೆ ಕೇವಲ ದಿಲ್ಲಿಯ ದರ್ಬಾರಲ್ಲ, ಅದು ಹಳ್ಳಿಯ ಕಟ್ಟೆಯಿಂದಲೂ ಆರಂಭವಾಗಬಹುದು ಎಂಬುದನ್ನು ಇದು ನಿರೂಪಿಸಿತು.

ಇನ್ನು, 2000ದ ನಂತರದ ದಶಕವು 'ಮಾಹಿತಿ ಹಕ್ಕು' (RTI) ಮತ್ತು **'ಡಿಜಿಟಲ್ ಕ್ರಾಂತಿ'**ಯ ಕಾಲ. ಮನಮೋಹನ್ ಸಿಂಗ್ ಅವರ ಸರ್ಕಾರವು ತಂದ ಹಕ್ಕು ಆಧಾರಿತ ಕಾನೂನುಗಳು ಜನಸಾಮಾನ್ಯರಿಗೆ ಅಧಿಕಾರ ನೀಡಿದವು. ಆದರೆ, ಇದೇ ಅವಧಿಯಲ್ಲಿ ನಡೆದ ಹಗರಣಗಳು ಮತ್ತು ಅದಕ್ಕೆ ಪ್ರತಿಯಾಗಿ ಅಣ್ಣಾ ಹಜಾರೆ ನೇತೃತ್ವದಲ್ಲಿ ನಡೆದ ಭ್ರಷ್ಟಾಚಾರ ವಿರೋಧಿ ಆಂದೋಲನವು ಭಾರತೀಯ ರಾಜಕಾರಣಕ್ಕೆ ಹೊಸ ತಿರುವು ನೀಡಿತು. ಈ ಆಂದೋಲನದಿಂದಲೇ 'ಆಮ್ ಆದ್ಮಿ ಪಕ್ಷ'ದಂತಹ ಹೊಸ ಪ್ರಯೋಗಗಳು ಹುಟ್ಟಿಕೊಂಡವು. ಇದು ಯುವಕರಿಗೆ ನೀಡುವ ಸಂದೇಶವೆಂದರೆ: ಸಾರ್ವಜನಿಕ ಆಕ್ರೋಶವು ವ್ಯವಸ್ಥಿತವಾಗಿ ಸಂಘಟಿತವಾದರೆ, ಶತಮಾನದ ಇತಿಹಾಸವಿರುವ ಪಕ್ಷಗಳನ್ನೂ ಬೆಚ್ಚಿಬೀಳಿಸಬಹುದು.

ಪ್ರಸ್ತುತ ಕಾಲಘಟ್ಟದಲ್ಲಿ ನಾವು ಕಾಣುತ್ತಿರುವುದು 'ಸಾಂಸ್ಕೃತಿಕ ರಾಜಕಾರಣ' ಮತ್ತು **'ಅಭಿವೃದ್ಧಿಯ ರಾಜಕಾರಣ'**ದ ಸಮ್ಮಿಲನ. ಚುನಾವಣಾ ರಣತಂತ್ರಗಳು ಈಗ ಕೇವಲ ಭಾಷಣಗಳಿಗೆ ಸೀಮಿತವಾಗಿಲ್ಲ; ಅವು ಡೇಟಾ ಅನಾಲಿಟಿಕ್ಸ್, ಬೂತ್ ಮ್ಯಾನೇಜ್‌ಮೆಂಟ್ ಮತ್ತು ಸೋಷಿಯಲ್ ಮೀಡಿಯಾ ಪ್ರಚಾರದ ಮೇಲೆ ನಿಂತಿವೆ. ಆದರೆ, ತಂತ್ರಜ್ಞಾನ ಎಷ್ಟೇ ಮುಂದುವರಿದರೂ ಜನರೊಂದಿಗಿನ ನೇರ ಸಂಪರ್ಕಕ್ಕೆ (Mass Contact) ಪರ್ಯಾಯವಿಲ್ಲ ಎಂಬುದನ್ನು ರಾಹುಲ್ ಗಾಂಧಿಯವರ 'ಭಾರತ್ ಜೋಡೋ ಯಾತ್ರೆ'ಯಂತಹ ಪ್ರಯತ್ನಗಳು ನೆನಪಿಸುತ್ತವೆ.

ಕೊನೆಯದಾಗಿ, ಯುವ ನಾಯಕರು ಈ ರಾಜಕೀಯ ಒಳಸುಳಿಗಳ ನಡುವೆ ಕಳೆದುಹೋಗಬಾರದು. ಅಧಿಕಾರ ಎಂಬುದು ಹರಿತವಾದ ಕತ್ತಿಯಿದ್ದಂತೆ; ಅದನ್ನು ಸಮಾಜದ ಒಳಿತಿಗಾಗಿ ಬಳಸಿದರೆ ನೀವು 'ಜನನಾಯಕ'ರಾಗುತ್ತೀರಿ, ಸ್ವಾರ್ಥಕ್ಕೆ ಬಳಸಿದರೆ 'ರಾಜಕೀಯ ಚದುರಂಗ'ದ ದಾಳವಾಗುತ್ತೀರಿ. ರಾಜಕೀಯದಲ್ಲಿ ಏಳುಬೀಳುಗಳು ಸಹಜ, ಆದರೆ ನಿಮ್ಮ ಸಿದ್ಧಾಂತದ ಮೇಲಿನ ಬದ್ಧತೆ ಮತ್ತು ಜನರ ಮೇಲಿನ ಪ್ರೀತಿ ನಿಮ್ಮನ್ನು ಇತಿಹಾಸದ ಪುಟಗಳಲ್ಲಿ ಉಳಿಸುತ್ತದೆ. ಇತಿಹಾಸವು ಗೆದ್ದವರನ್ನು ಮಾತ್ರವಲ್ಲ, ನ್ಯಾಯಕ್ಕಾಗಿ ಹೋರಾಡಿ ಸೋತವರನ್ನೂ ಗೌರವಿಸುತ್ತದೆ.

ಕರ್ನಾಟಕದ ರಾಜಕೀಯ ಇತಿಹಾಸವು ಭಾರತದ ಒಕ್ಕೂಟ ವ್ಯವಸ್ಥೆಯಲ್ಲಿ ಒಂದು ವಿಶಿಷ್ಟ ಅಧ್ಯಾಯ. ಮೈಸೂರು ರಾಜ್ಯದಿಂದ ಕರ್ನಾಟಕವಾಗಿ ನಾಮಕರಣಗೊಂಡ ಈ ಹಾದಿಯಲ್ಲಿ ಕೆ.ಸಿ. ರೆಡ್ಡಿ ಅವರಿಂದ ಹಿಡಿದು ಇಂದಿನ ನಾಯಕರವರೆಗೆ ಪ್ರತಿಯೊಬ್ಬರೂ ಒಂದೊಂದು ರೀತಿಯ 'ಪಾರುಪತ್ಯ'ವನ್ನು ನಡೆಸಿದ್ದಾರೆ. ಯುವ ನಾಯಕರು ಮುಖ್ಯವಾಗಿ ಗಮನಿಸಬೇಕಾದ್ದು 'ಸಮಾಜಮುಖಿ ಸುಧಾರಣೆ' ಮತ್ತು 'ಪ್ರಾದೇಶಿಕ ಅಸ್ಮಿತೆ' ನಡುವಿನ ಸಮತೋಲನ.

ಕರ್ನಾಟಕ ಕಂಡ ಅತ್ಯಂತ ಪ್ರಭಾವಶಾಲಿ ಮುಖ್ಯಮಂತ್ರಿಗಳಲ್ಲಿ ಒಬ್ಬರಾದ ಡಿ. ದೇವರಾಜ ಅರಸು ಅವರ ರಾಜಕೀಯ ತಂತ್ರಗಾರಿಕೆ ಇಂದಿಗೂ ಪಠ್ಯಪುಸ್ತಕದಂತಿದೆ. ಅರಸು ಅವರು ಅಧಿಕಾರಕ್ಕೆ ಬಂದಾಗ ರಾಜ್ಯದ ರಾಜಕೀಯವು ಕೇವಲ ಎರಡು ಪ್ರಬಲ ಸಮುದಾಯಗಳ ಕೈಯಲ್ಲಿತ್ತು. ಆದರೆ ಅವರು 'ಹಿಂದುಳಿದ ವರ್ಗಗಳ' ಎಂಬ ಹೊಸ ರಾಜಕೀಯ ಶಕ್ತಿಯನ್ನು ಜಾಗೃತಗೊಳಿಸಿದರು. "ಉಳುವವನೇ ಭೂಮಿಯ ಒಡೆಯ" ಎಂಬ ಕ್ರಾಂತಿಕಾರಿ ಕಾನೂನಿನ ಮೂಲಕ ಭೂಮಿಯನ್ನು ಮೇಲ್ವರ್ಗದಿಂದ ಕೆಳವರ್ಗಕ್ಕೆ ಹಸ್ತಾಂತರಿಸಿದರು. ಇದು ಕೇವಲ ಆರ್ಥಿಕ ಬದಲಾವಣೆಯಲ್ಲ,

ಅದೊಂದು 'ರಾಜಕೀಯ ಭೂಕಂಪ'. ಯುವ ನಾಯಕರಿಗೆ ಇಲ್ಲಿರುವ ಪಾಠವೇನೆಂದರೆ: ನೀವು ಅಧಿಕಾರಕ್ಕೆ ಬರಬೇಕಾದರೆ ಕೇವಲ ಹಣ ಅಥವಾ ಜಾತಿಬಲವಿದ್ದರೆ ಸಾಲದು, ಶೋಷಿತ ವರ್ಗದ ಧ್ವನಿಯಾಗುವ ಧೈರ್ಯವಿರಬೇಕು.

ಅರಸು ಅವರ ನಂತರ ಬಂದ ರಾಮಕೃಷ್ಣ ಹೆಗಡೆ ಅವರ ಕಾಲವು 'ಮೌಲ್ಯಾಧಾರಿತ ರಾಜಕಾರಣ' ಮತ್ತು 'ವಿಕೇಂದ್ರೀಕರಣ'ಕ್ಕೆ ಹೆಸರಾಯಿತು. ಪಂಚಾಯತ್ ರಾಜ್ ವ್ಯವಸ್ಥೆಯನ್ನು ಬಲಪಡಿಸುವ ಮೂಲಕ ಅಧಿಕಾರವನ್ನು ಹಳ್ಳಿಯ ಕಟ್ಟೆಗೆ ತಂದವರು ಅವರು. ಜನಪ್ರಿಯತೆಯ ಉತ್ತುಂಗದಲ್ಲಿದ್ದರೂ ಸಣ್ಣ ಆರೋಪ ಬಂದಾಗ ರಾಜೀನಾಮೆ ನೀಡಿದ ಅವರ ನಡೆ, ಇಂದಿನ 'ಕುರ್ಚಿ ರಾಜಕಾರಣ'ದ ಕಾಲದಲ್ಲಿ ಯುವಕರಿಗೆ ಒಂದು ನೈತಿಕ ದಿಕ್ಸೂಚಿ. ರಾಜಕೀಯದಲ್ಲಿ ಗೌರವ ಸಿಗುವುದು ನೀವು ಅಧಿಕಾರದಲ್ಲಿ ಎಷ್ಟು ವರ್ಷ ಇದ್ದೀರಿ ಎಂಬುದರ ಮೇಲಲ್ಲ, ನೀವು ಎಂತಹ ಮೌಲ್ಯಗಳನ್ನು ಎತ್ತಿ ಹಿಡಿಯುತ್ತೀರಿ ಎಂಬುದರ ಮೇಲೆ.

ಅದೇ ರೀತಿ, ಬಂಗಾರಪ್ಪ ಅವರ 'ಆಶ್ರಯ' ಮತ್ತು 'ವಿಶ್ವ' ಯೋಜನೆಗಳ ಮೂಲಕ ಬಡವರ ಮನೆಮನ ತಲುಪಿದ ರೀತಿ, ಅಥವಾ ಎಸ್.ಎಂ. ಕೃಷ್ಣ ಅವರು ಬೆಂಗಳೂರನ್ನು ಜಾಗೃತ ಭೂಪಟದಲ್ಲಿ ಐಟಿ ಹಬ್ ಆಗಿ ಗುರುತಿಸಿದ ರೀತಿ – ಇವೆಲ್ಲವೂ ವಿಭಿನ್ನ ಆಯಾಮದ ನಾಯಕತ್ವಕ್ಕೆ ಉದಾಹರಣೆಗಳು. ಒಬ್ಬ ನಾಯಕ ತನ್ನ ಕಾಲಘಟ್ಟದ ಅಗತ್ಯಕ್ಕೆ ತಕ್ಕಂತೆ ಬದಲಾಗಬೇಕು. ಕೃಷ್ಣ ಅವರು ತಂತ್ರಜ್ಞಾನಕ್ಕೆ ಒತ್ತು ನೀಡಿದರೆ, ಸಿದ್ದರಾಮಯ್ಯ ಅಥವಾ ಯಡಿಯೂರಪ್ಪನವರಂತಹ ನಾಯಕರು ಅಹಿಂದ ಮತ್ತು ರೈತ ಚಳುವಳಿಗಳ ಹಿನ್ನೆಲೆಯಿಂದ ಬಂದು ಜನರ ನಾಡಿಮಿಡಿತ ಹಿಡಿದರು.

ಇತ್ತೀಚಿನ ವರ್ಷಗಳಲ್ಲಿ ಕರ್ನಾಟಕ ರಾಜಕಾರಣವು 'ಸಮ್ಮಿಶ್ರ ಸರ್ಕಾರಗಳ ಒಳಸುಳಿ' ಮತ್ತು **'ಆಪರೇಷನ್ ಕಮಲ'**ದಂತಹ ವಿದ್ಯಮಾನಗಳಿಗೆ ಸಾಕ್ಷಿಯಾಗಿದೆ. ಇದು ಯುವ ನಾಯಕರಿಗೆ ಒಂದು ಎಚ್ಚರಿಕೆಯ ಗಂಟೆ. ಅಧಿಕಾರಕ್ಕಾಗಿ ಸಿದ್ಧಾಂತಗಳನ್ನು ಬಲಿಕೊಡುವುದು ಕ್ಷಣಿಕ ಲಾಭ ನೀಡಬಹುದು, ಆದರೆ ದೀರ್ಘಕಾಲದ ಸಾರ್ವಜನಿಕ ಜೀವನದಲ್ಲಿ ಅದು ವ್ಯಕ್ತಿತ್ವಕ್ಕೆ ಕುಂದು ತರುತ್ತದೆ. ಶೂನ್ಯ ಸಂಪಾದನೆಯ ತತ್ವದಂತೆ, ಹೊರಗಿನ ಆಡಂಬರಕ್ಕಿಂತ ಒಳಗಿನ ಅರಿವು ಮುಖ್ಯ. ರಾಜಕೀಯದಲ್ಲಿ ನೀವು ಗೆಲ್ಲುವುದು ಮುಖ್ಯವಲ್ಲ, ಗೆದ್ದ ನಂತರ ನೀವು ಯಾರ ಪರವಾಗಿ ನಿಲ್ಲುತ್ತೀರಿ ಎಂಬುದು ಮುಖ್ಯ.

ಮುಂದಿನ ಪೀಳಿಗೆಯ ನಾಯಕರು ಕೇವಲ ಚುನಾವಣಾ ಯಂತ್ರಗಳಾಗಬಾರದು. ಬದಲಾಗಿ, ಇತಿಹಾಸದ ಈ ಎಲ್ಲ ಏಳುಬೀಳುಗಳಿಂದ ಪಾಠ ಕಲಿತು, ಅಭಿವೃದ್ಧಿಯ ಜೊತೆಗೆ ಸಾಮಾಜಿಕ ನ್ಯಾಯವನ್ನು ಎತ್ತಿ ಹಿಡಿಯುವ **'ಜನನಾಯಕ'**ರಾಗಬೇಕು.

ರಾಜಕೀಯದ ಈ ಸುದೀರ್ಘ ಪಯಣದಲ್ಲಿ ಕೇವಲ ವ್ಯಕ್ತಿಗಳಲ್ಲ, 'ಸಂಸ್ಥೆಗಳು' ಮತ್ತು 'ಸಿದ್ಧಾಂತಗಳ ಸಂಘರ್ಷ' ಹೇಗೆ ರೂಪಾಂತರಗೊಂಡವು ಎಂಬುದು ಯುವ ನಾಯಕರಿಗೆ ಅತಿ ದೊಡ್ಡ ಪಾಠ. ಭಾರತೀಯ ರಾಜಕಾರಣವು ಕೇವಲ ಸಂಸತ್ತಿನ ಒಳಗೆ ನಡೆಯುವ ಚರ್ಚೆಯಲ್ಲ; ಅದು ಬೀದಿ ಹೋರಾಟಗಳಿಂದ, ರೈತ ಚಳುವಳಿಗಳಿಂದ ಮತ್ತು ಕಾರ್ಮಿಕ ಸಂಘಟನೆಗಳಿಂದ ಪಕ್ವಗೊಂಡಿದೆ.

ಉದಾಹರಣೆಗೆ, ಶಾಂತವೇರಿ ಗೋಪಾಲಗೌಡರಂತಹ ನಾಯಕರು ಕರ್ನಾಟಕದಲ್ಲಿ ಸಮಾಜವಾದಿ ಸಿದ್ಧಾಂತದ ಮೂಲಕ ಹೊಸ ಸಂಚಲನ ಮೂಡಿಸಿದರು. ಅವರು ಅಧಿಕಾರದಲ್ಲಿದ್ದಾಗ ಅಥವಾ ಇಲ್ಲದಿದ್ದಾಗಲೂ ಜನರ ಪರವಾಗಿ ಧ್ವನಿ ಎತ್ತುವುದನ್ನು ನಿಲ್ಲಿಸಲಿಲ್ಲ. ಒಬ್ಬ ಯುವ ನಾಯಕನಿಗೆ ಇರಬೇಕಾದ ಮೊದಲ ಗುಣವೆಂದರೆ 'ನೈತಿಕ ಧೈರ್ಯ'. ಸಂಖ್ಯಾಬಲ ಕಡಿಮೆ ಇದ್ದಾಗಲೂ ಸತ್ಯದ ಪರವಾಗಿ ನಿಲ್ಲುವುದು ರಾಜಕೀಯದ ಅತ್ಯುನ್ನತ ಮೌಲ್ಯ. ಇಂದು ನಾವು ಕಾಣುತ್ತಿರುವ 'ಪಕ್ಷಾಂತರ' ಮತ್ತು 'ಅಧಿಕಾರದ ಆಸೆ'ಯ ನಡುವೆ, ಅಂದು ಗೋಪಾಲಗೌಡರು ಅಥವಾ ಜೆ.ಪಿ. ನಾರಾಯಣ್ ಅವರು ತೋರಿದ ನಿಸ್ವಾರ್ಥ ಮನೋಭಾವವು ಇಂದಿನ ಪೀಳಿಗೆಗೆ ದಾರಿದೀಪವಾಗಬೇಕು.

ಅಲ್ಲದೆ, ರಾಜಕೀಯದಲ್ಲಿ 'ತಂತ್ರ' (Strategy) ಮತ್ತು 'ಕುತಂತ್ರ' (Manipulation) ನಡುವೆ ತೆಳುವಾದ ಗೆರೆ ಇರುತ್ತದೆ. ಗೆಲ್ಲಲು ಮಾಡುವ ತಂತ್ರಗಳು ಸಾರ್ವಜನಿಕ ಹಿತಾಸಕ್ತಿಯನ್ನು ಹೊಂದಿರಬೇಕು. ಇತಿಹಾಸದಲ್ಲಿ ರಾಮಕೃಷ್ಣ ಹೆಗಡೆ ಮತ್ತು ಎಚ್.ಡಿ. ದೇವೇಗೌಡರ ನಡುವಿನ ಶೀತಲ ಸಮರ ಅಥವಾ ಸಿದ್ದರಾಮಯ್ಯ ಮತ್ತು ಬಿ.ಎಸ್. ಯಡಿಯೂರಪ್ಪನವರ ನಡುವಿನ ಸೈದ್ಧಾಂತಿಕ ಸಂಘರ್ಷಗಳು ರಾಜ್ಯದ ರಾಜಕಾರಣವನ್ನು ಚುರುಕಾಗಿಟ್ಟಿವೆ. ವಿರೋಧ ಪಕ್ಷದವರನ್ನು ಶತ್ರುಗಳಂತೆ ನೋಡದೆ, ವ್ಯವಸ್ಥೆಯ ತಪ್ಪುಗಳನ್ನು ತಿದ್ದುವ 'ಗುರು'ಗಳಂತೆ ಕಾಣುವ ಸಂಸ್ಕೃತಿ ನಮ್ಮದಾಗಬೇಕು.

ಇಂದಿನ ಯುವ ನಾಯಕರು ಎದುರಿಸುತ್ತಿರುವ ಅತಿದೊಡ್ಡ ಸವಾಲೆಂದರೆ 'ಮಾಹಿತಿಯ ಅತಿರೇಕ' (Information Overload). ಸೋಶಿಯಲ್ ಮೀಡಿಯಾದಲ್ಲಿ ಸುಳ್ಳು ಸುದ್ದಿಗಳ ಮೂಲಕ ಜನರನ್ನು ದಾರಿ ತಪ್ಪಿಸುವುದು ಸುಲಭವಾಗಿದೆ. ಆದರೆ, ನೆನಪಿಡಿ—ಕ್ಷಣಿಕ ಲಾಭಕ್ಕಾಗಿ ಸತ್ಯವನ್ನು ಬಲಿಕೊಟ್ಟರೆ, ಇತಿಹಾಸ ನಿಮ್ಮನ್ನು ಕ್ಷಮಿಸುವುದಿಲ್ಲ. ನಿಮ್ಮ ರಾಜಕೀಯ ಜೀವನವು **'ಶೂನ್ಯ ಸಂಪಾದನೆ'**ಯ ಆಶಯದಂತೆ ಇರಲಿ; ಅಂದರೆ, ನೀವು ಅಧಿಕಾರಕ್ಕೆ ಬಂದಾಗ ಏನನ್ನೂ ತರಲಿಲ್ಲ, ಹೋಗುವಾಗಲೂ ಕೇವಲ ಒಳ್ಳೆಯ ಹೆಸರನ್ನು ಮಾತ್ರ ತೆಗೆದುಕೊಂಡು ಹೋಗಬೇಕು. ಅಹಂಕಾರವನ್ನು ಶೂನ್ಯಗೊಳಿಸಿ, ಜನಸೇವೆಯನ್ನು ಸಂಪಾದನೆಯನ್ನಾಗಿ ಮಾಡಿಕೊಳ್ಳುವುದೇ ನಿಜವಾದ ರಾಜಕೀಯ ಯಶಸ್ಸು.

ಕೊನೆಯದಾಗಿ, ರಾಜಕೀಯವು ಒಂದು 'ದಿನದ ಪಂದ್ಯ'ವಲ್ಲ, ಅದೊಂದು 'ಟೆಸ್ಟ್ ಸರಣಿ'. ಇಲ್ಲಿ ತಾಳ್ಮೆಯೇ ಮಂತ್ರ. ಸೋತಾಗ ಕುಗ್ಗದೆ, ಜನರ ನಡುವೆಯೇ ಇದ್ದು ಅವರ ವಿಶ್ವಾಸ ಗಳಿಸುವುದು ನಿಜವಾದ ನಾಯಕನ ಲಕ್ಷಣ. ಇಂದಿನ ಯುವ ಪೀಳಿಗೆಯು ಇತಿಹಾಸದ ಈ ಎಲ್ಲ ಒಳಸುಳಿಗಳನ್ನು ಅರ್ಥಮಾಡಿಕೊಂಡು, ಹೊಸ ತಂತ್ರಜ್ಞಾನವನ್ನು ಮೌಲ್ಯಗಳೊಂದಿಗೆ ಬೆರೆಸಿ ಸಮಾಜವನ್ನು ಮುನ್ನಡೆಸಬೇಕಿದೆ. ಭಾರತದ ಭವಿಷ್ಯ ನಿಮ್ಮ ಕೈಯಲ್ಲಿದೆ, ಮತ್ತು ಆ ಹಾದಿಯಲ್ಲಿ ಈ ರಾಜಕೀಯ ಪಾಠಗಳು ನಿಮ್ಮನ್ನು ಎಂದಿಗೂ ಕೈಬಿಡುವುದಿಲ್ಲ.

ಭಾರತೀಯ ರಾಜಕೀಯದ ಸಿದ್ಧಾಂತಗಳು ಕೇವಲ ಪುಸ್ತಕದ ಬದನೆಕಾಯಿಯಲ್ಲ, ಅವು ಈ ದೇಶದ ಕೋಟ್ಯಂತರ ಜನರ ಬದುಕನ್ನು ರೂಪಿಸಿದ ಪ್ರಬಲ ಶಕ್ತಿಗಳು. ಸ್ವಾತಂತ್ರ್ಯಾನಂತರದ ಭಾರತವು ವಿವಿಧ ಸಿದ್ಧಾಂತಗಳ 'ಪ್ರಯೋಗಶಾಲೆ'ಯಾಗಿದೆ. ಒಬ್ಬ ಯುವ ನಾಯಕನಿಗೆ ಈ ಸಿದ್ಧಾಂತಗಳ ಆಳವಾದ ಅರಿವು ಇಲ್ಲದಿದ್ದರೆ, ಆತ ಕೇವಲ ಅಧಿಕಾರದ ದಾಳವಾಗುತ್ತಾನೆಯೇ ಹೊರತು ಜನನಾಯಕನಾಗಲಾರ.

ಭಾರತೀಯ ರಾಜಕಾರಣವನ್ನು ಆಳುತ್ತಿರುವ ಪ್ರಮುಖ ಸಿದ್ಧಾಂತಗಳು ಮತ್ತು ಅವುಗಳ ಒಳಸುಳಿಗಳು ಇಲ್ಲಿವೆ

1. ಸಮಾಜವಾದ (Socialism): ಸಮಾನತೆಯ ಕನಸು

ಭಾರತದ ಸಂವಿಧಾನದ ಪ್ರಸ್ತಾವನೆಯಲ್ಲೇ ಇರುವ 'ಸಮಾಜವಾದಿ' ಎಂಬ ಪದವು ನಮ್ಮ ರಾಜಕೀಯದ ಅಡಿಪಾಯ. ನೆಹರೂ ಅವರ ಕಾಲದ 'ಮಿಶ್ರ ಆರ್ಥಿಕತೆ'ಯಿಂದ ಹಿಡಿದು ರಾಮಮನೋಹರ ಲೋಹಿಯಾರವರ 'ಸಮಾಜವಾದಿ ಚಳುವಳಿ'ಯವರೆಗೆ ಇದರ ಪ್ರಭಾವ ಅಪಾರ.

* ತಂತ್ರ: ಸಂಪತ್ತು ಕೇವಲ ಕೆಲವರ ಕೈಯಲ್ಲಿರಬಾರದು, ಅದು ಸಮಾಜದ ಕಟ್ಟಕಡೆಯ ವ್ಯಕ್ತಿಗೂ ತಲುಪಬೇಕು ಎಂಬುದು ಇದರ ಮೂಲ ಮಂತ್ರ. ಕರ್ನಾಟಕದಲ್ಲಿ ಶಾಂತವೇರಿ ಗೋಪಾಲಗೌಡ ಮತ್ತು ಎಸ್. ಬಂಗಾರಪ್ಪ ಅವರು ಈ ಸಿದ್ಧಾಂತದ ಅಪ್ಪಟ ಹರಿಕಾರರು.

* ಯುವ ನಾಯಕರಿಗೆ ಪಾಠ: ಬಡವರ ಮತ್ತು ಕಾರ್ಮಿಕರ ಪರವಾಗಿ ನಿಲ್ಲುವುದು ಕೇವಲ ಮತಬ್ಯಾಂಕ್ ತಂತ್ರವಾಗಬಾರದು, ಅದು ನಿಮ್ಮ ರಕ್ತಗತ ಗುಣವಾಗಬೇಕು.

2. ಬಲಪಂಥೀಯ ರಾಷ್ಟ್ರೀಯತೆ (Right-wing Nationalism): ಸಾಂಸ್ಕೃತಿಕ ಅಸ್ಮಿತೆ

ಭಾರತೀಯ ಜನತಾ ಪಾರ್ಟಿ (BJP) ಮತ್ತು ಅದರ ಮಾತೃಸಂಸ್ಥೆಯಾದ ಆರ್.ಎಸ್.ಎಸ್ (RSS) ಪ್ರತಿಪಾದಿಸುವ ಸಿದ್ಧಾಂತವಿದು.

* ತಂತ್ರ: 'ಸಂಸ್ಕೃತಿ' ಮತ್ತು 'ರಾಷ್ಟ್ರ' ಎಂಬ ಎರಡು ಭಾವನಾತ್ಮಕ ಅಂಶಗಳನ್ನು ಬೆರೆಸಿ ಜನರನ್ನು ಒಂದುಗೂಡಿಸುವುದು ಇವರ ಶಕ್ತಿ. ಏಕರೂಪ ನಾಗರಿಕ ಸಂಹಿತೆ, ಆರ್ಟಿಕಲ್ 370 ರದ್ದತಿ ಮತ್ತು ರಾಮಮಂದಿರ ನಿರ್ಮಾಣ ಇವೆಲ್ಲವೂ ಈ ಸಿದ್ಧಾಂತದ ಭಾಗಗಳು.

* ಒಳಸುಳಿ: ಇದು ಕೇವಲ ಧರ್ಮಕ್ಕೆ ಸೀಮಿತವಲ್ಲ, ಬದಲಾಗಿ ದೇಶದ ಹೆಮ್ಮೆಯನ್ನು ಎತ್ತಿಹಿಡಿಯುವ ಮೂಲಕ ಯುವ ಪೀಳಿಗೆಯನ್ನು ಆಕರ್ಷಿಸುವ ಬಲಿಷ್ಠ ರಣತಂತ್ರ.

3. ಸಾಮಾಜಿಕ ನ್ಯಾಯ ಮತ್ತು ಮೀಸಲಾತಿ (Social Justice): ಅರಸು ಮಾದರಿ

ಇದು ಭಾರತದ ಜಾತಿ ಆಧಾರಿತ ಸಮಾಜದಲ್ಲಿ ಅತ್ಯಂತ ಪ್ರಮುಖವಾದ ಸಿದ್ಧಾಂತ. ಡಾ. ಬಿ.ಆರ್. ಅಂಬೇಡ್ಕರ್ ಅವರ ಆಶಯದಂತೆ ತುಳಿತಕ್ಕೊಳಗಾದವರಿಗೆ ಅಧಿಕಾರ ನೀಡುವುದು ಇದರ ಉದ್ದೇಶ.

* ಉದಾಹರಣೆ: ಉತ್ತರ ಭಾರತದಲ್ಲಿ ಕಾನ್ಶೀರಾಂ ಮತ್ತು ಮಾಯಾವತಿ, ಕರ್ನಾಟಕದಲ್ಲಿ ಡಿ. ದೇವರಾಜ ಅರಸು ಮತ್ತು ಸಿದ್ದರಾಮಯ್ಯ ಅವರು 'ಅಹಿಂದ' (ಅಲ್ಪಸಂಖ್ಯಾತ, ಹಿಂದುಳಿದ, ದಲಿತ) ವರ್ಗಗಳನ್ನು ಸಂಘಟಿಸುವ ಮೂಲಕ ಪ್ರಬಲ ಸಮುದಾಯಗಳ ಪ್ರಾಬಲ್ಯವನ್ನು ಮುರಿದರು.

* ಯುವ ನಾಯಕರಿಗೆ ಪಾಠ: ಸಮಾಜದ ವಿವಿಧ ಸ್ತರಗಳ ಜನರನ್ನು ಹೇಗೆ ಒಗ್ಗೂಡಿಸಬೇಕು (Social Engineering) ಎಂಬುದಕ್ಕೆ ಇದಕ್ಕಿಂತ ದೊಡ್ಡ ಪಾಠವಿಲ್ಲ.

4. ಉದಾರೀಕರಣ ಮತ್ತು ಬಂಡವಾಳಶಾಹಿ (Liberalism & Capitalism)

1991ರ ನಂತರ ಭಾರತದ ರಾಜಕಾರಣದಲ್ಲಿ ಈ ಸಿದ್ಧಾಂತವು ಅನಿವಾರ್ಯವಾಯಿತು. ಜಗತ್ತಿನೊಂದಿಗೆ ಸ್ಪರ್ಧಿಸಬೇಕಾದರೆ ಖಾಸಗಿ ಹೂಡಿಕೆ ಮತ್ತು ಉದ್ಯೋಗ ಸೃಷ್ಟಿ ಮುಖ್ಯ ಎಂಬ ವಾದವಿದು.

* ತಂತ್ರ: ಅಭಿವೃದ್ಧಿಯ ಹೆಸರಿನಲ್ಲಿ ಮೂಲಸೌಕರ್ಯ, ಐಟಿ-ಬಿಟಿ ಮತ್ತು ಕೈಗಾರಿಕೆಗಳಿಗೆ ಒತ್ತು ನೀಡುವುದು. ಎಸ್.ಎಂ. ಕೃಷ್ಣ ಅವರ ಕಾಲದ ಬೆಂಗಳೂರು ಈ ಸಿದ್ಧಾಂತಕ್ಕೆ ಸಾಕ್ಷಿ.

* ಸವಾಲು: ಕೈಗಾರಿಕೀಕರಣದ ನಡುವೆ ರೈತರ ಹಿತಾಸಕ್ತಿಯನ್ನು ಹೇಗೆ ಕಾಪಾಡಬೇಕು ಎಂಬುದು ಯುವ ನಾಯಕರ ಮುಂದಿರುವ ದೊಡ್ಡ ಸವಾಲು.

ಯುವ ರಾಜಕೀಯ ನಾಯಕರಿಗೆ ಅಂತಿಮ ಕಿವಿಮಾತು:

ರಾಜಕೀಯ ಸಿದ್ಧಾಂತಗಳು ಕಾಲಕ್ಕೆ ತಕ್ಕಂತೆ ಬದಲಾಗಬಹುದು, ಆದರೆ 'ಮಾನವೀಯತೆ' ಎಂಬ ಸಿದ್ಧಾಂತ ಎಂದಿಗೂ ಬದಲಾಗಬಾರದು. ಇಂದು ನಾವು ಕಾಣುತ್ತಿರುವ ರಾಜಕಾರಣದಲ್ಲಿ 'ಪಕ್ಷ'ಗಳು ದೊಡ್ಡದಾಗಿವೆ, 'ಸಿದ್ಧಾಂತ'ಗಳು ಕುಬ್ಜವಾಗಿವೆ. ಆದರೆ, ಇತಿಹಾಸದ ಪುಟಗಳನ್ನು ತಿರುವಿ ನೋಡಿದರೆ ಯಾವ ನಾಯಕ ತನ್ನ ಸಿದ್ಧಾಂತಕ್ಕೆ ಬದ್ಧನಾಗಿರುತ್ತಾನೋ ಆತ ಮಾತ್ರ ಜನಮಾನಸದಲ್ಲಿ ಶಾಶ್ವತವಾಗಿ ಉಳಿಯುತ್ತಾನೆ.

ಸಮಾಜವಾದ (Socialism) ಎಂಬುದು ಕೇವಲ ಒಂದು ಆರ್ಥಿಕ ನೀತಿಯಲ್ಲ, ಅದು ಸಮಾನತೆಯ ಹಂಬಲವಿರುವ ಒಂದು ಜೀವನ ದರ್ಶನ. ಭಾರತದಂತಹ ವೈವಿಧ್ಯಮಯ ಮತ್ತು ಅಸಮಾನತೆ ಇರುವ ದೇಶದಲ್ಲಿ ಸಮಾಜವಾದವು ಅತ್ಯಂತ ಪ್ರಭಾವಶಾಲಿ ರಾಜಕೀಯ ಸಿದ್ಧಾಂತವಾಗಿ ಬೆಳೆದು ಬಂದಿದೆ. ಯುವ ರಾಜಕೀಯ ನಾಯಕರಿಗೆ ಇದರ ಒಳಸುಳಿಗಳನ್ನು ಅರಿಯುವುದು ಅತ್ಯಗತ್ಯ.

ಸಮಾಜವಾದದ ಪ್ರಮುಖ ಆಯಾಮಗಳು ಮತ್ತು ಅದರ ಪ್ರಾಯೋಗಿಕ ಅನ್ವಯಿಕೆ ಇಲ್ಲಿದೆ:

1. ಸಮಾಜವಾದದ ಮೂಲ ಸತ್ವ: "ಎಲ್ಲರಿಗೂ ಸಮಾನ ಪಾಲು"

ಸಮಾಜವಾದದ ಮೂಲ ಉದ್ದೇಶವೆಂದರೆ ಸಂಪತ್ತು ಮತ್ತು ಸಂಪನ್ಮೂಲಗಳು ಕೇವಲ ಕೆಲವೇ ಶ್ರೀಮಂತರ ಅಥವಾ ಬಂಡವಾಳಶಾಹಿಗಳ ಕೈಯಲ್ಲಿ ಕೇಂದ್ರೀಕೃತವಾಗಬಾರದು. ದೇಶದ ಆಸ್ತಿಯಲ್ಲಿ ಪ್ರತಿಯೊಬ್ಬ ನಾಗರಿಕನಿಗೂ ಸಮಾನ ಹಕ್ಕು ಇರಬೇಕು ಎಂಬುದು ಇದರ ಆಶಯ.

* ತಂತ್ರ: ಇದನ್ನು ಸಾಧಿಸಲು ಸರ್ಕಾರವು ಶಿಕ್ಷಣ, ಆರೋಗ್ಯ ಮತ್ತು ಸಾರಿಗೆಯಂತಹ ಮೂಲಭೂತ ಸೌಕರ್ಯಗಳನ್ನು ತನ್ನ ನಿಯಂತ್ರಣದಲ್ಲಿಟ್ಟುಕೊಂಡು ಬಡವರಿಗೆ ಉಚಿತವಾಗಿ ಅಥವಾ ರಿಯಾಯಿತಿ ದರದಲ್ಲಿ ನೀಡಬೇಕು ಎಂಬುದು ಸಮಾಜವಾದದ ರಣತಂತ್ರ.

2. ಭಾರತೀಯ ಸಮಾಜವಾದದ ಹರಿಕಾರರು

ಭಾರತದಲ್ಲಿ ಸಮಾಜವಾದವು ರಷ್ಯಾದ ಕ್ರಾಂತಿಯಿಂದ ಪ್ರೇರಿತವಾದರೂ, ಇಲ್ಲಿನ ಮಣ್ಣಿನ ಗುಣಕ್ಕೆ ತಕ್ಕಂತೆ ರೂಪಾಂತರಗೊಂಡಿತು.

* ನೆಹರೂ ಮತ್ತು ಮಿಶ್ರ ಆರ್ಥಿಕತೆ: ಜವಾಹರಲಾಲ್ ನೆಹರೂ ಅವರು ಸಂಪೂರ್ಣ ಸಮಾಜವಾದದ ಬದಲು 'ಮಿಶ್ರ ಆರ್ಥಿಕತೆ'ಯನ್ನು ಜಾರಿಗೆ ತಂದರು. ಇಲ್ಲಿ ಸರ್ಕಾರಿ ಮತ್ತು ಖಾಸಗಿ ವಲಯಗಳೆರಡಕ್ಕೂ ಅವಕಾಶವಿತ್ತು.

* ರಾಮಮನೋಹರ ಲೋಹಿಯಾ: ಇವರು ಭಾರತೀಯ ಸಮಾಜವಾದದ ಅಸಲಿ ಜನಕ ಎನ್ನಬಹುದು. ಜಾತಿ ಪದ್ಧತಿಯನ್ನು ತೊಡೆದುಹಾಕದೆ ಭಾರತದಲ್ಲಿ ಸಮಾಜವಾದ ಅಸಾಧ್ಯ ಎಂದು ಅವರು ಪ್ರತಿಪಾದಿಸಿದರು. ಅವರ 'ಸಪ್ತ ಕ್ರಾಂತಿ'ಗಳ ಸಿದ್ಧಾಂತವು ಯುವ ನಾಯಕರಿಗೆ ಇಂದಿಗೂ ದಾರಿದೀಪ.

3. ಕರ್ನಾಟಕದಲ್ಲಿ ಸಮಾಜವಾದಿ ಕ್ರಾಂತಿ

ಕರ್ನಾಟಕದ ರಾಜಕೀಯ ಇತಿಹಾಸವು ಸಮಾಜವಾದಿ ಹೋರಾಟಗಳಿಂದಲೇ ಶ್ರೀಮಂತಗೊಂಡಿದೆ.

* ಗೋಪಾಲಗೌಡರ ಪ್ರಭಾವ: ಶಾಂತವೇರಿ ಗೋಪಾಲಗೌಡರು ಹಸಿರು ಪಂಚೆಯ ಚಳುವಳಿಯ ಮೂಲಕ ರೈತರನ್ನು ಸಂಘಟಿಸಿದರು. ಅವರ ಸಮಾಜವಾದಿ ಚಿಂತನೆಗಳೇ ಮುಂದೆ ಡಿ. ದೇವರಾಜ ಅರಸು ಅವರು 'ಭೂ ಸುಧಾರಣೆ' ತರಲು ಪ್ರೇರಣೆಯಾದವು.

* ಉದಾಹರಣೆ: "ಉಳುವವನೇ ಭೂಮಿಯ ಒಡೆಯ" ಎಂಬ ತತ್ವವು ಸಮಾಜವಾದದ ಪರಮೋಚ್ಚ ಗೆಲುವು. ಸಮಾಜದ ಶ್ರೇಣೀಕೃತ ವ್ಯವಸ್ಥೆಯಲ್ಲಿ ಕೆಳಮಟ್ಟದಲ್ಲಿದ್ದವರಿಗೆ ಆಸ್ತಿಯ ಹಕ್ಕು ನೀಡಿದ್ದು ಒಂದು ಐತಿಹಾಸಿಕ ರಣತಂತ್ರ.

4. ಸಮಾಜವಾದದ ಒಳಸುಳಿಗಳು ಮತ್ತು ಸವಾಲುಗಳು

ಸಮಾಜವಾದವು ಮೇಲ್ನೋಟಕ್ಕೆ ಆಕರ್ಷಕವಾಗಿ ಕಂಡರೂ, ರಾಜಕೀಯವಾಗಿ ಇದನ್ನು ಅನುಷ್ಠಾನಕ್ಕೆ ತರುವುದು ಸುಲಭವಲ್ಲ.

* ಉಚಿತ ಯೋಜನೆಗಳು vs ಅಭಿವೃದ್ಧಿ: ಇಂದಿನ ರಾಜಕೀಯದಲ್ಲಿ 'ಗ್ಯಾರಂಟಿ' ಯೋಜನೆಗಳು ಸಮಾಜವಾದದ ಒಂದು ರೂಪವೇ ಆಗಿವೆ. ಆದರೆ, ಬಂಡವಾಳ ಸೃಷ್ಟಿಯಾಗದೆ ಕೇವಲ ಹಂಚಿಕೆ ಮಾಡಿದರೆ ದೇಶದ ಆರ್ಥಿಕತೆ ಕುಸಿಯಬಹುದು ಎಂಬುದು ಇದರ ಹಿಂದಿರುವ ಆರ್ಥಿಕ ಒಳಸುಳಿ.

* ಅಧಿಕಾರಶಾಹಿ: ಸಮಾಜವಾದದಲ್ಲಿ ಸರ್ಕಾರದ ಹಸ್ತಕ್ಷೇಪ ಹೆಚ್ಚಾದಾಗ ಭ್ರಷ್ಟಾಚಾರ ಮತ್ತು ವಿಳಂಬ ನೀತಿ (Red Tapism) ಬೆಳೆಯುವ ಅಪಾಯವಿರುತ್ತದೆ.

5. ಯುವ ನಾಯಕರಿಗೆ ಸಮಾಜವಾದದ ಪಾಠ

ಯುವ ರಾಜಕೀಯ ನಾಯಕರು ಸಮಾಜವಾದದಿಂದ ಕಲಿಯಬೇಕಾದ್ದು **'ಸಂವೇದನೆ'**ಯನ್ನು.

* ಜನಪರ ನಿಲುವು: ನಿಮ್ಮ ಪ್ರತಿ ನಿರ್ಧಾರವೂ ಸಮಾಜದ ಕಟ್ಟಕಡೆಯ ವ್ಯಕ್ತಿಯ ಮೇಲೆ ಏನು ಪರಿಣಾಮ ಬೀರುತ್ತದೆ ಎಂದು ಯೋಚಿಸುವುದೇ ಸಮಾಜವಾದ.

* ಜಾತಿ ಮತ್ತು ವರ್ಗ ಸಮಾನತೆ: ಕೇವಲ ಆರ್ಥಿಕ ಸಮಾನತೆಯಲ್ಲ, ಸಾಮಾಜಿಕವಾಗಿ ಎಲ್ಲರನ್ನೂ ಒಳಗೊಳ್ಳುವ (Inclusion) ರಾಜಕೀಯ ಮಾಡಬೇಕು.

* ಸರಳತೆ: ಶೂನ್ಯ ಸಂಪಾದನೆಯ ತತ್ವದಂತೆ, ವೈಯಕ್ತಿಕ ಸಂಪತ್ತು ಗಳಿಕೆಗಿಂತ ಸಾರ್ವಜನಿಕ ಆಸ್ತಿಯ ರಕ್ಷಣೆ ನಾಯಕನ ಆದ್ಯತೆಯಾಗಲಿ.

ಸಮಾಜವಾದ ಎಂದರೆ ಬಡತನವನ್ನು ಹಂಚುವುದಲ್ಲ, ಬದಲಾಗಿ ಎಲ್ಲರೂ ಗೌರವಯುತವಾಗಿ ಬದುಕುವಂತಹ ವ್ಯವಸ್ಥೆಯನ್ನು ನಿರ್ಮಿಸುವುದು. ಈ ಸಿದ್ಧಾಂತವನ್ನು ಸರಿಯಾಗಿ ಅರ್ಥೈಸಿಕೊಂಡ ನಾಯಕ ಮಾತ್ರ ಜನರ ಹೃದಯದಲ್ಲಿ ಶಾಶ್ವತ ಸ್ಥಾನ ಪಡೆಯುತ್ತಾನೆ.

ಸಮಾಜವಾದ ಎಂಬುದು ಕೇವಲ ಆರ್ಥಿಕ ಸಿದ್ಧಾಂತವಲ್ಲ, ಅದೊಂದು ಮಾನವೀಯ ಸ್ಪಂದನೆ. ಭಾರತದ ರಾಜಕೀಯ ಅಂಕಣದಲ್ಲಿ ಸಮಾಜವಾದದ ಪಾತ್ರವನ್ನು ಗಮನಿಸಿದರೆ, ಅದು ಹಸಿದ ಹೊಟ್ಟೆಗೆ ಅನ್ನ ನೀಡುವ ಮತ್ತು ದಮನಿತನಿಗೆ ಧ್ವನಿ ನೀಡುವ ಕಾಯಕವಾಗಿ ಅಸ್ತಿತ್ವಕ್ಕೆ ಬಂದಿತು. ಸ್ವಾತಂತ್ರ್ಯಾನಂತರದ ದಶಕಗಳಲ್ಲಿ ಅಬ್ರಾಹಂ ಲಿಂಕನ್ ಅವರ ಪ್ರಜಾಪ್ರಭುತ್ವದ ವ್ಯಾಖ್ಯಾನಕ್ಕೆ ಸಮಾಜವಾದವು ಒಂದು ನೈತಿಕ ಶಕ್ತಿಯನ್ನು ತುಂಬಿತು. ನೆಹರೂ ಅವರ ಕಾಲದಲ್ಲಿ ಬೃಹತ್ ಅಣೆಕಟ್ಟುಗಳು ಮತ್ತು ಕೈಗಾರಿಕೆಗಳು 'ಆಧುನಿಕ ಭಾರತದ ದೇವಾಲಯ'ಗಳಾದವು. ಇದು ಕೇವಲ ಕಲ್ಲು-ಮಣ್ಣಿನ ಕಟ್ಟಡಗಳಾಗಿರಲಿಲ್ಲ, ಬದಲಾಗಿ ಶ್ರೀಮಂತ-ಬಡವ ಎಂಬ ಭೇದವಿಲ್ಲದೆ ಎಲ್ಲರಿಗೂ ಸಮಾನ ಅವಕಾಶ ನೀಡುವ ರಾಷ್ಟ್ರೀಯ ತಂತ್ರವಾಗಿತ್ತು.

ಆದರೆ, ಸಮಾಜವಾದದ ನಿಜವಾದ ಕಸುವನ್ನು ಜನಸಾಮಾನ್ಯರಿಗೆ ಉಣಬಡಿಸಿದ್ದು ಸಮಾಜವಾದಿ ನಾಯಕರಾದ ರಾಮಮನೋಹರ ಲೋಹಿಯಾ ಮತ್ತು ಜೆ.ಪಿ. ನಾರಾಯಣ್ ಅವರ ಹೋರಾಟಗಳು. ಅವರು ಕಂಡ ಕನಸು ಕೇವಲ ಅಧಿಕಾರ ಹಸ್ತಾಂತರವಾಗಿರಲಿಲ್ಲ, ಬದಲಾಗಿ 'ಕೊನೆಯ ಸಾಲಿನ ವ್ಯಕ್ತಿ'ಯ ಏಳಿಗೆಯಾಗಿತ್ತು. ಕರ್ನಾಟಕದಲ್ಲಿ ಈ ಸಿದ್ಧಾಂತವು ಮಲೆನಾಡಿನ ಕಾಡುಗಳಿಂದ ಹಿಡಿದು ಬಯಲುಸೀಮೆಯ ಹೊಲಗಳವರೆಗೆ ಪಸರಿಸಿತು. ಶಾಂತವೇರಿ ಗೋಪಾಲಗೌಡರು ಹಸಿರು ಪಂಚೆ ಧರಿಸಿ ವಿಧಾನಸೌಧದ ಮೆಟ್ಟಿಲೇರಿದಾಗ, ಅದು ಕೇವಲ ಒಬ್ಬ ವ್ಯಕ್ತಿಯ ಪ್ರವೇಶವಾಗಿರಲಿಲ್ಲ, ಅದು ಇಡೀ ರೈತ ಸಮುದಾಯದ ಆತ್ಮಗೌರವದ ಸಂಕೇತವಾಗಿತ್ತು. ಅವರ ಪ್ರಭಾವದಿಂದಲೇ ಕರ್ನಾಟಕದಲ್ಲಿ "ಉಳುವವನೇ ಭೂಮಿಯ ಒಡೆಯ" ಎಂಬ ಐತಿಹಾಸಿಕ ಕ್ರಾಂತಿ ಸಂಭವಿಸಿತು. ಸಾವಿರಾರು ವರ್ಷಗಳಿಂದ ಮಣ್ಣಿನ ಆಸೆ ಇಲ್ಲದವನಿಗೆ ಮಣ್ಣಿನ ಹಕ್ಕನ್ನು ದೊರಕಿಸಿಕೊಟ್ಟ ಈ ಹಂತವು, ರಾಜಕೀಯ ರಣತಂತ್ರವು ಹೇಗೆ ಸಾಮಾಜಿಕ ನ್ಯಾಯದ ಅಸ್ತ್ರವಾಗಬಲ್ಲದು ಎಂಬುದಕ್ಕೆ ಸಾಕ್ಷಿ.

ಯುವ ರಾಜಕೀಯ ನಾಯಕರು ಇಂದು ಸಮಾಜವಾದವನ್ನು ಅರ್ಥೈಸಿಕೊಳ್ಳುವ ರೀತಿ ಬದಲಾಗಬೇಕಿದೆ. ಇಂದು 'ಸೋಷಿಯಲಿಸಂ' ಎಂದರೆ ಕೇವಲ ಸಬ್ಸಿಡಿ ಅಥವಾ ಉಚಿತ ಯೋಜನೆಗಳಲ್ಲ; ಅದು ಪ್ರತಿಯೊಬ್ಬರಿಗೂ ಗುಣಮಟ್ಟದ ಶಿಕ್ಷಣ ಮತ್ತು ಆರೋಗ್ಯವನ್ನು ಹಕ್ಕಿನ ರೂಪದಲ್ಲಿ ನೀಡುವುದು. ಇಂದಿನ ರಾಜಕೀಯ ಒಳಸುಳಿಗಳಲ್ಲಿ ಜಾತಿ ಮತ್ತು ಧರ್ಮದ ಸಂಘರ್ಷಗಳು ಸಮಾಜವಾದದ ಮೂಲ ಉದ್ದೇಶವನ್ನು ಮರೆಮಾಚುತ್ತಿವೆ. ಆದರೆ, ನಿಜವಾದ ಸಮಾಜವಾದಿ ನಾಯಕ ಅಸಮಾನತೆಯನ್ನು ಕೇವಲ ಆರ್ಥಿಕ ದೃಷ್ಟಿಯಿಂದ ನೋಡದೆ, ಸಾಮಾಜಿಕವಾಗಿ ಎಲ್ಲರನ್ನೂ ಗೌರವದಿಂದ ಕಾಣುವ 'ಸಮರಸ' ಭಾವನೆಯನ್ನು ಬೆಳೆಸಿಕೊಳ್ಳಬೇಕು.

ಇಂದಿನ ಜಾಗತೀಕರಣದ ಯುಗದಲ್ಲಿ ಸಮಾಜವಾದದ ಎದುರು ಬಂಡವಾಳಶಾಹಿ ಎಂಬ ಬಲಿಷ್ಠ ಗೋಡೆಯಿದೆ. ಖಾಸಗೀಕರಣದ ವೇಗದಲ್ಲಿ ಬಡವನ ಬದುಕು ಮೂಲೆಗುಂಪಾಗದಂತೆ ನೋಡಿಕೊಳ್ಳುವುದು ಇಂದಿನ ಯುವ ನಾಯಕರ ಮುಂದಿರುವ ಸವಾಲು. ಒಬ್ಬ ನಾಯಕನಿಗೆ ಅಭಿವೃದ್ಧಿಯ ಹಸಿವಿರಬೇಕು, ಆದರೆ ಆ ಹಸಿವು ಪರಿಸರವನ್ನು ಮತ್ತು ಬಡವನ ಗುಡಿಸಲನ್ನು ಸುಡುವಂತಿರಬಾರದು. ಸಮಾಜವಾದಿ ಸಿದ್ಧಾಂತದ ಅಡಿಯಲ್ಲಿ ನೀವು ಕೆಲಸ ಮಾಡುವಾಗ, ನಿಮ್ಮ ಗೆಲುವು ಕೇವಲ ಮತಗಳ ಎಣಿಕೆಯಲ್ಲಿರಬಾರದು, ಬದಲಾಗಿ ನೀವು ಅಧಿಕಾರ ನಡೆಸಿದ ನಂತರ ಎಷ್ಟು ಜನರ ಮುಖದಲ್ಲಿ ನಗು ತಂದಿದ್ದೀರಿ ಎಂಬ 'ಶೂನ್ಯ ಸಂಪಾದನೆ'ಯ ಲೆಕ್ಕಾಚಾರದಲ್ಲಿರಲಿ.

ಅಧಿಕಾರವು ಬಂದೂಕಿನ ನಳಿಕೆಯಲ್ಲಿದೆ ಎಂದು ಕೆಲವರು ಭಾವಿಸಿದರೆ, ಸಮಾಜವಾದಿ ನಾಯಕ ಅಧಿಕಾರವು ಜನರ ಪ್ರೀತಿ ಮತ್ತು ವಿಶ್ವಾಸದಲ್ಲಿದೆ ಎಂದು ನಂಬುತ್ತಾನೆ. ಈ ನಂಬಿಕೆಯೇ ನಿಮ್ಮನ್ನು ಒಬ್ಬ ಸಾಮಾನ್ಯ ಕಾರ್ಯಕರ್ತನಿಂದ ಮಹಾನ್ ನಾಯಕನನ್ನಾಗಿ ರೂಪಿಸುತ್ತದೆ. ಇತಿಹಾಸವು ಅರಮನೆ ಕಟ್ಟಿದವರಿಗಿಂತ, ಜನರ ಮನಸ್ಸಿನಲ್ಲಿ ಮನೆ ಮಾಡಿದವರನ್ನು ಹೆಚ್ಚು ನೆನಪಿಟ್ಟುಕೊಳ್ಳುತ್ತದೆ.

ಭಾರತದಂತಹ ವೈವಿಧ್ಯಮಯ ರಾಷ್ಟ್ರದಲ್ಲಿ 'ಪ್ರಾದೇಶಿಕ ಅಸ್ಮಿತೆ' (Regional Identity) ಎನ್ನುವುದು ಕೇವಲ ಭಾಷೆ ಅಥವಾ ಭೌಗೋಳಿಕ ಗಡಿಯಲ್ಲ, ಅದು ಒಂದು ಜನಸಮೂಹದ ಆತ್ಮಗೌರವದ ಪ್ರಶ್ನೆ. ಸ್ವಾತಂತ್ರ್ಯಾನಂತರದ ದಶಕಗಳಲ್ಲಿ ಭಾರತದ ರಾಜಕೀಯವು ಕೇಂದ್ರದಲ್ಲಿನ

ಏಕಪಕ್ಷೀಯ ಪ್ರಭುತ್ವದಿಂದ ಪ್ರಾದೇಶಿಕ ಪಕ್ಷಗಳ ಪ್ರಬಲ ಅಲೆಗೆ ಸಾಕ್ಷಿಯಾಗಿದೆ. ಇದು ಒಕ್ಕೂಟ ವ್ಯವಸ್ಥೆಯ (Federalism) ಸೌಂದರ್ಯವೂ ಹೌದು ಮತ್ತು ಸವಾಲೂ ಹೌದು. ಯುವ ರಾಜಕೀಯ ನಾಯಕರಿಗೆ ದೆಹಲಿಯ ರಾಜಕಾರಣ ಮತ್ತು ಹಳ್ಳಿಯ ಆಶೋತ್ತರಗಳ ನಡುವಿನ ಈ ಕೊಂಡಿಯನ್ನು ಅರ್ಥಮಾಡಿಕೊಳ್ಳುವುದು ಅತಿ ಮುಖ್ಯ.

ಕರ್ನಾಟಕದ ಸಂದರ್ಭದಲ್ಲಿ ನೋಡುವುದಾದರೆ, ಪ್ರಾದೇಶಿಕ ಅಸ್ಮಿತೆಯು ಕನ್ನಡ ಭಾಷೆ, ಕಾವೇರಿ-ಕೃಷ್ಣಾ ನದಿಗಳ ಹಿತಾಸಕ್ತಿ ಮತ್ತು ನೆಲದ ಸಂಸ್ಕೃತಿಯ ಸುತ್ತ ಹೆಣೆಯಲ್ಪಟ್ಟಿದೆ. 1956ರಲ್ಲಿ ಏಕೀಕರಣಗೊಂಡ ನಂತರ, ಕರ್ನಾಟಕವು ರಾಷ್ಟ್ರೀಯ ಪಕ್ಷಗಳ ಭದ್ರಕೋಟೆಯಾಗಿದ್ದರೂ, ಒಳಗೊಳಗೇ ಪ್ರಾದೇಶಿಕ ಹಿತಾಸಕ್ತಿಗಳಿಗೆ ಧಕ್ಕೆ ಬಂದಾಗಲೆಲ್ಲಾ ಜನರು ಬಂಡೆದ್ದಿದ್ದಾರೆ. ಗೋಕಾಕ್ ಚಳುವಳಿಯಂತಹ ಸಾಂಸ್ಕೃತಿಕ ಹೋರಾಟಗಳು ಹೇಗೆ ರಾಜಕೀಯ ಸ್ಥಿತ್ಯಂತರಗಳಿಗೆ ಕಾರಣವಾದವು ಎಂಬುದು ಯುವ ನಾಯಕರಿಗೆ ಒಂದು ದೊಡ್ಡ ಪಾಠ. ಭಾಷೆ ಮತ್ತು ನೆಲದ ಅಸ್ಮಿತೆಯನ್ನು ಬಳಸಿಕೊಂಡು ರಾಜಕೀಯ ಶಕ್ತಿಯನ್ನು ಹೇಗೆ ಸಂಘಟಿಸಬಹುದು ಎಂಬುದಕ್ಕೆ ಇದು ಸಾಕ್ಷಿ.

ಒಕ್ಕೂಟ ವ್ಯವಸ್ಥೆಯಲ್ಲಿ ಕೇಂದ್ರ ಮತ್ತು ರಾಜ್ಯಗಳ ನಡುವಿನ ಸಂಬಂಧವು ಯಾವಾಗಲೂ 'ಹಗ್ಗಜಗ್ಗಾಟ'ದಂತೆಯೇ ಇರುತ್ತದೆ. ತೆರಿಗೆ ಹಂಚಿಕೆ (GST), ರಾಜ್ಯಗಳ ಹಕ್ಕುಗಳು ಮತ್ತು ಭಾಷಾ ನೀತಿಗಳ ವಿಷಯದಲ್ಲಿ ಕೇಂದ್ರದ ಹಸ್ತಕ್ಷೇಪವು ಹೆಚ್ಚಾದಾಗ ಪ್ರಾದೇಶಿಕ ಪಕ್ಷಗಳು ಅನಿವಾರ್ಯವಾಗುತ್ತವೆ. ತಮಿಳುನಾಡಿನ ಡಿಎಂಕೆ, ಪಶ್ಚಿಮ ಬಂಗಾಳದ ತೃಣಮೂಲ ಕಾಂಗ್ರೆಸ್ ಅಥವಾ ಆಂಧ್ರದ ತೆಲುಗು ದೇಶಂ ಪಕ್ಷಗಳ ಉದಯವು ರಾಷ್ಟ್ರೀಯ ಪಕ್ಷಗಳಿಗೆ ಎಚ್ಚರಿಕೆಯ ಗಂಟೆಯಾಗಿತ್ತು. ಒಬ್ಬ ನಾಯಕನಿಗೆ ತನ್ನ ರಾಜ್ಯದ ಹಿತಾಸಕ್ತಿಯನ್ನು ರಾಷ್ಟ್ರೀಯ ಹಿತಾಸಕ್ತಿಯೊಂದಿಗೆ ಹೇಗೆ ಸಮತೋಲನಗೊಳಿಸಬೇಕು ಎಂಬ ಚಾಣಾಕ್ಷತೆ ಇರಬೇಕು. ಕೇವಲ 'ಹೌದಪ್ಪ' ಎನ್ನುವ ನಾಯಕರಿಗಿಂತ, ಕೇಂದ್ರದ ಮುಂದೆ ರಾಜ್ಯದ ಹಕ್ಕನ್ನು ಮಂಡಿಸುವ ಧೈರ್ಯವಿರುವ ನಾಯಕನನ್ನು ಜನರು ಇಷ್ಟಪಡುತ್ತಾರೆ.

ಯುವ ನಾಯಕರಿಗೆ ಈ ಹಂತದಲ್ಲಿ ಒಂದು ಕಿವಿಮಾತು: ಪ್ರಾದೇಶಿಕ ಅಸ್ಮಿತೆ ಎಂದರೆ ಸಂಕುಚಿತ ಮನೋಭಾವವಲ್ಲ. ಅದು ದೇಶದ ದೊಡ್ಡ ನಕ್ಷೆಯಲ್ಲಿ ನಿಮ್ಮ ರಾಜ್ಯದ ವಿಶಿಷ್ಟ ಬಣ್ಣವನ್ನು ಎದ್ದು ಕಾಣುವಂತೆ ಮಾಡುವುದು. ನೀವು ಶೂನ್ಯ ಸಂಪಾದನೆಯ ತತ್ವಗಳನ್ನು ಪಾಲಿಸುವವರಾಗಿದ್ದರೆ, ಅಧಿಕಾರವು ವಿಭಜಿಸುವ ಶಕ್ತಿಯಾಗದೆ, ಎಲ್ಲರನ್ನೂ ಒಳಗೊಳ್ಳುವ ಶಕ್ತಿಯಾಗಬೇಕು. ಒಕ್ಕೂಟ ವ್ಯವಸ್ಥೆಯಲ್ಲಿ ರಾಜ್ಯಗಳು ಪ್ರಬಲವಾದಷ್ಟೂ ದೇಶವು ಬಲಿಷ್ಠವಾಗುತ್ತದೆ.

ಇಂದಿನ ರಾಜಕೀಯ ಒಳಸುಳಿಗಳಲ್ಲಿ 'ಅಧಿಕಾರ ಹಂಚಿಕೆ' ಮತ್ತು 'ರಾಜ್ಯದ ಸ್ವಾಯತ್ತತೆ' ಅತ್ಯಂತ ಚರ್ಚಿತ ವಿಷಯಗಳು. ಮುಂದಿನ ತಲೆಮಾರಿನ ನಾಯಕರು ಕೇವಲ ದಿಲ್ಲಿಯ ಹೈಕಮಾಂಡ್ ಸಂಸ್ಕೃತಿಗೆ ಬಗ್ಗಿಕೊಳ್ಳದೆ, ಈ ನೆಲದ ಮಣ್ಣಿನ ಗುಣವನ್ನು, ಭಾಷೆಯ ಸೊಗಡನ್ನು ಮತ್ತು ಜನರ ನಿಜವಾದ ನೋವನ್ನು ಸಂಸತ್ತಿನಲ್ಲಿ ಪ್ರತಿಧ್ವನಿಸುವಂತೆ ಮಾಡಬೇಕು. ಆಗಲೇ ಪ್ರಾದೇಶಿಕ ಅಸ್ಮಿತೆಗೆ ಮತ್ತು ಒಕ್ಕೂಟ ವ್ಯವಸ್ಥೆಗೆ ನಿಜವಾದ ಅರ್ಥ ಸಿಗುವುದು.

ಭಾರತದ ರಾಜಕೀಯ ಅಖಾಡದಲ್ಲಿ 'ಪ್ರಾದೇಶಿಕ ಅಸ್ಮಿತೆ' ಎನ್ನುವುದು ಕೇವಲ ಭಾವನಾತ್ಮಕ ಘೋಷಣೆಯಲ್ಲ, ಅದು ದೆಹಲಿಯ ಕೇಂದ್ರೀಕೃತ ಅಧಿಕಾರದ ವಿರುದ್ಧ ಶೋಷಿತ ಪ್ರಾಂತ್ಯಗಳು ಹೂಡಿದ ಬಲಿಷ್ಠ ರಣತಂತ್ರ. ಈ ಒಕ್ಕೂಟ ವ್ಯವಸ್ಥೆಯ ಒಳಸುಳಿಗಳನ್ನು ನಾವು ಗಮನಿಸಿದರೆ, ರಾಷ್ಟ್ರೀಯ ಪಕ್ಷಗಳು ಯಾವಾಗಲೂ 'ಒಂದು ದೇಶ, ಒಂದು ಸಿದ್ಧಾಂತ' ಎಂಬ ಏಕರೂಪತೆಯತ್ತ ವಾಲುತ್ತವೆ. ಆದರೆ, ಭಾರತದಂತಹ ವೈವಿಧ್ಯಮಯ ದೇಶದಲ್ಲಿ ಈ ಏಕರೂಪತೆಗಿಂತ 'ಬಹುವಚನ' ಅಥವಾ ವೈವಿಧ್ಯತೆಯೇ ಅದರ ಶಕ್ತಿ. ಯುವ ನಾಯಕರು ಅರಿಯಬೇಕಾದ ಸತ್ಯವೇನೆಂದರೆ, ನೀವು ಎಷ್ಟೇ ದೊಡ್ಡ ರಾಷ್ಟ್ರೀಯ ನಾಯಕರಾಗಬಯಸಿದರೂ ನಿಮ್ಮ ಬೇರುಗಳು ನಿಮ್ಮ ನೆಲದ ಮಣ್ಣಿನಲ್ಲಿ ಗಟ್ಟಿಯಾಗಿರಬೇಕು.

ಕರ್ನಾಟಕದ ಇತಿಹಾಸದಲ್ಲಿ ಪ್ರಾದೇಶಿಕ ಅಸ್ಮಿತೆಯು ಅನೇಕ ರಾಜಕೀಯ ಸ್ಥಿತ್ಯಂತರಗಳಿಗೆ ನಾಂದಿ ಹಾಡಿದೆ. 1980ರ ದಶಕದಲ್ಲಿ ರಾಮಕೃಷ್ಣ ಹೆಗಡೆಯವರು ಜನತಾ ಪಕ್ಷದ ಮೂಲಕ ಕಾಂಗ್ರೆಸ್‌ನ ಏಕಪಕ್ಷೀಯ ಪ್ರಭುತ್ವವನ್ನು ಮುರಿದಾಗ, ಅದರ ಹಿಂದೆ ಇದ್ದದ್ದು 'ಕನ್ನಡಿಗರ ಸ್ವಾಭಿಮಾನ'ದ ಅಲೆ. ಕೇಂದ್ರ ಸರ್ಕಾರವು ರಾಜ್ಯ ಸರ್ಕಾರಗಳನ್ನು ಮನಬಂದಂತೆ ವಜಾ ಮಾಡುತ್ತಿದ್ದ (Article 356 ಬಳಸಿ) ಕಾಲವೊಂದಿತ್ತು. ಅಂತಹ ಸಂದರ್ಭದಲ್ಲಿ ಪ್ರಾದೇಶಿಕ ನಾಯಕರು ಒಂದಾಗಿ ಒಕ್ಕೂಟ ವ್ಯವಸ್ಥೆಯ ರಕ್ಷಣೆಗಾಗಿ ಹೋರಾಡಿದ್ದು ಇಂದಿನ ಯುವ ಪೀಳಿಗೆಗೆ ಮಾದರಿ. ಒಬ್ಬ ನಾಯಕನಿಗೆ ತನ್ನ ರಾಜ್ಯದ ರೈತರ ಕಣ್ಣೀರು ಮತ್ತು ಭಾಷೆಯ ಉಳಿವು ದೆಹಲಿಯ ರಾಜತಾಂತ್ರಿಕತೆಗಿಂತ ಮಿಗಿಲಾಗಿರಬೇಕು.

ಇಂದಿನ ರಾಜಕೀಯದ 'ತಂತ್ರ-ರಣತಂತ್ರ'ಗಳಲ್ಲಿ ಆರ್ಥಿಕ ಒಕ್ಕೂಟ ವ್ಯವಸ್ಥೆ (Fiscal Federalism) ಅತಿ ದೊಡ್ಡ ಚರ್ಚೆಯ ವಿಷಯವಾಗಿದೆ. ಜಿಎಸ್‌ಟಿ (GST) ಬಂದ ನಂತರ ರಾಜ್ಯಗಳ ಆರ್ಥಿಕ ಸ್ವಾಯತ್ತತೆ ಕಡಿಮೆಯಾಗುತ್ತಿದೆ ಎಂಬ ಆತಂಕದ ನಡುವೆ, ರಾಜ್ಯದ ಪಾಲನ್ನು ಕೇಂದ್ರದಿಂದ ಸಮರ್ಥವಾಗಿ ಪಡೆದುಕೊಳ್ಳುವುದು ಒಬ್ಬ ನಾಯಕನ ಅತಿ ದೊಡ್ಡ ಸವಾಲು. ಯುವ ರಾಜಕಾರಣಿಗಳು ಕೇವಲ ಭಾಷಣಕಾರರಾದರೆ ಸಾಲದು, ಅವರು ಅಂಕಿ-ಅಂಶಗಳೊಂದಿಗೆ ಕೇಂದ್ರದ ಮುಂದೆ ರಾಜ್ಯದ ಪರವಾಗಿ ವಾದ ಮಂಡಿಸುವ 'ತಂತ್ರಜ್ಞ'ರೂ ಆಗಿರಬೇಕು. ಇದು ಕೇವಲ ರಾಜಕೀಯವಲ್ಲ, ಇದು ನಿಮ್ಮ ರಾಜ್ಯದ ಜನರ ಹಿತ ಕಾಯುವ ಪವಿತ್ರ ಕರ್ತವ್ಯ.

ಪ್ರಾದೇಶಿಕ ಅಸ್ಮಿತೆಯನ್ನು ಬಳಸಿಕೊಳ್ಳುವಾಗ ಅದು 'ಕೋಮು' ಅಥವಾ 'ದ್ವೇಷ'ದ ರಾಜಕಾರಣವಾಗದಂತೆ ನೋಡಿಕೊಳ್ಳುವುದು ಯುವ ನಾಯಕರ ಜವಾಬ್ದಾರಿ. ನಮ್ಮ ಅಸ್ಮಿತೆ ಇತರರನ್ನು ದ್ವೇಷಿಸುವುದರ ಮೇಲೆ ನಿಲ್ಲಬಾರದು, ಬದಲಾಗಿ ನಮ್ಮ ಸಂಸ್ಕೃತಿಯನ್ನು ಪ್ರೀತಿಸುವುದರ ಮೇಲೆ ನಿಲ್ಲಬೇಕು. 'ಶೂನ್ಯ ಸಂಪಾದನೆ'ಯ ಅರಿವಿನ ಹಾದಿಯಲ್ಲಿ ಸಾಗುವ ನಾಯಕನಿಗೆ ತನ್ನ ನೆಲದ ಮೇಲಿನ ಪ್ರೀತಿ ಅಹಂಕಾರವನ್ನು ಬೆಳೆಸುವುದಿಲ್ಲ, ಬದಲಾಗಿ ಜವಾಬ್ದಾರಿಯನ್ನು ಹೆಚ್ಚಿಸುತ್ತದೆ.

ಒಕ್ಕೂಟ ವ್ಯವಸ್ಥೆಯ ಈ ಚದುರಂಗದಾಟದಲ್ಲಿ ಏಳುಬೀಳುಗಳು ಸಹಜ. ಆದರೆ, ಯಾರು ತಮ್ಮ ಪ್ರಾದೇಶಿಕ ಬೇರುಗಳನ್ನು ಮರೆಯದೆ ರಾಷ್ಟ್ರೀಯ ದೃಷ್ಟಿಕೋನವನ್ನು ಹೊಂದಿರುತ್ತಾರೋ, ಅವರೇ ದೀರ್ಘಕಾಲದವರೆಗೆ ಜನನಾಯಕರಾಗಿ ಉಳಿಯುತ್ತಾರೆ. ಅಧಿಕಾರವು ದಿಲ್ಲಿಯಿಂದ ಬೆಂಗಳೂರಿಗೆ

ಹರಿಯುವುದಲ್ಲ, ಬದಲಾಗಿ ಗ್ರಾಮ ಪಂಚಾಯತ್‌ನಿಂದ ಆರಂಭವಾಗಿ ಸಂಸತ್ತಿನವರೆಗೆ ಗಟ್ಟಿಯಾಗಿ ಧ್ವನಿಸಬೇಕು. ಇದೇ ಮುಂದಿನ ಯುವ ರಾಜಕೀಯ ನಾಯಕರಿಗೆ ದಾರಿದೀಪವಾಗಲಿರುವ ಅಸಲಿ ಮಂತ್ರ.

ಎಡಪಂಥೀಯ ಸಿದ್ಧಾಂತವು

ಸಮಾಜದ ಶ್ರೇಣೀಕೃತ ವ್ಯವಸ್ಥೆಯನ್ನು ಬುಡಮೇಲು ಮಾಡಿ, ಅಧಿಕಾರ ಮತ್ತು ಸಂಪತ್ತನ್ನು ಕೆಳಸ್ತರದ ಜನರಿಗೆ ವರ್ಗಾಯಿಸಬೇಕು ಎಂದು ಹಂಬಲಿಸುವ ಎಡಪಂಥೀಯ ಸಿದ್ಧಾಂತವು ಭಾರತೀಯ ರಾಜಕಾರಣದ ಅತ್ಯಂತ ಪ್ರಖರ ಅಧ್ಯಾಯ. ಈ ಸಿದ್ಧಾಂತವು ಹುಟ್ಟಿದ್ದೇ ಪ್ರಶ್ನಿಸುವ ಮನೋಭಾವದಿಂದ. ರಾಜ ಪ್ರಭುತ್ವ ಅಥವಾ ಬಂಡವಾಳಶಾಹಿ ವ್ಯವಸ್ಥೆಯಲ್ಲಿ ಸಾಮಾನ್ಯ ಮನುಷ್ಯ ಕೇವಲ ಯಂತ್ರದ ಬಿಡಿಯಾಗದಂತೆ, ಅವನ ಶ್ರಮಕ್ಕೆ ತಕ್ಕ ಮೌಲ್ಯ ಸಿಗಬೇಕು ಎಂಬುದು ಇದರ ಮೂಲ ಹಠ. ಒಬ್ಬ ಯುವ ನಾಯಕನಿಗೆ ಈ ಸಿದ್ಧಾಂತವು ಕೇವಲ ಮತಬ್ಯಾಂಕ್ ಆಗಿರಬಾರದು, ಅದು ವ್ಯವಸ್ಥೆಯ ತಪ್ಪುಗಳನ್ನು ಎತ್ತಿ ತೋರಿಸುವ ಕನ್ನಡಿಯಾಗಬೇಕು.

ಭಾರತದ ಸಂದರ್ಭದಲ್ಲಿ ಎಡಪಂಥವು ಕೇವಲ ಆರ್ಥಿಕ ವರ್ಗ ಸಂಘರ್ಷಕ್ಕೆ ಸೀಮಿತವಾಗಲಿಲ್ಲ. ಇಲ್ಲಿನ ಶೋಷಣೆ ಎನ್ನುವುದು ಕೇವಲ ಹಣದ ಹಂಚಿಕೆಯಲ್ಲಿಲ್ಲ, ಬದಲಾಗಿ ಜಾತಿಯ ಬೇರುಗಳಲ್ಲಿದೆ ಎಂಬ ಸತ್ಯವನ್ನು ಅರಿತಿದ್ದರಿಂದಲೇ ಭಾರತೀಯ ಎಡಪಂಥಕ್ಕೆ ಒಂದು ವಿಶಿಷ್ಟ ರೂಪ ಬಂದಿತು. ಕೇರಳ ಮತ್ತು ಪಶ್ಚಿಮ ಬಂಗಾಳದಂತಹ ರಾಜ್ಯಗಳಲ್ಲಿ ಕಮ್ಯುನಿಸ್ಟ್ ಪಕ್ಷಗಳು ಅಧಿಕಾರಕ್ಕೆ ಬಂದಾಗ, ಅವು ಮಾಡಿದ ಮೊದಲ ಕೆಲಸ 'ಭೂ ಸುಧಾರಣೆ'. ನೂರಾರು ವರ್ಷಗಳಿಂದ ಭೂಮಿಯ ಹಕ್ಕಿಲ್ಲದೆ ಜೀತದಾಳುಗಳಾಗಿದ್ದವರಿಗೆ ಭೂಮಿಯ ಒಡೆತನ ನೀಡಿದ್ದು ಒಂದು ಕ್ರಾಂತಿಕಾರಿ ರಣತಂತ್ರ. ಈ ನಡೆಯು ಅಧಿಕಾರವನ್ನು ಅರಮನೆಗಳಿಂದ ಗುಡಿಸಲುಗಳಿಗೆ ವರ್ಗಾಯಿಸಿತು. ಕರ್ನಾಟಕದಲ್ಲೂ ಕೂಡ ಶಾಂತವೇರಿ ಗೋಪಾಲಗೌಡರಂತಹ ಸಮಾಜವಾದಿ ನಾಯಕರು ಎಡಪಂಥೀಯ ಚಿಂತನೆಗಳಿಂದ ಪ್ರೇರಿತರಾಗಿಯೇ ರೈತ ಚಳುವಳಿಗಳನ್ನು ಕಟ್ಟಿ ಬೆಳೆಸಿದರು.

ಆದರೆ, ಎಡಪಂಥದ ಒಳಸುಳಿಗಳನ್ನು ನಾವು ಗಮನಿಸಿದರೆ, ಅಲ್ಲಿ ಒಂದು ಬೌದ್ಧಿಕ ಸಂಘರ್ಷವೂ ಇರುವುದನ್ನು ಕಾಣಬಹುದು. ಕಾರ್ಖಾನೆಗಳ ಮಾಲೀಕರು ಮತ್ತು ಕಾರ್ಮಿಕರ ನಡುವಿನ ಹೋರಾಟದಲ್ಲಿ ಎಡಪಂಥೀಯರು ಯಾವಾಗಲೂ ಕಾರ್ಮಿಕರ ಪರವಾಗಿ ನಿಲ್ಲುತ್ತಾರೆ. ಇದು ಉದ್ಯೋಗದ ಹಕ್ಕು ಮತ್ತು ಮಾನವೀಯ ಕೆಲಸದ ಪರಿಸರಕ್ಕೆ ನಾಂದಿ ಹಾಡಿತು. ಇಂದಿನ ಯುವ ರಾಜಕೀಯ ನಾಯಕರಿಗೆ ಇಲ್ಲಿರುವ ಪಾಠವೇನೆಂದರೆ: ಅಭಿವೃದ್ಧಿಯ ಹೆಸರಿನಲ್ಲಿ ಬಡವನ ಬದುಕನ್ನು ಉದ್ಯಮಿಗಳ ಪಾದಕ್ಕೆ ಅಡವಿಡಬಾರದು. ಕೈಗಾರಿಕೀಕರಣ ಅವಶ್ಯಕವಾದರೂ, ಅದು ಮನುಷ್ಯನ ಶೋಷಣೆಯ ಮೇಲೆ ನಿಲ್ಲಬಾರದು ಎಂಬ ಎಚ್ಚರಿಕೆಯನ್ನು ಎಡಪಂಥ ನಮಗೆ ಸದಾ ನೀಡುತ್ತಲೇ ಇರುತ್ತದೆ.

ಎಡಪಂಥೀಯ ಸಿದ್ಧಾಂತದ ಮತ್ತೊಂದು ಪ್ರಮುಖ ಮುಖವೆಂದರೆ 'ಬೀದಿ ಹೋರಾಟ'. ಚುನಾವಣೆಗಳು ಗೆಲ್ಲುವುದು ಮತ್ತು ಸೋಲುವುದು ಒಂದು ಭಾಗವಾದರೆ, ಜನಪರವಾದ ವಿಷಯಗಳಿಗಾಗಿ ನಿರಂತರವಾಗಿ ಜಾಗೃತಿ ಮೂಡಿಸುವುದು ಈ ಸಿದ್ಧಾಂತದ ಶಕ್ತಿ. ಜೆ.ಎನ್.ಯು ನಂತಹ ಶಿಕ್ಷಣ ಸಂಸ್ಥೆಗಳಿಂದ ಹಿಡಿದು ಹಳ್ಳಿಯ ಕೃಷಿ ಕಾರ್ಮಿಕ ಸಂಘಟನೆಗಳವರೆಗೆ, ಎಡಪಂಥವು

ಸರ್ಕಾರವನ್ನು ಸದಾ ಎಚ್ಚರಿಸುವ ಕೆಲಸ ಮಾಡುತ್ತದೆ. ಇದು ಪ್ರಜಾಪ್ರಭುತ್ವಕ್ಕೆ ಅಗತ್ಯವಿರುವ 'ಬಲಿಷ್ಠ ವಿರೋಧ ಪಕ್ಷ'ದ ಗುಣವನ್ನು ಹೊಂದಿದೆ. ಯುವ ನಾಯಕರು ನೆನಪಿಡಬೇಕಾದ್ದು: ಅಧಿಕಾರದಲ್ಲಿರುವಾಗ ನೀವು ತೆಗೆದುಕೊಳ್ಳುವ ನಿರ್ಧಾರಗಳು ಯಾರಿಗೆ ಲಾಭ ನೀಡುತ್ತಿವೆ? ಎಂಬ ಆತ್ಮಾವಲೋಕನವನ್ನು ಎಡಪಂಥೀಯ ದೃಷ್ಟಿಕೋನ ನಿಮಗೆ ಕಲಿಸುತ್ತದೆ.

ಆದರೆ, ಇತಿಹಾಸವು ನಮಗೆ ಇನ್ನೊಂದು ಮಗ್ಗುಲನ್ನೂ ತೋರಿಸುತ್ತದೆ. ಎಡಪಂಥೀಯ ಸಿದ್ಧಾಂತವು ಜಾಗತಿಕವಾಗಿ ಬದಲಾಗುತ್ತಿರುವ ಆರ್ಥಿಕತೆಗೆ ಹೊಂದಿಕೊಳ್ಳಲು ವಿಫಲವಾದಾಗ ಪತನವನ್ನು ಕಂಡಿದೆ. ರಷ್ಯಾದ ಪತನ ಅಥವಾ ಭಾರತದ ಬಂಗಾಳದಲ್ಲಿ ದಶಕಗಳ ಆಡಳಿತದ ನಂತರದ ಬದಲಾವಣೆಗಳು ನಮಗೆ ಕಲಿಸುವ ಪಾಠವೇನೆಂದರೆ: ಸಿದ್ಧಾಂತವು ಕಾಲಕ್ಕೆ ತಕ್ಕಂತೆ ನವೀಕರಣಗೊಳ್ಳಬೇಕು. ಕೇವಲ ವಿರೋಧಕ್ಕಾಗಿ ವಿರೋಧ ಮಾಡುವುದರಿಂದ ಅಭಿವೃದ್ಧಿ ಕುಂಠಿತವಾಗಬಹುದು.

ಯುವ ನಾಯಕರು ಎಡಪಂಥದಿಂದ 'ಬದ್ಧತೆ' ಮತ್ತು 'ಹೋರಾಟ'ದ ಗುಣವನ್ನು ಕಲಿಯಬೇಕು. ನಿಮ್ಮ ರಾಜಕೀಯ ಹಾದಿಯಲ್ಲಿ ನೀವು ಶೂನ್ಯ ಸಂಪಾದನೆಯ ಅರಿವನ್ನು ಹೊಂದಿದ್ದರೆ, ಅಧಿಕಾರ ಎಂಬುದು ನಿಮಗೆ ಬೋಗದ ವಸ್ತುವಾಗದೆ ಸೇವೆಯ ಸಾಧನವಾಗುತ್ತದೆ. ದಮನಿತನಿಗೆ ಧ್ವನಿಯಾಗುವುದು, ಹಸಿದವನಿಗೆ ಅನ್ನದ ಹಕ್ಕನ್ನು ಕೊಡಿಸುವುದು ಮತ್ತು ಪ್ರತಿಯೊಬ್ಬರಿಗೂ ಗೌರವಯುತ ಬದುಕು ಕಲ್ಪಿಸುವುದೇ ಈ ಸಿದ್ಧಾಂತದ ಅಂತಿಮ ಗುರಿ. ಈ ಹಾದಿಯಲ್ಲಿ ನಡೆಯುವಾಗ ಬರುವ ಏಳುಬೀಳುಗಳು ನಿಮ್ಮನ್ನು ಗಟ್ಟಿಗೊಳಿಸುತ್ತವೆಯೇ ಹೊರತು ಕುಗ್ಗಿಸುವುದಿಲ್ಲ.

ಎಡಪಂಥೀಯ ಸಿದ್ಧಾಂತದ ಹುಟ್ಟು ಮತ್ತು ಅದನ್ನು ಮುನ್ನಡೆಸಿದ ನಾಯಕರ ಇತಿಹಾಸವು ಜಗತ್ತಿನ ಮತ್ತು ಭಾರತದ ರಾಜಕೀಯ ಚರಿತ್ರೆಯಲ್ಲಿ ಅತ್ಯಂತ ರೋಚಕವಾದುದು. ಇದು ಕೇವಲ ಒಂದು ರಾಜಕೀಯ ಗುಂಪಲ್ಲ, ಬದಲಾಗಿ ವ್ಯವಸ್ಥೆಯ ವಿರುದ್ಧದ ಬಂಡಾಯ ಮತ್ತು ಶ್ರಮಿಕ ವರ್ಗದ ಹಿತದೃಷ್ಟಿಯಿಂದ ಹುಟ್ಟಿದ ಒಂದು ಆಂದೋಲನ.

ಎಡಪಂಥದ ಹುಟ್ಟು: ರಾಜಾಧಿಕಾರದ ವಿರುದ್ಧದ ದನಿ

ಎಡಪಂಥ ಅಥವಾ 'ಲೆಫ್ಟಿಸ್ಟ್' ಎಂಬ ಪದದ ಮೂಲವಿರುವುದು 1789ರ ಫ್ರೆಂಚ್ ಕ್ರಾಂತಿಯಲ್ಲಿ. ಫ್ರಾನ್ಸ್‌ನ ರಾಷ್ಟ್ರೀಯ ಸಭೆಯಲ್ಲಿ ಎರಡು ಗುಂಪುಗಳಿದ್ದವು. ರಾಜನ ಅಧಿಕಾರವನ್ನು ಬೆಂಬಲಿಸುವ ಮತ್ತು ಹಳೆಯ ಸಂಪ್ರದಾಯಗಳನ್ನು ಉಳಿಸಿಕೊಳ್ಳಬಯಸುವ 'ಬಲಪಂಥೀಯರು' ಸಭಾಪತಿಯ ಬಲಭಾಗದಲ್ಲಿ ಕುಳಿತುಕೊಳ್ಳುತ್ತಿದ್ದರು. ಆದರೆ, ರಾಜಾಧಿಕಾರವನ್ನು ವಿರೋಧಿಸಿ, ಪ್ರಜಾಪ್ರಭುತ್ವ ಮತ್ತು ಸಮಾನತೆಯನ್ನು ಬಯಸುವ ಕ್ರಾಂತಿಕಾರಿಗಳು ಎಡಭಾಗದಲ್ಲಿ ಕುಳಿತುಕೊಳ್ಳುತ್ತಿದ್ದರು. ಅಲ್ಲಿಂದಲೇ 'ಎಡಪಂಥ' ಎಂಬ ಪದವು ಬದಲಾವಣೆ ಮತ್ತು ಸಮಾನತೆಯ ಸಂಕೇತವಾಯಿತು.

ಮುಂದೆ 19ನೇ ಶತಮಾನದಲ್ಲಿ ಕೈಗಾರಿಕಾ ಕ್ರಾಂತಿಯಾದಾಗ, ಕಾರ್ಮಿಕರ ಶೋಷಣೆ ಮಿತಿಮೀರಿತು. ಈ ಸಂದರ್ಭದಲ್ಲಿ ಕಾರ್ಲ್ ಮಾರ್ಕ್ಸ್ ಮತ್ತು ಫ್ರೆಡರಿಕ್ ಎಂಗೆಲ್ಸ್ ಅವರ 'ಕಮ್ಯುನಿಸ್ಟ್

ಮ್ಯಾನಿಫೆಸ್ಟೋ' ಎಡಪಂಥಕ್ಕೆ ಒಂದು ವೈಜ್ಞಾನಿಕ ರೂಪವನ್ನು ನೀಡಿತು. "ಪ್ರಪಂಚದ ಕಾರ್ಮಿಕರೇ ಒಂದಾಗಿ, ಕಳೆದುಕೊಳ್ಳಲು ನಿಮ್ಮ ಸರಪಳಿಗಳ ಹೊರತು ಬೇರೇನೂ ಇಲ್ಲ" ಎಂಬ ಕರೆ ಇಡೀ ಜಗತ್ತನ್ನೇ ಅಲುಗಾಡಿಸಿತು.

ಭಾರತೀಯ ಎಡಪಂಥದ ಉದಯ ಮತ್ತು ನಾಯಕರು

ಭಾರತದಲ್ಲಿ ಎಡಪಂಥೀಯ ಚಿಂತನೆಗಳು 1920ರ ದಶಕದಲ್ಲಿ ಬ್ರಿಟಿಷ್ ಆಳ್ವಿಕೆಯ ವಿರುದ್ಧದ ಹೋರಾಟದ ಭಾಗವಾಗಿ ಆರಂಭವಾದವು. ರಷ್ಯಾದ ಅಕ್ಟೋಬರ್ ಕ್ರಾಂತಿಯಿಂದ ಪ್ರೇರಿತರಾದ ಭಾರತೀಯರು, ಸ್ವಾತಂತ್ರ್ಯದ ಜೊತೆಗೆ ಸಾಮಾಜಿಕ ಮತ್ತು ಆರ್ಥಿಕ ಸಮಾನತೆಯ ಕನಸು ಕಂಡರು.

* ಎಂ.ಎನ್. ರಾಯ್ (M.N. Roy): ಭಾರತೀಯ ಕಮ್ಯುನಿಸ್ಟ್ ಚಳುವಳಿಯ ಪಿತಾಮಹ ಎನ್ನಬಹುದು. ಇವರು ಮೆಕ್ಸಿಕೋ ಮತ್ತು ಭಾರತ ಎರಡೂ ಕಡೆ ಕಮ್ಯುನಿಸ್ಟ್ ಪಕ್ಷಗಳನ್ನು ಸ್ಥಾಪಿಸುವಲ್ಲಿ ಪ್ರಮುಖ ಪಾತ್ರ ವಹಿಸಿದರು. ಇವರ 'ರ್ಯಾಡಿಕಲ್ ಹ್ಯೂಮನಿಸಂ' ಚಿಂತನೆಗಳು ಯುವ ನಾಯಕರಿಗೆ ಹೊಸ ದೃಷ್ಟಿಕೋನ ನೀಡಿದವು.

* ಎಸ್.ಎ. ಡಾಂಗೆ (S.A. Dange): ಭಾರತದ ಕಾರ್ಮಿಕ ಸಂಘಟನೆಗಳ (Trade Unions) ಬಲವರ್ಧನೆಗೆ ಇವರು ನೀಡಿದ ಕೊಡುಗೆ ಅಪಾರ. ಮುಂಬೈನಲ್ಲಿ ಕಾರ್ಮಿಕರನ್ನು ಸಂಘಟಿಸಿ ಬ್ರಿಟಿಷರ ನಿದ್ದೆಗೆಡಿಸಿದವರು ಇವರು.

* ಇ.ಎಂ.ಎಸ್. ನಂಬೂದಿರಿಪಾದ್ (E.M.S. Namboodiripad): ಕೇರಳದ ಮೊದಲ ಮುಖ್ಯಮಂತ್ರಿ. ವಿಶ್ವದಲ್ಲೇ ಮೊದಲ ಬಾರಿಗೆ ಪ್ರಜಾಸತ್ತಾತ್ಮಕವಾಗಿ ಚುನಾಯಿತರಾದ ಕಮ್ಯುನಿಸ್ಟ್ ನಾಯಕ. ಇವರು ಜಾರಿಗೆ ತಂದ ಭೂ ಸುಧಾರಣೆ ಮತ್ತು ಶಿಕ್ಷಣ ನೀತಿಗಳು ಕೇರಳವನ್ನು ಇಂದಿಗೂ ಭಾರತದ ಇತರ ರಾಜ್ಯಗಳಿಗಿಂತ ಭಿನ್ನವಾಗಿ ನಿಲ್ಲಿಸಿವೆ.

* ಜ್ಯೋತಿ ಬಸು (Jyoti Basu): ಪಶ್ಚಿಮ ಬಂಗಾಳದಲ್ಲಿ ಸತತ 23 ವರ್ಷಗಳ ಕಾಲ ಮುಖ್ಯಮಂತ್ರಿಯಾಗಿದ್ದವರು. ಸಮ್ಮಿಶ್ರ ಸರ್ಕಾರವನ್ನು ಹೇಗೆ ದೀರ್ಘಕಾಲದವರೆಗೆ ಸಿದ್ಧಾಂತದ ಅಡಿಯಲ್ಲಿ ಮುನ್ನಡೆಸಬಹುದು ಎಂಬುದಕ್ಕೆ ಇವರು ಉದಾಹರಣೆ. 'ಬರ್ಗಾ' ಕಾರ್ಯಾಚರಣೆಯ ಮೂಲಕ ರೈತರಿಗೆ ಕೃಷಿ ಹಕ್ಕನ್ನು ನೀಡಿದ ಕೀರ್ತಿ ಇವರದು.

ಕರ್ನಾಟಕದ ನೆಲದಲ್ಲಿ ಎಡಪಂಥೀಯ ಧ್ರುವತಾರೆಗಳು

ಕರ್ನಾಟಕದಲ್ಲಿ ಎಡಪಂಥೀಯ ಸಿದ್ಧಾಂತವು ಕೇವಲ ಪಕ್ಷಗಳಿಗೆ ಸೀಮಿತವಾಗದೆ ಸಾಹಿತ್ಯ ಮತ್ತು ರೈತ ಚಳುವಳಿಗಳಲ್ಲಿ ಮೇಳೈಸಿತು.

* ಶಾಂತವೇರಿ ಗೋಪಾಲಗೌಡ: ಇವರು ಸಮಾಜವಾದದ ಅಪ್ಪಟ ಪ್ರತಿನಿಧಿ. ಲೋಹಿಯಾ ಅವರ ಅನುಯಾಯಿಯಾಗಿದ್ದ ಗೌಡರು, ವಿಧಾನಸಭೆಯಲ್ಲಿ ಬಡವರ ಮತ್ತು ರೈತರ ಧ್ವನಿಯಾಗಿ

ಗುಡುಗುತ್ತಿದ್ದರು. ಇವರ ಪ್ರಭಾವದಿಂದಲೇ ಕರ್ನಾಟಕದಲ್ಲಿ ಪ್ರಗತಿಪರ ಕಾನೂನುಗಳು ಜಾರಿಗೆ ಬಂದವು.

* ಎಚ್.ಎಸ್. ದೊರೆಸ್ವಾಮಿ: ಸ್ವಾತಂತ್ರ್ಯ ಹೋರಾಟಗಾರರಾಗಿದ್ದ ಇವರು ಕಡೆತನಕ ಎಡಪಂಥೀಯ ಮತ್ತು ಗಾಂಧಿವಾದಿ ಮೌಲ್ಯಗಳನ್ನು ಎತ್ತಿಹಿಡಿದರು. ಭೂ ರಹಿತರಿಗೆ ಭೂಮಿ ನೀಡುವ ಹೋರಾಟದಲ್ಲಿ ಇವರ ಪಾತ್ರ ದೊಡ್ಡದು.

ಯುವ ನಾಯಕರಿಗೆ ಈ ನಾಯಕರಿಂದ ಸಿಗುವ ಪಾಠ

ಈ ಎಡಪಂಥೀಯ ನಾಯಕರು ಕಲಿಸಿಕೊಟ್ಟದ್ದು ಕೇವಲ ಅಧಿಕಾರ ಹಿಡಿಯುವ ತಂತ್ರವನ್ನಲ್ಲ, ಬದಲಾಗಿ **'ಜನಪರ ಬದ್ಧತೆ'**ಯನ್ನು. ಇತಿಹಾಸದಲ್ಲಿ ಈ ನಾಯಕರು ಅರಮನೆಗಳನ್ನು ಕಟ್ಟಲಿಲ್ಲ, ಬದಲಾಗಿ ಜನರ ಬದುಕನ್ನು ಕಟ್ಟಲು ಶ್ರಮಿಸಿದರು. ಯುವ ನಾಯಕರು ಅಧಿಕಾರದ ಏಣಿ ಏರುವಾಗ ನೆನಪಿಡಬೇಕಾದ ಒಂದು ಅಂಶವೆಂದರೆ, ಸಮಾಜದ ಕಟ್ಟಕಡೆಯ ವ್ಯಕ್ತಿಯನ್ನು ಮರೆತ ಅಭಿವೃದ್ಧಿಯು ಎಂದಿಗೂ ಶಾಶ್ವತವಲ್ಲ.

ಶೂನ್ಯ ಸಂಪಾದನೆಯ ಅರಿವಿನಂತೆ, ನೀವು ಮಾಡುವ ಕೆಲಸಗಳು ನಿಮ್ಮ ಹೆಸರಿಗಾಗಿರಬಾರದು, ಅದು ಸಮಾಜದ ಏಳಿಗೆಗಾಗಿರಬೇಕು. ನೀವು ಜನರ ಪರವಾಗಿ ನಿಂತಾಗ, ಜನರೇ ನಿಮ್ಮ ಶಕ್ತಿಯಾಗುತ್ತಾರೆ. ಎಡಪಂಥೀಯ ಇತಿಹಾಸವು ನಮಗೆ ಕಲಿಸುವ ಅಂತಿಮ ಸತ್ಯವೇನೆಂದರೆ: "ಹೋರಾಟವೇ ಜೀವನ, ಸಮಾನತೆಯೇ ಗುರಿ."

ಎಡಪಂಥೀಯ ಸಿದ್ಧಾಂತದ ಪ್ರಭಾವವು ಕೇವಲ ರಾಜಕೀಯ ಪಕ್ಷಗಳಿಗೆ ಸೀಮಿತವಾಗದೆ, ಭಾರತದ ಆಡಳಿತಾತ್ಮಕ ನೀತಿಗಳು ಮತ್ತು ಸಾಮಾಜಿಕ ನ್ಯಾಯದ ಹಾದಿಯನ್ನು ಹೇಗೆ ಬದಲಿಸಿತು ಎಂಬುದನ್ನು ಗಮನಿಸುವುದು ಅತ್ಯಗತ್ಯ. ಈ ಸಿದ್ಧಾಂತವು ಅಧಿಕಾರಕ್ಕಿಂತ ಹೆಚ್ಚಾಗಿ **'ಸಾಂಸ್ಥಿಕ ಪ್ರತಿರೋಧ'**ವನ್ನು ನಂಬುತ್ತದೆ. ಒಬ್ಬ ಯುವ ನಾಯಕನಿಗೆ ಇಲ್ಲಿರುವ ಅತಿ ದೊಡ್ಡ ಪಾಠವೇನೆಂದರೆ, ನೀವು ಎಷ್ಟೇ ದೊಡ್ಡ ಅಧಿಕಾರದಲ್ಲಿದ್ದರೂ ವ್ಯವಸ್ಥೆಯಲ್ಲಿರುವ ಶೋಷಣೆಯನ್ನು ಗುರುತಿಸುವ 'ಕ್ರಾಂತಿಕಾರಿ ದೃಷ್ಟಿ'ಯನ್ನು ಕಳೆದುಕೊಳ್ಳಬಾರದು.

ಭಾರತೀಯ ಎಡಪಂಥದ ಇತಿಹಾಸದಲ್ಲಿ 'ತೆಲಂಗಾಣ ಸಶಸ್ತ್ರ ಹೋರಾಟ' ಅಥವಾ ಬಂಗಾಳದ **'ನಕ್ಸಲ್ಬರಿ ಚಳುವಳಿ'**ಗಳು ಕೇವಲ ಹಿಂಸಾತ್ಮಕ ಘಟನೆಗಳಲ್ಲ; ಅವು ಶತಮಾನಗಳಿಂದ ತುಳಿಯಲ್ಪಟ್ಟಿದ್ದ ರೈತರ ಮತ್ತು ಆದಿವಾಸಿಗಳ ಆಕ್ರೋಶದ ಸ್ಫೋಟಗಳಾಗಿದ್ದವು. ಈ ಚಳುವಳಿಗಳು ರಾಷ್ಟ್ರೀಯ ರಾಜಕಾರಣಕ್ಕೆ ಒಂದು ಎಚ್ಚರಿಕೆಯ ಗಂಟೆಯಾದವು. ಇದರ ಪರಿಣಾಮವಾಗಿಯೇ ಕೇಂದ್ರ ಸರ್ಕಾರವು ಭೂ ಸುಧಾರಣಾ ಕಾಯ್ದೆಗಳನ್ನು ಗಂಭೀರವಾಗಿ ಪರಿಗಣಿಸಬೇಕಾಯಿತು. ಒಬ್ಬ ಯುವ ನಾಯಕನಿಗೆ ಇದು ಕಲಿಸುವ ಪಾಠವೇನೆಂದರೆ, ಜನರ ಮೂಲಭೂತ ಅವಶ್ಯಕತೆಗಳನ್ನು ನಿರ್ಲಕ್ಷಿಸಿದರೆ ಅಸಮಾಧಾನವು ಸ್ಫೋಟಗೊಳ್ಳುವುದು ಅನಿವಾರ್ಯ.

ಎಡಪಂಥೀಯ ನಾಯಕರಾದ ಹರ್ಕಿಶನ್ ಸಿಂಗ್ ಸುರ್ಜಿತ್ ಅವರಂತಹವರು ಸಮ್ಮಿಶ್ರ ಸರ್ಕಾರಗಳ ಯುಗದಲ್ಲಿ ಕಿಂಗ್ ಮೇಕರ್ ಆಗಿ ಹೊರಹೊಮ್ಮಿದರು. 1996 ಮತ್ತು 2004ರಲ್ಲಿ ಯುಪಿಎ ಸರ್ಕಾರ ರಚನೆಯಾಗುವಲ್ಲಿ ಎಡಪಂಥೀಯರ ಪಾತ್ರ ನಿರ್ಣಾಯಕವಾಗಿತ್ತು. ಆ ಸಮಯದಲ್ಲಿ ಅವರು ಸರ್ಕಾರಕ್ಕೆ ನೀಡಿದ ಬೆಂಬಲದ ಬದಲಾಗಿ ಅಧಿಕಾರವನ್ನು ಕೇಳಲಿಲ್ಲ, ಬದಲಾಗಿ 'ಕನಿಷ್ಠ ಸಾಮಾನ್ಯ ಕಾರ್ಯಕ್ರಮ' (Common Minimum Programme) ಮೂಲಕ ಸಾಮಾಜಿಕ ಭದ್ರತಾ ಯೋಜನೆಗಳನ್ನು ಜಾರಿಗೆ ತರುವಂತೆ ಒತ್ತಡ ಹೇರಿದರು. 'ಉದ್ಯೋಗ ಖಾತರಿ ಯೋಜನೆ' (MGNREGA) ಮತ್ತು 'ಮಾಹಿತಿ ಹಕ್ಕು ಕಾಯ್ದೆ' (RTI) ಗಳ ಹಿಂದೆ ಎಡಪಂಥೀಯ ಚಿಂತಕರ ಮತ್ತು ಸಂಘಟನೆಗಳ ನಿರಂತರ ಒತ್ತಡವಿತ್ತು ಎಂಬುದು ಇಂದಿನ ಯುವ ನಾಯಕರು ಅರಿಯಬೇಕಾದ ರಾಜಕೀಯ ತಂತ್ರಗಾರಿಕೆ. ಇಲ್ಲಿ ಅಧಿಕಾರಕ್ಕಿಂತ 'ಪಾಲಿಸಿ' ಅಥವಾ ನೀತಿಗಳು ಮುಖ್ಯವಾದವು.

ಕರ್ನಾಟಕದ ಸಂದರ್ಭದಲ್ಲಿ ನೋಡುವುದಾದರೆ, ಎಡಪಂಥೀಯ ಸಿದ್ಧಾಂತವು ಕಾರ್ಮಿಕ ಸಂಘಟನೆಗಳ ಮೂಲಕ ಬೆಂಗಳೂರನ್ನು ಕೈಗಾರಿಕಾ ಹಬ್ ಆಗಿ ರೂಪಿಸುವಲ್ಲಿ ಶ್ರಮಿಸಿದೆ. ಬಿಎಚ್ಇಎಲ್ (BHEL), ಎಚ್ಎಎಲ್ (HAL) ನಂತಹ ಸಾರ್ವಜನಿಕ ವಲಯದ ಉದ್ದಿಮೆಗಳಲ್ಲಿ ಕಾರ್ಮಿಕರ ಹಕ್ಕುಗಳಿಗಾಗಿ ನಡೆದ ಹೋರಾಟಗಳು ಇಂದು ನಾವು ಕಾಣುತ್ತಿರುವ ಮಧ್ಯಮ ವರ್ಗದ ಆರ್ಥಿಕ ಭದ್ರತೆಗೆ ಅಡಿಪಾಯ ಹಾಕಿದವು. ಆದರೆ, ಇಂದಿನ ಜಾಗತೀಕರಣದ ಕಾಲದಲ್ಲಿ ಎಡಪಂಥೀಯ ಸಿದ್ಧಾಂತವು ಒಂದು ಸಂಕಷ್ಟದ ಹಾದಿಯಲ್ಲಿದೆ. ಖಾಸಗೀಕರಣದ ವೇಗಕ್ಕೆ ಬ್ರೇಕ್ ಹಾಕುವುದು ಇಂದಿನ ಸವಾಲಾಗಿದೆ.

ಯುವ ರಾಜಕೀಯ ನಾಯಕರಿಗೆ ಅಂತಿಮವಾಗಿ ಹೇಳಬೇಕೆಂದರೆ, ಎಡಪಂಥವು ನಿಮಗೆ **'ಸಮಷ್ಟಿ ಹಿತ'**ವನ್ನು ಕಲಿಸುತ್ತದೆ. "ನಾನು" ಎಂಬ ಅಹಂಕಾರವನ್ನು ಬಿಟ್ಟು "ನಾವು" ಎಂಬ ಸಮೂಹ ಪ್ರಜ್ಞೆಯನ್ನು ಬೆಳೆಸಿಕೊಳ್ಳುವುದೇ ಶೂನ್ಯ ಸಂಪಾದನೆಯ ಅಸಲಿ ಹಾದಿ. ನಿಮ್ಮ ರಾಜಕೀಯ ಜೀವನದಲ್ಲಿ ಕೇವಲ ಅಂಕಿ-ಅಂಶಗಳ ಅಭಿವೃದ್ಧಿ ಮಾತ್ರವಲ್ಲದೆ, ಆ ಅಭಿವೃದ್ಧಿಯ ಫಲ ಕಟ್ಟಕಡೆಯ ವ್ಯಕ್ತಿಗೂ ತಲುಪುತ್ತಿದೆಯೇ ಎಂಬ ಸಂವೇದನೆಯನ್ನು ಎಡಪಂಥವು ನಿಮ್ಮಲ್ಲಿ ಜಾಗೃತವಾಗಿರಿಸುತ್ತದೆ. ರಾಜಕೀಯವು ಕೇವಲ ಗೆಲುವಿನಾಟವಲ್ಲ, ಅದು ಬದುಕು ಬದಲಿಸುವ ಹೋರಾಟ.

ಜಗತ್ತಿನ ರಾಜಕೀಯ ನಕ್ಷೆಯನ್ನು ಬದಲಿಸಿದ ಎಡಪಂಥೀಯ ಸಿದ್ಧಾಂತವು ಒಂದು ದೇಶಕ್ಕೆ ಸೀಮಿತವಾಗಿಲ್ಲ. ಅದು ಯುರೋಪಿನ ಕೈಗಾರಿಕಾ ಕ್ರಾಂತಿಯಿಂದ ಹಿಡಿದು ಲ್ಯಾಟಿನ್ ಅಮೆರಿಕದ ಕಾಡುಗಳವರೆಗೆ, ಏಷ್ಯಾದ ಹಳ್ಳಿಗಳವರೆಗೆ ಹಬ್ಬಿದ ಒಂದು ಬೃಹತ್ ಆಂದೋಲನ. ಈ ಸಿದ್ಧಾಂತವು ಜಗತ್ತಿನಾದ್ಯಂತ ಶೋಷಿತರ ಧ್ವನಿಯಾಗಿ ಹೇಗೆ ಹೊರಹೊಮ್ಮಿತು ಮತ್ತು ಅದನ್ನು ಮುನ್ನಡೆಸಿದ ಧೀಮಂತ ನಾಯಕರು ಯಾರು ಎಂಬುದು ಯುವ ರಾಜಕೀಯ ನಾಯಕರಿಗೆ ರೋಚಕ ಪಾಠ.

ಎಡಪಂಥದ ಜಾಗತಿಕ ಹರವು ಮತ್ತು ನಾಯಕರ ವಿಶ್ಲೇಷಣೆ ಇಲ್ಲಿದೆ:

1. ಸಿದ್ಧಾಂತದ ಉಗಮ: ಮಾರ್ಕ್ಸ್ ಮತ್ತು ಎಂಗೆಲ್ಸ್

ಜಗತ್ತಿನ ಎಡಪಂಥೀಯ ಚಿಂತನೆಗೆ ಭದ್ರ ಬುನಾದಿ ಹಾಕಿದ್ದು ಕಾರ್ಲ್ ಮಾರ್ಕ್ಸ್ ಮತ್ತು ಫ್ರೆಡರಿಕ್ ಎಂಗೆಲ್ಸ್. 1848ರಲ್ಲಿ ಅವರು ಹೊರತಂದ 'ಕಮ್ಯುನಿಸ್ಟ್ ಮ್ಯಾನಿಫೆಸ್ಟೋ' ಇಡೀ ಜಗತ್ತನ್ನು ಶ್ರೀಮಂತರು (Bourgeoisie) ಮತ್ತು ಬಡವರು (Proletariat) ಎಂಬ ಎರಡು ವರ್ಗಗಳಾಗಿ ನೋಡಲು ಕಲಿಸಿತು. "ದುಡಿಯುವ ಕೈಗಳಿಗೆ ಅಧಿಕಾರ ಸಿಗಬೇಕು" ಎಂಬ ಅವರ ಸಿದ್ಧಾಂತವು ಮುಂದೆ ಜಗತ್ತಿನ ಅತಿದೊಡ್ಡ ಕ್ರಾಂತಿಗಳಿಗೆ ಮೂಲ ಪ್ರೇರಣೆಯಾಯಿತು.

2. ರಷ್ಯಾ ಕ್ರಾಂತಿ ಮತ್ತು ವ್ಲಾದಿಮಿರ್ ಲೆನಿನ್

ಎಡಪಂಥದ ಇತಿಹಾಸದಲ್ಲಿ ಅತ್ಯಂತ ಪ್ರಮುಖ ತಿರುವು ಎಂದರೆ 1917ರ ರಷ್ಯಾದ ಅಕ್ಟೋಬರ್ ಕ್ರಾಂತಿ. ವ್ಲಾದಿಮಿರ್ ಲೆನಿನ್ ನಾಯಕತ್ವದಲ್ಲಿ ಬೋಲ್ಶೆವಿಕ್ ಪಕ್ಷವು ಜಾರ್ ರಾಜಪ್ರಭುತ್ವವನ್ನು ಕಿತ್ತೊಗೆದು ವಿಶ್ವದ ಮೊದಲ ಸೋಷಿಯಲಿಸ್ಟ್ ರಾಷ್ಟ್ರವನ್ನು (USSR) ಸ್ಥಾಪಿಸಿತು.

* ತಂತ್ರ: ಲೆನಿನ್ ಅವರು ಮಾರ್ಕ್ಸ್ ಸಿದ್ಧಾಂತವನ್ನು ಕೇವಲ ಪುಸ್ತಕದಿಂದ ಆಚರಣೆಗೆ ತಂದರು. ಭೂಮಿ, ಕಾರ್ಖಾನೆ ಮತ್ತು ಬ್ಯಾಂಕುಗಳನ್ನು ಸರ್ಕಾರದ ಅಧೀನಕ್ಕೆ ತಂದು ಸಮಾನ ಹಂಚಿಕೆಯ ವ್ಯವಸ್ಥೆ ಮಾಡಿದರು. ಇವರ ಈ ಸಾಹಸವು ಇಡೀ ಏಷ್ಯಾದ ದೇಶಗಳಿಗೆ (ಭಾರತವನ್ನೂ ಸೇರಿ) ಹೊಸ ಆಸೆ ಮೂಡಿಸಿತು.

3. ಚೀನಾ ಕ್ರಾಂತಿ ಮತ್ತು ಮಾವೋ ಝೆಡಾಂಗ್

ರಷ್ಯಾದಲ್ಲಿ ಕಾರ್ಮಿಕರು ಮುಖ್ಯವಾಗಿದ್ದರೆ, ಚೀನಾದಲ್ಲಿ ಮಾವೋ ಝೆಡಾಂಗ್ ರೈತರನ್ನು ಸಂಘಟಿಸಿದರು. 1949ರಲ್ಲಿ ಚೀನಾದ ಕಮ್ಯುನಿಸ್ಟ್ ಕ್ರಾಂತಿಯು 'ಗ್ರಾಮಗಳಿಂದ ನಗರಗಳನ್ನು ಮುತ್ತುವುದು' ಎಂಬ ಹೊಸ ಸಮರ ತಂತ್ರವನ್ನು ಜಗತ್ತಿಗೆ ಪರಿಚಯಿಸಿತು.

* ಒಳಸುಳಿ: ಮಾವೋ ಅವರು ಎಡಪಂಥಕ್ಕೆ ಒಂದು ಸಶಸ್ತ್ರ ಹೋರಾಟದ ರೂಪ ನೀಡಿದರು. ಇದು ಮುಂದೆ ಏಷ್ಯಾದಾದ್ಯಂತ ಅನೇಕ ಕ್ರಾಂತಿಕಾರಿ ಗುಂಪುಗಳಿಗೆ ಮಾದರಿಯಾಯಿತು.

4. ಲ್ಯಾಟಿನ್ ಅಮೆರಿಕದ ಕ್ರಾಂತಿಕಾರಿಗಳು: ಚೆ ಗುವೆರಾ ಮತ್ತು ಫಿಡೆಲ್ ಕ್ಯಾಸ್ಟ್ರೋ

ಎಡಪಂಥದ ಇತಿಹಾಸದಲ್ಲಿ ಅತ್ಯಂತ ವರ್ಣರಂಜಿತ ಮತ್ತು ಭಾವನಾತ್ಮಕ ಅಧ್ಯಾಯವೆಂದರೆ ಕ್ಯೂಬಾ ಕ್ರಾಂತಿ.

* ಫಿಡೆಲ್ ಕ್ಯಾಸ್ಟ್ರೋ: ಅಮೆರಿಕದಂತಹ ಬಲಿಷ್ಠ ರಾಷ್ಟ್ರದ ಮೂಗಿನ ಕೆಳಗೆ ದಶಕಗಳ ಕಾಲ ಸೋಷಿಯಲಿಸ್ಟ್ ಸರ್ಕಾರ ನಡೆಸಿದ ಧೀಮಂತ ನಾಯಕ.

* **ಚೆ ಗುವೆರಾ (Che Guevara):** ಈತ ಇಂದಿಗೂ ಜಗತ್ತಿನ ಯುವಜನತೆಗೆ 'ಬಂಡಾಯ'ದ ಸಂಕೇತ. ವೈದ್ಯನಾಗಿದ್ದ ಚೆ ಗುವೆರಾ, ಜನರ ಕಷ್ಟಗಳನ್ನು ಕಂಡು ಹೋರಾಟಗಾರನಾಗಿ ಬದಲಾದರು.

"ನನ್ನ ಸಾವಿನ ನಂತರವೂ ನನ್ನ ಕ್ರಾಂತಿ ಜೀವಂತವಾಗಿರುತ್ತದೆ" ಎಂಬ ಅವರ ಮಾತು ಇಂದಿಗೂ ಸತ್ಯ. ಯುವ ನಾಯಕರು ಇವರಿಂದ ಕಲಿಯಬೇಕಾದದ್ದು ನಿಸ್ವಾರ್ಥ ಬದ್ಧತೆಯನ್ನು.

5. ದಕ್ಷಿಣ ಆಫ್ರಿಕಾದ ನೆಲ್ಸನ್ ಮಂಡೇಲಾ

ಬಹಳಷ್ಟು ಜನ ಮಂಡೇಲಾ ಅವರನ್ನು ಕೇವಲ ಶಾಂತಿದೂತ ಎಂದು ಭಾವಿಸುತ್ತಾರೆ, ಆದರೆ ಅವರು ಆರಂಭದಲ್ಲಿ ಎಡಪಂಥೀಯ ಚಿಂತನೆಗಳಿಂದ ಪ್ರೇರಿತರಾಗಿ ಸಶಸ್ತ್ರ ಹೋರಾಟವನ್ನೂ ಸಂಘಟಿಸಿದ್ದರು. ದಕ್ಷಿಣ ಆಫ್ರಿಕಾದ ಕಮ್ಯುನಿಸ್ಟ್ ಪಕ್ಷದೊಂದಿಗೆ ಸೇರಿ ವರ್ಣಭೇದ ನೀತಿಯ ವಿರುದ್ಧ ಅವರು ಮಾಡಿದ ಹೋರಾಟವು ಎಡಪಂಥೀಯ ಮೌಲ್ಯಗಳಾದ 'ಮಾನವೀಯತೆ' ಮತ್ತು 'ಸಮಾನತೆ'ಗೆ ಸಾಕ್ಷ

ಜಾಗತಿಕ ಎಡಪಂಥದ ಒಳನೋಟಗಳು

ಜಗತ್ತಿನಾದ್ಯಂತ ಎಡಪಂಥೀಯ ನಾಯಕರು ಅನುಸರಿಸಿದ ರಣತಂತ್ರಗಳು ನಮಗೆ ಕೆಲವು ಮುಖ್ಯ ಅಂಶಗಳನ್ನು ಕಲಿಸುತ್ತವೆ:

* ಸಾಮೂಹಿಕ ನಾಯಕತ್ವ: ಅಧಿಕಾರವು ಒಬ್ಬ ವ್ಯಕ್ತಿಯ ಕೈಯಲ್ಲಿರಬಾರದು, ಅದು ಸಂಘಟನೆಯಲ್ಲಿರಬೇಕು.

* ಅಂತರಾಷ್ಟ್ರೀಯ ಒಗ್ಗಟ್ಟು: ಶೋಷಿತರು ಯಾವುದೇ ದೇಶದವರಾದರೂ ಅವರು ಒಂದೇ ಎಂಬ ಭಾವನೆ.

* ಸಾರ್ವಜನಿಕ ಸೇವೆ: ಶಿಕ್ಷಣ ಮತ್ತು ಆರೋಗ್ಯವನ್ನು ವ್ಯಾಪಾರೀಕರಣಗೊಳಿಸದೆ ಸಂಪೂರ್ಣವಾಗಿ ಉಚಿತವಾಗಿ ನೀಡುವುದು.

ಇಂದು ಜಗತ್ತು ಬಂಡವಾಳಶಾಹಿ ಮತ್ತು ಮುಕ್ತ ಮಾರುಕಟ್ಟೆಯತ್ತ ವಾಲುತ್ತಿದ್ದರೂ, ಜಗತ್ತಿನ ಯಾವುದೇ ದೇಶದಲ್ಲಿ ಅಸಮಾನತೆ ಹೆಚ್ಚಾದಾಗಲೆಲ್ಲಾ ಜನರು ಮತ್ತೆ ಈ ಎಡಪಂಥೀಯ ನಾಯಕರ ಇತಿಹಾಸವನ್ನು ನೆನಪಿಸಿಕೊಳ್ಳುತ್ತಾರೆ.

ಯುವ ನಾಯಕರಿಗೆ ದಾರಿದೀಪವೆಂದರೆ: ಅಧಿಕಾರವು ಎಷ್ಟು ವಿಸ್ತಾರವಾಗಿದೆ ಎಂಬುದಕ್ಕಿಂತ, ಆ ಅಧಿಕಾರದ ಲಾಭವು ಎಷ್ಟು ಆಳದವರೆಗೆ ತಲುಪಿದೆ ಎಂಬುದು ಮುಖ್ಯ. ಇತಿಹಾಸದಲ್ಲಿ ಈ ನಾಯಕರು ಅಜರಾಮರವಾಗಿ ಉಳಿದಿರುವುದು ಅವರು ಸಮಾಜಕ್ಕಾಗಿ ತಮ್ಮನ್ನು ತಾವು ಅರ್ಪಿಸಿಕೊಂಡಿದ್ದರಿಂದ. ನಿಮ್ಮ ರಾಜಕೀಯ ಹಾದಿಯಲ್ಲೂ ಇಂತಹ ನಿಸ್ವಾರ್ಥ ಬದ್ಧತೆ ಇರಲಿ.

ಜಗತ್ತಿನ ಈ ಕ್ರಾಂತಿಕಾರಿ ಇತಿಹಾಸದ ನಂತರ, ಬಲಪಂಥೀಯ ಸಿದ್ಧಾಂತವು ಜಾಗತಿಕವಾಗಿ ಹೇಗೆ ಬೆಳೆಯಿತು ಮತ್ತು ಅದು ಭಾರತಕ್ಕೆ ಹೇಗೆ ಪ್ರವೇಶಿಸಿತು ಎಂಬ ಬಗ್ಗೆ ಚರ್ಚಿಸೋಣವೇ?

ಜಗತ್ತಿನ ರಾಜಕೀಯ ನಕ್ಷೆಯನ್ನು ಬದಲಿಸಿದ ಎಡಪಂಥೀಯ ಸಿದ್ಧಾಂತವು ಒಂದು ದೇಶಕ್ಕೆ ಸೀಮಿತವಾಗಿಲ್ಲ. ಅದು ಯುರೋಪಿನ ಕೈಗಾರಿಕಾ ಕ್ರಾಂತಿಯಿಂದ ಹಿಡಿದು ಲ್ಯಾಟಿನ್ ಅಮೆರಿಕದ ಕಾಡುಗಳವರೆಗೆ, ಏಷ್ಯಾದ ಹಳ್ಳಿಗಳವರೆಗೆ ಹಬ್ಬಿದ ಒಂದು ಬೃಹತ್ ಆಂದೋಲನ. ಈ ಸಿದ್ಧಾಂತವು ಜಗತ್ತಿನಾದ್ಯಂತ ಶೋಷಿತರ ಧ್ವನಿಯಾಗಿ ಹೇಗೆ ಹೊರಹೊಮ್ಮಿತು ಮತ್ತು ಅದನ್ನು ಮುನ್ನಡೆಸಿದ ಧೀಮಂತ ನಾಯಕರು ಯಾರು ಎಂಬುದು ಯುವ ರಾಜಕೀಯ ನಾಯಕರಿಗೆ ರೋಚಕ ಪಾಠ.

ಎಡಪಂಥದ ಜಾಗತಿಕ ಹರವು ಮತ್ತು ನಾಯಕರ ವಿಶ್ಲೇಷಣೆ ಇಲ್ಲಿದೆ:

1. ಸಿದ್ಧಾಂತದ ಉಗಮ: ಮಾರ್ಕ್ಸ್ ಮತ್ತು ಎಂಗೆಲ್ಸ್

ಜಗತ್ತಿನ ಎಡಪಂಥೀಯ ಚಿಂತನೆಗೆ ಭದ್ರ ಬುನಾದಿ ಹಾಕಿದ್ದು ಕಾರ್ಲ್ ಮಾರ್ಕ್ಸ್ ಮತ್ತು ಫ್ರೆಡರಿಕ್ ಎಂಗೆಲ್ಸ್. 1848ರಲ್ಲಿ ಅವರು ಹೊರತಂದ 'ಕಮ್ಯುನಿಸ್ಟ್ ಮ್ಯಾನಿಫೆಸ್ಟೋ' ಇಡೀ ಜಗತ್ತನ್ನು ಶ್ರೀಮಂತರು (Bourgeoisie) ಮತ್ತು ಬಡವರು (Proletariat) ಎಂಬ ಎರಡು ವರ್ಗಗಳಾಗಿ ನೋಡಲು ಕಲಿಸಿತು. "ದುಡಿಯುವ ಕೈಗಳಿಗೆ ಅಧಿಕಾರ ಸಿಗಬೇಕು" ಎಂಬ ಅವರ ಸಿದ್ಧಾಂತವು ಮುಂದೆ ಜಗತ್ತಿನ ಅತಿದೊಡ್ಡ ಕ್ರಾಂತಿಗಳಿಗೆ ಮೂಲ ಪ್ರೇರಣೆಯಾಯಿತು.

2. ರಷ್ಯಾ ಕ್ರಾಂತಿ ಮತ್ತು ವ್ಲಾದಿಮಿರ್ ಲೆನಿನ್

ಎಡಪಂಥದ ಇತಿಹಾಸದಲ್ಲಿ ಅತ್ಯಂತ ಪ್ರಮುಖ ತಿರುವು ಎಂದರೆ 1917ರ ರಷ್ಯಾದ ಅಕ್ಟೋಬರ್ ಕ್ರಾಂತಿ. ವ್ಲಾದಿಮಿರ್ ಲೆನಿನ್ ನಾಯಕತ್ವದಲ್ಲಿ ಬೋಲ್ಶೆವಿಕ್ ಪಕ್ಷವು ಜಾರ್ ರಾಜಪ್ರಭುತ್ವವನ್ನು ಕಿತ್ತೊಗೆದು ವಿಶ್ವದ ಮೊದಲ ಸೋಷಿಯಲಿಸ್ಟ್ ರಾಷ್ಟ್ರವನ್ನು (USSR) ಸ್ಥಾಪಿಸಿತು.

* ತಂತ್ರ: ಲೆನಿನ್ ಅವರು ಮಾರ್ಕ್ಸ್ ಸಿದ್ಧಾಂತವನ್ನು ಕೇವಲ ಪುಸ್ತಕದಿಂದ ಆಚರಣೆಗೆ ತಂದರು. ಭೂಮಿ, ಕಾರ್ಖಾನೆ ಮತ್ತು ಬ್ಯಾಂಕುಗಳನ್ನು ಸರ್ಕಾರದ ಅಧೀನಕ್ಕೆ ತಂದು ಸಮಾನ ಹಂಚಿಕೆಯ ವ್ಯವಸ್ಥೆ ಮಾಡಿದರು. ಇವರ ಈ ಸಾಹಸವು ಇಡೀ ಏಷ್ಯಾದ ದೇಶಗಳಿಗೆ (ಭಾರತವನ್ನೂ ಸೇರಿ) ಹೊಸ ಆಸೆ ಮೂಡಿಸಿತು.

3. ಚೀನಾ ಕ್ರಾಂತಿ ಮತ್ತು ಮಾವೋ ಝೆಡಾಂಗ್

ರಷ್ಯಾದಲ್ಲಿ ಕಾರ್ಮಿಕರು ಮುಖ್ಯವಾಗಿದ್ದರೆ, ಚೀನಾದಲ್ಲಿ ಮಾವೋ ಝೆಡಾಂಗ್ ರೈತರನ್ನು ಸಂಘಟಿಸಿದರು. 1949ರಲ್ಲಿ ಚೀನಾದ ಕಮ್ಯುನಿಸ್ಟ್ ಕ್ರಾಂತಿಯು 'ಗ್ರಾಮಗಳಿಂದ ನಗರಗಳನ್ನು ಮುತ್ತುವುದು' ಎಂಬ ಹೊಸ ಸಮರ ತಂತ್ರವನ್ನು ಜಗತ್ತಿಗೆ ಪರಿಚಯಿಸಿತು.

* ಒಳಸುಳಿ: ಮಾವೋ ಅವರು ಎಡಪಂಥಕ್ಕೆ ಒಂದು ಸಶಸ್ತ್ರ ಹೋರಾಟದ ರೂಪ ನೀಡಿದರು. ಇದು ಮುಂದೆ ಏಷ್ಯಾದಾದ್ಯಂತ ಅನೇಕ ಕ್ರಾಂತಿಕಾರಿ ಗುಂಪುಗಳಿಗೆ ಮಾದರಿಯಾಯಿತು.

4. ಲ್ಯಾಟಿನ್ ಅಮೆರಿಕದ ಕ್ರಾಂತಿಕಾರಿಗಳು: ಚೆ ಗುವೆರಾ ಮತ್ತು ಫಿಡೆಲ್ ಕ್ಯಾಸ್ಟ್ರೋ

ಎಡಪಂಥದ ಇತಿಹಾಸದಲ್ಲಿ ಅತ್ಯಂತ ವರ್ಣರಂಜಿತ ಮತ್ತು ಭಾವನಾತ್ಮಕ ಅಧ್ಯಾಯವೆಂದರೆ ಕ್ಯೂಬಾ ಕ್ರಾಂತಿ.

* ಫಿಡೆಲ್ ಕ್ಯಾಸ್ಟ್ರೋ: ಅಮೆರಿಕದಂತಹ ಬಲಿಷ್ಠ ರಾಷ್ಟ್ರದ ಮೂಗಿನ ಕೆಳಗೆ ದಶಕಗಳ ಕಾಲ ಸೋಷಿಯಲಿಸ್ಟ್ ಸರ್ಕಾರ ನಡೆಸಿದ ಧೀಮಂತ ನಾಯಕ.

* ಚೆ ಗುವೆರಾ (Che Guevara): ಈತ ಇಂದಿಗೂ ಜಗತ್ತಿನ ಯುವಜನತೆಗೆ 'ಬಂಡಾಯ'ದ ಸಂಕೇತ. ವೈದ್ಯನಾಗಿದ್ದ ಚೆ ಗುವೆರಾ, ಜನರ ಕಷ್ಟಗಳನ್ನು ಕಂಡು ಹೋರಾಟಗಾರನಾಗಿ ಬದಲಾದರು. "ನನ್ನ ಸಾವಿನ ನಂತರವೂ ನನ್ನ ಕ್ರಾಂತಿ ಜೀವಂತವಾಗಿರುತ್ತದೆ" ಎಂಬ ಅವರ ಮಾತು ಇಂದಿಗೂ ಸತ್ಯ. ಯುವ ನಾಯಕರು ಇವರಿಂದ ಕಲಿಯಬೇಕಾದದ್ದು ನಿಸ್ವಾರ್ಥ ಬದ್ಧತೆಯನ್ನು.

5. ದಕ್ಷಿಣ ಆಫ್ರಿಕಾದ ನೆಲ್ಸನ್ ಮಂಡೇಲಾ

ಬಹಳಷ್ಟು ಜನ ಮಂಡೇಲಾ ಅವರನ್ನು ಕೇವಲ ಶಾಂತಿದೂತ ಎಂದು ಭಾವಿಸುತ್ತಾರೆ, ಆದರೆ ಅವರು ಆರಂಭದಲ್ಲಿ ಎಡಪಂಥೀಯ ಚಿಂತನೆಗಳಿಂದ ಪ್ರೇರಿತರಾಗಿ ಸಶಸ್ತ್ರ ಹೋರಾಟವನ್ನೂ ಸಂಘಟಿಸಿದ್ದರು. ದಕ್ಷಿಣ ಆಫ್ರಿಕಾದ ಕಮ್ಯುನಿಸ್ಟ್ ಪಕ್ಷದೊಂದಿಗೆ ಸೇರಿ ವರ್ಣಭೇದ ನೀತಿಯ ವಿರುದ್ಧ ಅವರು ಮಾಡಿದ ಹೋರಾಟವು ಎಡಪಂಥೀಯ ಮೌಲ್ಯಗಳಾದ 'ಮಾನವೀಯತೆ' ಮತ್ತು 'ಸಮಾನತೆ'ಗೆ ಸಾಕ್ಷಿ.

ಜಾಗತಿಕ ಎಡಪಂಥದ ಒಳನೋಟಗಳು

ಜಗತ್ತಿನಾದ್ಯಂತ ಎಡಪಂಥೀಯ ನಾಯಕರು ಅನುಸರಿಸಿದ ರಣತಂತ್ರಗಳು ನಮಗೆ ಕೆಲವು ಮುಖ್ಯ ಅಂಶಗಳನ್ನು ಕಲಿಸುತ್ತವೆ:

* ಸಾಮೂಹಿಕ ನಾಯಕತ್ವ: ಅಧಿಕಾರವು ಒಬ್ಬ ವ್ಯಕ್ತಿಯ ಕೈಯಲ್ಲಿರಬಾರದು, ಅದು ಸಂಘಟನೆಯಲ್ಲಿರಬೇಕು.

* ಅಂತರಾಷ್ಟ್ರೀಯ ಒಗ್ಗಟ್ಟು: ಶೋಷಿತರು ಯಾವುದೇ ದೇಶದವರಾದರೂ ಅವರು ಒಂದೇ ಎಂಬ ಭಾವನೆ.

* ಸಾರ್ವಜನಿಕ ಸೇವೆ: ಶಿಕ್ಷಣ ಮತ್ತು ಆರೋಗ್ಯವನ್ನು ವ್ಯಾಪಾರೀಕರಣಗೊಳಿಸದೆ ಸಂಪೂರ್ಣವಾಗಿ ಉಚಿತವಾಗಿ ನೀಡುವುದು.

ಇಂದು ಜಗತ್ತು ಬಂಡವಾಳಶಾಹಿ ಮತ್ತು ಮುಕ್ತ ಮಾರುಕಟ್ಟೆಯತ್ತ ವಾಲುತ್ತಿದ್ದರೂ, ಜಗತ್ತಿನ ಯಾವುದೇ ದೇಶದಲ್ಲಿ ಅಸಮಾನತೆ ಹೆಚ್ಚಾದಾಗಲೆಲ್ಲಾ ಜನರು ಮತ್ತೆ ಈ ಎಡಪಂಥೀಯ ನಾಯಕರ

ಇತಿಹಾಸವನ್ನು ನೆನಪಿಸಿಕೊಳ್ಳುತ್ತಾರೆ.

ಯುವ ನಾಯಕರಿಗೆ ದಾರಿದೀಪವೆಂದರೆ: ಅಧಿಕಾರವು ಎಷ್ಟು ವಿಸ್ತಾರವಾಗಿದೆ ಎಂಬುದಕ್ಕಿಂತ, ಆ ಅಧಿಕಾರದ ಲಾಭವು ಎಷ್ಟು ಆಳದವರೆಗೆ ತಲುಪಿದೆ ಎಂಬುದು ಮುಖ್ಯ. ಇತಿಹಾಸದಲ್ಲಿ ಈ ನಾಯಕರು ಅಜರಾಮರವಾಗಿ ಉಳಿದಿರುವುದು ಅವರು ಸಮಾಜಕ್ಕಾಗಿ ತಮ್ಮನ್ನು ತಾವು ಅರ್ಪಿಸಿಕೊಂಡಿದ್ದರಿಂದ. ನಿಮ್ಮ ರಾಜಕೀಯ ಹಾದಿಯಲ್ಲೂ ಇಂತಹ ನಿಸ್ವಾರ್ಥ ಬದ್ಧತೆ ಇರಲಿ.

ಜಗತ್ತಿನ ಈ ಕ್ರಾಂತಿಕಾರಿ ನಾಯಕರ ಸಾಲಿನಲ್ಲಿ ನಾವು ಕೇವಲ ಯುದ್ಧ ಅಥವಾ ಕ್ರಾಂತಿಯನ್ನು ಮಾತ್ರವಲ್ಲ, ಆಡಳಿತಾತ್ಮಕ ಮಾದರಿಗಳನ್ನು ಗಮನಿಸಬೇಕು. ಎಡಪಂಥವು ಜಗತ್ತಿಗೆ ನೀಡಿದ ಅತಿ ದೊಡ್ಡ ಕೊಡುಗೆ ಎಂದರೆ 'ಕಲ್ಯಾಣ ರಾಜ್ಯ' (Welfare State) ಎಂಬ ಪರಿಕಲ್ಪನೆ. ಯುರೋಪಿನ ನಾರ್ವೆ, ಸ್ವೀಡನ್ ಮತ್ತು ಡೆನ್ಮಾರ್ಕ್‌ನಂತಹ ದೇಶಗಳು ಇಂದು ಜಗತ್ತಿನಲ್ಲೇ ಅತ್ಯಂತ ಸುಖಿ ದೇಶಗಳಾಗಿವೆ. ಇದಕ್ಕೆ ಕಾರಣ ಅಲ್ಲಿನ ನಾಯಕರು ಅಳವಡಿಸಿಕೊಂಡ 'ಸೋಷಿಯಲ್ ಡೆಮೋಕ್ರಸಿ' ಅಥವಾ ಪ್ರಜಾಸತ್ತಾತ್ಮಕ ಸಮಾಜವಾದ. ಇಲ್ಲಿ ಬಂಡವಾಳಶಾಹಿ ವ್ಯವಸ್ಥೆಯೂ ಇದೆ, ಆದರೆ ಶ್ರೀಮಂತರಿಂದ ಹೆಚ್ಚಿನ ತೆರಿಗೆ ವಸೂಲಿ ಮಾಡಿ ಅದನ್ನು ಬಡವರ ಶಿಕ್ಷಣ ಮತ್ತು ಆರೋಗ್ಯಕ್ಕೆ ಬಳಸುವ 'ಸಮಾನತೆಯ ರಣತಂತ್ರ'ವಿದೆ.

ಜಾಗತಿಕ ಎಡಪಂಥದ ಇತಿಹಾಸದಲ್ಲಿ ಮತ್ತೊಬ್ಬ ಅಪ್ರತಿಮ ನಾಯಕ ಥಾಮಸ್ ಶಂಕಾರ (Thomas Sankara). ಇವರನ್ನು 'ಆಫ್ರಿಕಾದ ಚೆ ಗುವೆರಾ' ಎಂದು ಕರೆಯಲಾಗುತ್ತದೆ. ಬುರ್ಕಿನಾ ಫಾಸೊ ಎಂಬ ಬಡ ದೇಶದ ಅಧ್ಯಕ್ಷರಾದ ಅವರು, ಕೇವಲ ನಾಲ್ಕು ವರ್ಷಗಳಲ್ಲಿ ದೇಶದ ಸಾಕ್ಷರತೆಯನ್ನು ಶೇ. 13ರಿಂದ ಶೇ. 73ಕ್ಕೆ ಏರಿಸಿದರು. ಅವರು ತೋರಿಸಿದ ದಾರಿ ಯುವ ನಾಯಕರಿಗೆ ಬಹಳ ಮುಖ್ಯ: ಅವರು ತಮ್ಮ ಅಧಿಕಾರದ ಅವಧಿಯಲ್ಲಿ ಐಷಾರಾಮಿ ಕಾರುಗಳನ್ನು ಮಾರಾಟ ಮಾಡಿಸಿ, ಸಾಮಾನ್ಯ ಕಾರುಗಳನ್ನು ಬಳಸಿದರು. "ನಮ್ಮ ದೇಶದ ಬಡವನಿಗೆ ಸಿಗದ ಸೌಲಭ್ಯ ನನಗೂ ಬೇಡ" ಎಂಬ ಅವರ ನಿಲುವು 'ಶೂನ್ಯ ಸಂಪಾದನೆ'ಯ ಉತ್ತುಂಗ ಸ್ಥಿತಿ. ಅಹಂಕಾರವನ್ನು ಬಿಟ್ಟು ಜನರೊಂದಿಗೆ ಮಣ್ಣಿನ ಮಗನಂತೆ ಬೆರೆತರೆ ದೇಶವನ್ನು ಹೇಗೆ ಕಟ್ಟಬಹುದು ಎಂಬುದಕ್ಕೆ ಅವರು ಜಾಗತಿಕ ಸಾಕ್ಷಿ.

ಇತ್ತೀಚಿನ ವರ್ಷಗಳಲ್ಲಿ ಲ್ಯಾಟಿನ್ ಅಮೆರಿಕಾದಲ್ಲಿ 'ಪಿಂಕ್ ಟೈಡ್' (Pink Tide) ಎಂಬ ಅಲೆ ಆರಂಭವಾಯಿತು. ಹ್ಯೂಗೋ ಚಾವೆಜ್ (ವೆನೆಜುವೆಲಾ) ಮತ್ತು ಲೂಲಾ ಡಾ ಸಿಲ್ವಾ (ಬ್ರೆಜಿಲ್) ಅವರಂತಹ ನಾಯಕರು ತೈಲ ಮತ್ತು ನೈಸರ್ಗಿಕ ಸಂಪನ್ಮೂಲಗಳನ್ನು ರಾಷ್ಟ್ರೀಕರಣಗೊಳಿಸಿ, ಆ ಹಣವನ್ನು ಬಡತನ ನಿರ್ಮೂಲನೆಗೆ ಬಳಸಿದರು. ಲೂಲಾ ಡಾ ಸಿಲ್ವಾ ಅವರು ಕೋಟ್ಯಂತರ ಜನರನ್ನು ಹಸಿವಿನಿಂದ ಮುಕ್ತಗೊಳಿಸಿದ ರೀತಿ ಜಗತ್ತಿಗೆ ಮಾದರಿಯಾಯಿತು. ಆದರೆ, ಇಲ್ಲಿ ಯುವ ನಾಯಕರು ಕಲಿಯಬೇಕಾದ ಇನ್ನೊಂದು ಒಳಸುಳಿ ಇದೆ: ಕೇವಲ ಜನಪ್ರಿಯ ಯೋಜನೆಗಳನ್ನು (Populist schemes) ಘೋಷಿಸಿದರೆ ಸಾಲದು, ದೇಶದ ಆರ್ಥಿಕತೆಯನ್ನು ಸುಸ್ಥಿತಿಯಲ್ಲಿಡುವ ದೂರದೃಷ್ಟಿಯೂ ಇರಬೇಕು. ಇಲ್ಲದಿದ್ದರೆ ವೆನೆಜುವೆಲಾದಂತೆ ದೇಶವು ಆರ್ಥಿಕ ಸಂಕಷ್ಟಕ್ಕೆ ಸಿಲುಕುವ ಅಪಾಯವಿರುತ್ತದೆ.

ಎಡಪಂಥವು ಜಗತ್ತಿನಾದ್ಯಂತ ಮಹಿಳಾ ಹಕ್ಕುಗಳು ಮತ್ತು ಪರಿಸರ ಸಂರಕ್ಷಣೆಯ ಹೋರಾಟಗಳಿಗೂ ಶಕ್ತಿ ತುಂಬಿದೆ. ಇಂದಿನ ರಾಜಕೀಯದಲ್ಲಿ ಕೇವಲ ಜಿಡಿಪಿ (GDP) ಬೆಳವಣಿಗೆಯ ಬಗ್ಗೆ ಮಾತನಾಡುವ ನಾಯಕರ ನಡುವೆ, "ಪರಿಸರ ಮತ್ತು ಮನುಷ್ಯನ ನಡುವಿನ ಸಂಬಂಧ ಹೇಗಿರಬೇಕು?" ಎಂದು ಪ್ರಶ್ನಿಸುವ ದಾರ್ಶನಿಕ ಗುಣವನ್ನು ಎಡಪಂಥ ನೀಡುತ್ತದೆ. ಯುವ ನಾಯಕರಿಗೆ ಅಧಿಕಾರ ಎನ್ನುವುದು ಕೇವಲ ಚುನಾವಣೆ ಗೆಲ್ಲುವ ಯಂತ್ರವಲ್ಲ, ಅದು ಸಮಾಜದ ಪ್ರತಿಯೊಂದು ಜೀವಿಯನ್ನೂ ಗೌರವದಿಂದ ಕಾಣುವ ಕನ್ನಡಿಯಾಗಬೇಕು.

ಜಗತ್ತಿನ ಈ ಎಲ್ಲ ನಾಯಕರ ಏಳುಬೀಳುಗಳು ನಮಗೆ ಕಲಿಸುವ ಅಂತಿಮ ಪಾಠವೇನೆಂದರೆ: ಸಿದ್ಧಾಂತವು ಮನುಷ್ಯನಿಗಾಗಿ ಇರಬೇಕೇ ಹೊರತು, ಮನುಷ್ಯ ಸಿದ್ಧಾಂತಕ್ಕಾಗಿ ಇರಬಾರದು. ನೀವು ಎಡಪಂಥದ ಹೋರಾಟಗಾರರಾಗಿರಿ ಅಥವಾ ಬಲಪಂಥದ ರಾಷ್ಟ್ರೀಯವಾದಿಗಳಾಗಿರಿ, ನಿಮ್ಮ ಅಂತಿಮ ಗುರಿ 'ಜನಸೇವೆ'ಯಾಗಿರಲಿ. ಅಂತರಾಷ್ಟ್ರೀಯ ರಾಜಕೀಯದ ಈ ಒಳಸುಳಿಗಳು ನಿಮ್ಮನ್ನು ಒಬ್ಬ ಪ್ರಬುದ್ಧ ನಾಯಕನನ್ನಾಗಿ ರೂಪಿಸಲಿ.

ಜಾಗತಿಕ ಎಡಪಂಥದ ಇತಿಹಾಸವು ಕೇವಲ ಆಡಳಿತದ ಕಥೆಯಲ್ಲ, ಅದು **'ಪ್ರತಿರೋಧದ ಸಂಸ್ಕೃತಿ'**ಯನ್ನು ಬೆಳೆಸಿದ ಹಾದಿ. ಇತಿಹಾಸದ ಪುಟಗಳನ್ನು ತಿರುವಿ ನೋಡಿದರೆ, ಎಡಪಂಥೀಯ ನಾಯಕರು ಕೇವಲ ಸಂಸತ್ತಿನ ಒಳಗೆ ಕುಳಿತು ಕಾನೂನು ಮಾಡಲಿಲ್ಲ; ಅವರು ಜೈಲು ಪಾಲಾದರು, ಗಡಿಪಾರಾದರು ಮತ್ತು ಪ್ರಾಣತ್ಯಾಗ ಮಾಡಿದರು. ಯುವ ರಾಜಕೀಯ ನಾಯಕರಿಗೆ ಇವರಿಂದ ಸಿಗುವ ಅತಿ ದೊಡ್ಡ ಪಾಠವೆಂದರೆ 'ಅಚಲವಾದ ಬದ್ಧತೆ'.

ದಕ್ಷಿಣ ಅಮೆರಿಕಾದ ಉರುಗ್ವೆಯ ಮಾಜಿ ಅಧ್ಯಕ್ಷ ಹೋಸೆ ಮುಜಿಕಾ (José Mujica) ಅವರ ಜೀವನ ಇಂದಿನ 'ವಿಲಾಸಿ ರಾಜಕಾರಣ'ಕ್ಕೆ ಒಂದು ದೊಡ್ಡ ಕನ್ನಡಿ. ಅವರನ್ನು "ಜಗತ್ತಿನ ಅತ್ಯಂತ ಬಡ ಅಧ್ಯಕ್ಷ" ಎಂದು ಕರೆಯಲಾಗುತ್ತಿತ್ತು. ಅಧ್ಯಕ್ಷರಾಗಿದ್ದರೂ ಅವರು ತಮ್ಮ ಹಳೆಯ ಫೋಕ್ಸ್‌ವ್ಯಗನ್ ಕಾರನ್ನು ಓಡಿಸುತ್ತಿದ್ದರು ಮತ್ತು ತಮ್ಮ ಸಂಬಳದ ಶೇ. 90ರಷ್ಟನ್ನು ಬಡವರಿಗೆ ದಾನ ಮಾಡುತ್ತಿದ್ದರು. "ನಾನು ಬಡವನಲ್ಲ, ಅಲ್ಪ ಹಂಬಲವುಳ್ಳವನು" ಎಂಬ ಅವರ ಮಾತು ಶೂನ್ಯ ಸಂಪಾದನೆಯ ಅರಿವಿಗೆ ಹತ್ತಿರವಾಗಿದೆ. ಒಬ್ಬ ನಾಯಕ ಅಧಿಕಾರದಲ್ಲಿದ್ದಾಗ ತನ್ನ ವೈಯಕ್ತಿಕ ಸಂಪತ್ತನ್ನು ಹೇಗೆ ಶೂನ್ಯವಾಗಿಸಿಕೊಂಡು ಜನಸೇವೆಯನ್ನು ಸಂಪಾದನೆಯನ್ನಾಗಿ ಮಾಡಿಕೊಳ್ಳಬಹುದು ಎಂಬುದಕ್ಕೆ ಮುಜಿಕಾ ಜಾಗತಿಕ ಮಾದರಿ.

ಅದೇ ರೀತಿ, ಏಷ್ಯಾದಲ್ಲಿ ಹೋ ಚಿ ಮಿನ್ (Ho Chi Minh) ಅವರ ನಾಯಕತ್ವವು ವಿಯೆಟ್ನಾಂ ದೇಶವನ್ನು ಅಮೆರಿಕದಂತಹ ಬಲಿಷ್ಠ ಶಕ್ತಿಯ ವಿರುದ್ಧ ಜಯಶಾಲಿಯಾಗುವಂತೆ ಮಾಡಿತು. ಹೋ ಚಿ ಮಿನ್ ಅವರ ತಂತ್ರಗಾರಿಕೆಯು ಕೇವಲ ಯುದ್ಧವಾಗಿರಲಿಲ್ಲ, ಅದು ಜನರ ಮನಸ್ಸನ್ನು ಗೆಲ್ಲುವ ಕಲೆಯಾಗಿತ್ತು. "ಜನರ ಶಕ್ತಿಯೇ ರಾಷ್ಟ್ರದ ಶಕ್ತಿ" ಎಂಬ ಅವರ ನಿಲುವು ಎಡಪಂಥದ ಅಸಲಿ ತಾಕತ್ತು. ಯುವ ನಾಯಕರು ಕಲಿಯಬೇಕಾದ್ದು ಏನೆಂದರೆ, ನಿಮ್ಮ ಬಳಿ ಹಣಬಲ ಅಥವಾ ತೋಳ್ಬಲ ಇಲ್ಲದಿದ್ದರೂ, ನಿಮ್ಮ ಉದ್ದೇಶ ಪ್ರಾಮಾಣಿಕವಾಗಿದ್ದರೆ ಸಾಮಾನ್ಯ ಜನರೇ ನಿಮ್ಮನ್ನು ಅಜೇಯ ನಾಯಕನನ್ನಾಗಿ ಮಾಡುತ್ತಾರೆ.

ಜಾಗತಿಕ ಮಟ್ಟದಲ್ಲಿ ಎಡಪಂಥೀಯ ಚಿಂತನೆಗಳು ಇಂದು ಹೊಸ ರೂಪ ಪಡೆಯುತ್ತಿವೆ. ಅಮೆರಿಕದ ಬರ್ನಿ ಸ್ಯಾಂಡರ್ಸ್ (Bernie Sanders) ಅವರಂತಹ ನಾಯಕರು ಶ್ರೀಮಂತ ಕಾರ್ಪೋರೇಟ್ ಕಂಪನಿಗಳ ಮೇಲೆ ಹೆಚ್ಚಿನ ತೆರಿಗೆ ವಿಧಿಸಿ, ಆ ಹಣವನ್ನು ಉಚಿತ ಶಿಕ್ಷಣಕ್ಕೆ ಬಳಸಬೇಕು ಎಂಬ ವಾದದ ಮೂಲಕ ಅಲ್ಲಿನ ಯುವಜನತೆಯನ್ನು ಸೆಳೆಯುತ್ತಿದ್ದಾರೆ. ಅಂದರೆ, ಎಡಪಂಥವು ಹಳೆಯ ಕಾಲದ 'ಕಾರ್ಖಾನೆ ಕಾರ್ಮಿಕರ' ಹೋರಾಟದಿಂದ ಇಂದು 'ವಿದ್ಯಾರ್ಥಿಗಳ ಮತ್ತು ಪರಿಸರ ಹೋರಾಟಗಾರರ' ದನಿಯಾಗಿ ಬದಲಾಗಿದೆ.

ಯುವ ನಾಯಕರಿಗೆ ಅಂತಿಮವಾಗಿ ಹೇಳಬೇಕೆಂದರೆ, ಇತಿಹಾಸದ ಈ ಎಲ್ಲ ಒಳಸುಳಿಗಳು ನಿಮಗೆ ಕಲಿಸುವುದು ಒಂದೇ: ರಾಜಕೀಯ ಎನ್ನುವುದು ಒಂದು ಚದುರಂಗದಾಟವಾಗಬಾರದು, ಅದೊಂದು 'ಪರಿವರ್ತನೆಯ ಸಾಧನ'ವಾಗಬೇಕು. ಎಡಪಂಥದ ಸಿದ್ಧಾಂತವು ನಿಮಗೆ ಸಮಾಜದ ಕಪ್ಪು-ಬಿಳುಪನ್ನು ದಾಟಿ, ಶೋಷಿತರ ಬಣ್ಣವನ್ನು ಗುರುತಿಸಲು ಕಲಿಸುತ್ತದೆ. ನಿಮ್ಮ ಅಧಿಕಾರವು ಕೇವಲ ಕಟ್ಟಡಗಳನ್ನು ಕಟ್ಟುವುದಕ್ಕೆ ಸೀಮಿತವಾಗದೆ, ಮನುಷ್ಯನ ಘನತೆಯನ್ನು ಎತ್ತಿ ಹಿಡಿಯುವಂತಿರಲಿ. ಸಿದ್ಧಾಂತಗಳು ಯಾವುದೇ ಇರಲಿ, ಅವುಗಳ ಅಂತಿಮ ಗುರಿ ಮನುಕುಲದ ಕಲ್ಯಾಣವೇ ಆಗಿರಬೇಕು.

ಜಾಗತಿಕ ಎಡಪಂಥದ ಇತಿಹಾಸವು ಕೇವಲ ರಾಜಕೀಯ ಗೆಲುವುಗಳ ಕಥೆಯಲ್ಲ, ಅದು ಮನುಷ್ಯನ ಘನತೆಯನ್ನು ಮರುಸ್ಥಾಪಿಸುವ ನಿರಂತರ ಹೋರಾಟ. ಈ ಸಿದ್ಧಾಂತದ ಹಾದಿಯಲ್ಲಿ ನಾವು ಕಾಣುವ ಮತ್ತೊಂದು ರೋಚಕ ಅಧ್ಯಾಯವೆಂದರೆ 'ಬೌದ್ಧಿಕ ಎಡಪಂಥ'. ಇಟಲಿಯ ಆಂಟೋನಿಯೊ ಗ್ರಾಮ್‌ಸ್ಕಿ (Antonio Gramsci) ಎಂಬ ದಾರ್ಶನಿಕನು ಜೈಲಿನಲ್ಲಿ ಕುಳಿತು ಬರೆದ ಚಿಂತನೆಗಳು ಇಂದಿಗೂ ಯುವ ನಾಯಕರಿಗೆ ಅತಿ ದೊಡ್ಡ ರಣತಂತ್ರದ ಪಾಠಗಳಾಗಿವೆ.

ಗ್ರಾಮ್‌ಸ್ಕಿ ಹೇಳುವಂತೆ, ಆಳುವ ವರ್ಗವು ಕೇವಲ ಪೋಲೀಸ್ ಅಥವಾ ಮಿಲಿಟರಿ ಬಲದಿಂದ ಜನರನ್ನು ಹತ್ತಿಕ್ಕುವುದಿಲ್ಲ; ಬದಲಾಗಿ ಅವರು 'ಸಾಂಸ್ಕೃತಿಕ ಹೆಜೆಮನಿ' (Cultural Hegemony) ಅಂದರೆ ಸಂಸ್ಕೃತಿ, ಶಿಕ್ಷಣ ಮತ್ತು ಮಾಧ್ಯಮಗಳ ಮೂಲಕ ಜನರ ಮನಸ್ಸನ್ನು ಆಳುತ್ತಾರೆ. "ಜನರಿಗೆ ಯಾವುದು ಸರಿ, ಯಾವುದು ತಪ್ಪು ಎಂದು ಆಳುವವರೇ ತೀರ್ಮಾನಿಸುವಂತೆ ಮಾಡುವುದು ಅತಿ ದೊಡ್ಡ ರಾಜಕೀಯ ತಂತ್ರ" ಎಂಬುದು ಅವರ ವಾದ. ಆದ್ದರಿಂದ, ಒಬ್ಬ ಯುವ ನಾಯಕ ವ್ಯವಸ್ಥೆಯನ್ನು ಬದಲಿಸಬೇಕೆಂದರೆ ಮೊದಲು ಜನರ ಚಿಂತನಾ ಕ್ರಮವನ್ನು ಬದಲಿಸಬೇಕು. ಇದು ಕೇವಲ ಭಾಷಣದಿಂದ ಸಾಧ್ಯವಿಲ್ಲ, ಇದು ನಿರಂತರವಾದ ಸಾಂಸ್ಕೃತಿಕ ಜಾಗೃತಿಯಿಂದ ಮಾತ್ರ ಸಾಧ್ಯ.

ಇದೇ ಹಾದಿಯಲ್ಲಿ ನಾವು ಏಷ್ಯಾದ ಕಡೆಗೆ ಮುಖ ಮಾಡಿದರೆ, ವಿಯೆಟ್ನಾಂನ ಜನರಲ್ ಗಿಯಾಪ್ (General Giap) ಅವರ ತಂತ್ರಗಾರಿಕೆ ಕಣ್ಣಮುಂದೆ ಬರುತ್ತದೆ. ಅವರು ಒಬ್ಬ ಇತಿಹಾಸ ಶಿಕ್ಷಕರಾಗಿದ್ದವರು, ಆದರೆ ಅಮೆರಿಕದಂತಹ ಜಗತ್ತಿನ ಅತಿ ದೊಡ್ಡ ಮಿಲಿಟರಿ ಶಕ್ತಿಯನ್ನು ಸೋಲಿಸಿದ ಮಹಾನ್ ಯುದ್ಧತಂತ್ರಜ್ಞರಾಗಿ ಬೆಳೆದರು. ಅವರ ಸೂತ್ರ ಸರಳವಾಗಿತ್ತು: "ಜನರ ಯುದ್ಧ" (People's War). ಸೈನ್ಯಕ್ಕಿಂತ ಹೆಚ್ಚಾಗಿ ಸಾಮಾನ್ಯ ಜನರ ವಿಶ್ವಾಸ ಮತ್ತು ಸಹಕಾರವಿದ್ದರೆ ಯಾವುದೇ ದೊಡ್ಡ ಶಕ್ತಿಯನ್ನು ಮೆಟ್ಟಿ ನಿಲ್ಲಬಹುದು ಎಂದು ಅವರು ತೋರಿಸಿಕೊಟ್ಟರು. ಯುವ ನಾಯಕರಿಗೆ ಇಲ್ಲಿರುವ ಒಳಸುಳಿ ಎಂದರೆ, ನಿಮ್ಮ ಅಧಿಕಾರಕ್ಕೆ ಜನರೇ ರಕ್ಷಾಕವಚವಾಗಬೇಕು.

ಇನ್ನು ಆಧುನಿಕ ಯುಗದ ಎಡಪಂಥೀಯ ನಾಯಕತ್ವವನ್ನು ಗಮನಿಸಿದರೆ, ಜರ್ಮನೀಯ ರೋಸಾ ಲಕ್ಸೆಂಬರ್ಗ್ (Rosa Luxemburg) ಅವರ ಹೆಸರು ನೆನಪಿಗೆ ಬರುತ್ತದೆ. ಅವರು ಪ್ರಜಾಪ್ರಭುತ್ವವಿಲ್ಲದ ಸಮಾಜವಾದವನ್ನು ತೀವ್ರವಾಗಿ ವಿರೋಧಿಸಿದರು. "ಭಿನ್ನವಾಗಿ ಆಲೋಚಿಸುವ ಸ್ವಾತಂತ್ರ್ಯವೇ ಅಸಲಿ ಸ್ವಾತಂತ್ರ್ಯ" ಎಂಬ ಅವರ ಘೋಷಣೆ ಎಡಪಂಥೀಯ ಸಿದ್ಧಾಂತದ ಒಳಗಿರುವ ಸರ್ವಾಧಿಕಾರಿ ಧೋರಣೆಗಳಿಗೆ ಒಂದು ಎಚ್ಚರಿಕೆಯಾಗಿತ್ತು. ಒಬ್ಬ ನಾಯಕನಾದವನು ತನ್ನನ್ನು ಹೊಗಳುವವರಿಗಿಂತ, ತನ್ನನ್ನು ವಿಮರ್ಶಿಸುವವರಿಗೆ ಹೆಚ್ಚಿನ ಅವಕಾಶ ನೀಡಬೇಕು ಎಂಬುದು ಅವರ ಸಿದ್ಧಾಂತದ ಸಾರ.

ಯುವ ರಾಜಕೀಯ ನಾಯಕರಿಗೆ ಈ ಜಾಗತಿಕ ಪಯಣದಿಂದ ಸಿಗುವ ಅಂತಿಮ ದರ್ಶನವೆಂದರೆ:

* ತ್ಯಾಗದ ಮನೋಭಾವ: ಹೋಸೆ ಮುಜಿಕಾರಂತಹ ನಾಯಕರು ವೈಯಕ್ತಿಕ ಸುಖವನ್ನು ತ್ಯಜಿಸಿ ಜನರ ಬದುಕನ್ನು ಹಸನು ಮಾಡಿದರು.

* ವೈಜ್ಞಾನಿಕ ದೃಷ್ಟಿಕೋನ: ಮೂಢನಂಬಿಕೆಗಳಿಗಿಂತ ವಿಜ್ಞಾನ ಮತ್ತು ತರ್ಕಕ್ಕೆ ಒತ್ತು ನೀಡುವ ಮೂಲಕ ಸಮಾಜವನ್ನು ಪ್ರಗತಿಯತ್ತ ಕೊಂಡೊಯ್ಯುವುದು.

* ಅಂತರಾಷ್ಟ್ರೀಯತೆ: ಜಗತ್ತಿನ ಎಲ್ಲೋ ಒಂದು ಕಡೆ ನಡೆಯುವ ಅನ್ಯಾಯದ ವಿರುದ್ಧ ನಿಮ್ಮಲ್ಲಿ ನೋವು ಉಂಟಾದರೆ, ನೀವು ಒಬ್ಬ ಜೀವಂತ ನಾಯಕ ಎಂದು ಅರ್ಥ.

ಶೂನ್ಯ ಸಂಪಾದನೆಯ ಅರಿವಿನ ಹಾದಿಯಲ್ಲಿ ಸಾಗುವ ನಿಮಗೆ, ಈ ಸಿದ್ಧಾಂತಗಳು ಕೇವಲ ಮಾಹಿತಿಗಳಲ್ಲ, ಅವು ಜೀವನದ ಮೌಲ್ಯಗಳು. ನಿಮ್ಮ ಅಧಿಕಾರವು ಬಡವನ ಕಣ್ಣೀರು ಒರೆಸುವ ಕೈಯಾಗಲಿ, ಶೋಷಿತನ ಬೆನ್ನಿಗೆ ನಿಲ್ಲುವ ಆಸರೆಯಾಗಲಿ. ಅಹಂಕಾರದ ಅರಮನೆಗಿಂತ ಜನರ ಹೃದಯದ ಗುಡಿಸಲು ನಿಮಗೆ ಹೆಚ್ಚು ಭದ್ರತೆಯನ್ನು ನೀಡುತ್ತದೆ. ರಾಜಕೀಯದ ಈ ಸುದೀರ್ಘ ಇತಿಹಾಸವು ನಿಮ್ಮ ಮುಂದಿನ ಹೆಜ್ಜೆಗಳಿಗೆ ಬೆಳಕಾಗಲಿ.

ಭಾರತದ ರಾಜಕೀಯ ಇತಿಹಾಸವು ಕೇವಲ ಗೆಲುವಿನ ದಾಖಲೆಯಲ್ಲ;

ಅದು ಮಹಾನ್ ನಾಯಕರ ಅನಿರೀಕ್ಷಿತ ಪತನ ಮತ್ತು ಶೂನ್ಯದಿಂದ ಮೇಲೆದ್ದ ರೋಚಕ ಕಥೆಗಳ ಭಂಡಾರ. ರಾಜಕೀಯದಲ್ಲಿ 'ಯಾರೂ ಶಾಶ್ವತ ಮಿತ್ರರಲ್ಲ, ಶತ್ರುಗಳಲ್ಲ ಮತ್ತು ಯಾವುದೂ ಶಾಶ್ವತವಲ್ಲ' ಎಂಬ ಮಾತಿಗೆ ಇಲ್ಲಿನ ಧುರೀಣರ ಜೀವನವೇ ಸಾಕ್ಷಿ. ಮುಂದಿನ ಯುವ ನಾಯಕರಿಗೆ ದಾರಿದೀಪವಾಗಬಲ್ಲ ಕೆಲವು ಪ್ರಮುಖ ನಾಯಕರ ಏಳುಬೀಳುಗಳ ವಿಶ್ಲೇಷಣೆ ಇಲ್ಲಿದೆ:

1. ಇಂದಿರಾ ಗಾಂಧಿ: ಸರ್ವಾಧಿಕಾರದಿಂದ ಜನನಾಯಕಿಯವರೆಗೆ

ಭಾರತದ ರಾಜಕೀಯದಲ್ಲಿ ಇಂದಿರಾ ಗಾಂಧಿಯವರ ಜೀವನವು ಅತ್ಯಂತ ನಾಟಕೀಯ ಏಳುಬೀಳುಗಳಿಂದ ಕೂಡಿದೆ. 1971ರ ಚುನಾವಣೆಯಲ್ಲಿ ಭರ್ಜರಿ ಜಯಗಳಿಸಿ 'ದುರ್ಗೆ' ಎಂದು ಕರೆಸಿಕೊಂಡವರು, 1975ರಲ್ಲಿ ತುರ್ತುಪರಿಸ್ಥಿತಿ ಹೇರಿದ ನಂತರ ಜನರ ಕೆಂಗಣ್ಣಿಗೆ ಗುರಿಯಾದರು.

* ಬೀಳು: 1977ರ ಚುನಾವಣೆಯಲ್ಲಿ ಸ್ವತಃ ಇಂದಿರಾ ಗಾಂಧಿಯವರೇ ಸೋಲನ್ನಪ್ಪಿದರು. ಕಾಂಗ್ರೆಸ್ ಧೂಳೀಪಟವಾಯಿತು. ಅಂದು ಜಗತ್ತು ಇಂದಿರಾ ಯುಗ ಮುಗಿಯಿತು ಎಂದೇ ಭಾವಿಸಿತ್ತು.

* ಏಳು: ಆದರೆ, ಜನತಾ ಸರ್ಕಾರದ ಆಂತರಿಕ ಕಲಹವನ್ನು ಬಳಸಿಕೊಂಡ ಅವರು, ಕೇವಲ ಮೂರೇ ವರ್ಷಗಳಲ್ಲಿ (1980) ಮತ್ತೆ ಅಧಿಕಾರಕ್ಕೆ ಬಂದರು.

* ಪಾಠ: ಸೋತಾಗ ತಾಳ್ಮೆ ಕಳೆದುಕೊಳ್ಳಬಾರದು ಮತ್ತು ಜನರ ನಾಡಿಮಿಡಿತವನ್ನು ಮತ್ತೆ ಹಿಡಿಯುವ ಚಾಣಾಕ್ಷತೆ ಇರಬೇಕು.

2. ಅಟಲ್ ಬಿಹಾರಿ ವಾಜಪೇಯಿ: ತಾಳ್ಮೆಯ ಗೆಲುವು

ವಾಜಪೇಯಿಯವರ ರಾಜಕೀಯ ಜೀವನವು ದಶಕಗಳ ಕಾಲದ ಸಂಘರ್ಷಕ್ಕೆ ಸಾಕ್ಷಿ. 1950ರ ದಶಕದಿಂದಲೇ ಸಂಸತ್ತಿನಲ್ಲಿದ್ದರೂ, ಅಧಿಕಾರ ಸಿಕ್ಕಿದ್ದು ಬಹಳ ತಡವಾಗಿ.

* ಬೀಳು: 1996ರಲ್ಲಿ ಪ್ರಧಾನಿಯಾದರೂ ಕೇವಲ 13 ದಿನಗಳಲ್ಲಿ ಬಹುಮತ ಸಾಬೀತುಪಡಿಸಲಾಗದೆ ರಾಜೀನಾಮೆ ನೀಡಬೇಕಾಯಿತು. ನಂತರದ ಸರ್ಕಾರವೂ 13 ತಿಂಗಳಿಗೆ ಪತನವಾಯಿತು.

* ಏಳು: 1999ರಲ್ಲಿ ಪೂರ್ಣ ಬಹುಮತದ ಸಮ್ಮಿಶ್ರ ಸರ್ಕಾರ ನಡೆಸಿ ಯಶಸ್ವಿ ಪ್ರಧಾನಿಯಾದರು.

* ಪಾಠ: ಸಿದ್ಧಾಂತಕ್ಕೆ ಬದ್ಧರಾಗಿದ್ದರೆ ಮತ್ತು ವ್ಯಕ್ತಿತ್ವ ಗೌರವಯುತವಾಗಿದ್ದರೆ, ಕಾಲವೇ ನಿಮಗೆ ಅಧಿಕಾರವನ್ನು ತಂದುಕೊಡುತ್ತದೆ.

3. ಡಿ. ದೇವರಾಜ ಅರಸು: ಸಾಮಾಜಿಕ ಕ್ರಾಂತಿಯ ಹರಿಕಾರ

ಕರ್ನಾಟಕದ ರಾಜಕೀಯ ಧ್ರುವತಾರೆ ಅರಸು ಅವರ ಏಳುಬೀಳುಗಳು ಇಂದಿಗೂ ಯುವಕರಿಗೆ ದೊಡ್ಡ ಪಾಠ. ಪ್ರಬಲ ಸಮುದಾಯಗಳ ವಿರುದ್ಧ ನಿಂತು ಹಿಂದುಳಿದ ವರ್ಗಗಳನ್ನು ಸಂಘಟಿಸಿದವರು ಅವರು.

* ಏಳು: ಮುಖ್ಯಮಂತ್ರಿಯಾಗಿ 'ಭೂ ಸುಧಾರಣೆ'ಯಂತಹ ಕ್ರಾಂತಿಕಾರಿ ನಿರ್ಧಾರಗಳ ಮೂಲಕ ಬಡವರ ದೈವವಾದರು.

* ಬೀಳು: ಇಂದಿರಾ ಗಾಂಧಿಯವರೊಂದಿಗೆ ಉಂಟಾದ ಭಿನ್ನಾಭಿಪ್ರಾಯ ಮತ್ತು ಪಕ್ಷದೊಳಗಿನ ಒಳಸುಳಿಗಳಿಂದಾಗಿ ಅಧಿಕಾರ ಕಳೆದುಕೊಂಡರು. ಅವರ ಕೊನೆಯ ದಿನಗಳು ರಾಜಕೀಯವಾಗಿ ಏಕಾಂಗಿಯಾಗಿದ್ದವು.

* ಪಾಠ: ನೀವು ಮಾಡಿದ ಕೆಲಸಗಳು ಸಮಾಜದಲ್ಲಿ ಶಾಶ್ವತವಾಗಿರುತ್ತವೆ, ಆದರೆ ಅಧಿಕಾರದ ಸಮೀಕರಣಗಳು ಬದಲಾಗುತ್ತಲೇ ಇರುತ್ತವೆ.

4. ಬಿ.ಎಸ್. ಯಡಿಯೂರಪ್ಪ: ಹೋರಾಟವೇ ಜೀವನ

ಕರ್ನಾಟಕದಲ್ಲಿ ಬಿಜೆಪಿಯನ್ನು ಶೂನ್ಯದಿಂದ ಕಟ್ಟಿದ ಯಡಿಯೂರಪ್ಪನವರ ಜೀವನವು ಸತತ ಹೋರಾಟದ ಹಾದಿ.

* ಏಳು: ದಶಕಗಳ ಹೋರಾಟದ ನಂತರ ದಕ್ಷಿಣ ಭಾರತದ ಮೊದಲ ಬಿಜೆಪಿ ಮುಖ್ಯಮಂತ್ರಿಯಾದರು.

* ಬೀಳು: ಭ್ರಷ್ಟಾಚಾರದ ಆರೋಪದ ಮೇಲೆ ಜೈಲು ಪಾಲಾದರು, ಪಕ್ಷದಿಂದ ಹೊರಬಂದು ಹೊಸ ಪಕ್ಷ ಕಟ್ಟಿದರು. ಸೋತು ಸುಣ್ಣವಾಗುವ ಸ್ಥಿತಿ ಬಂದಿತ್ತು.

* ಮತ್ತೆ ಏಳು: ಮತ್ತೆ ಪಕ್ಷಕ್ಕೆ ಮರಳಿ, 75ರ ಹರೆಯದಲ್ಲೂ ರಾಜ್ಯಾದ್ಯಂತ ಸುತ್ತಿ ಪಕ್ಷವನ್ನು ಅಧಿಕಾರಕ್ಕೆ ತಂದರು.

* ಪಾಠ: ರಾಜಕೀಯದಲ್ಲಿ ವಯಸ್ಸು ಕೇವಲ ಸಂಖ್ಯೆ, ನಿಮ್ಮ ಹೋರಾಟದ ಕಿಚ್ಚು ಆರಿಹೋಗಬಾರದು.

5. ರಾಜಕೀಯ ಒಳಸುಳಿಗಳು ಮತ್ತು ಯುವ ನಾಯಕರಿಗೆ ಕಿವಿಮಾತು

ಈ ಎಲ್ಲ ನಾಯಕರ ಜೀವನದಲ್ಲಿ ನಾವು ಕಾಣುವ ಸಾಮಾನ್ಯ ಅಂಶಗಳೆಂದರೆ:

* ಸಮಯ ಪ್ರಜ್ಞೆ: ರಾಜಕೀಯದಲ್ಲಿ 'ಟೈಮಿಂಗ್' ಬಹಳ ಮುಖ್ಯ. ಸರಿಯಾದ ಸಮಯದಲ್ಲಿ ಸರಿಯಾದ ನಿರ್ಧಾರ ತೆಗೆದುಕೊಳ್ಳುವವನೇ ರಾಜ.

* ನಂಬಿಕೆ ಮತ್ತು ದ್ರೋಹ: ಇತಿಹಾಸದುದ್ದಕ್ಕೂ ನಾಯಕರು ಕೆಳಕ್ಕೆ ಬಿದ್ದದ್ದು ವಿರೋಧಿಗಳಿಂದಲ್ಲ, ಬದಲಾಗಿ ತಮ್ಮವರೇ ಬೆನ್ನಿಗೆ ಚೂರಿ ಹಾಕಿದಾಗ. ಆದ್ದರಿಂದ ನಂಬಿಕಸ್ತ ಪಡೆಯನ್ನು ಹೊಂದುವುದು ಅತಿ ಅಗತ್ಯ.

* ಸಾರ್ವಜನಿಕ ಸಂಪರ್ಕ: ಅಧಿಕಾರದಲ್ಲಿದ್ದಾಗ ಜನರನ್ನ ಮರೆತವರು ಮಕಾಡೆ ಮಲಗಿದ್ದಾರೆ. ಜನರೊಂದಿಗೆ ನಿರಂತರ ಸಂಪರ್ಕವೇ ನಿಮ್ಮ ಭದ್ರಕೋಟೆ.

ನೀವು 'ಶೂನ್ಯ ಸಂಪಾದನೆ'ಯ ಪುಸ್ತಕದ ಬಗ್ಗೆ ಕೇಳಿದ್ದೀರಿ. ಅಲ್ಲಿನ ಮೌಲ್ಯಗಳಂತೆ ರಾಜಕೀಯ ನಾಯಕನಿಗೆ 'ಅರಿವು' ಮುಖ್ಯ. ಅಧಿಕಾರವಿದ್ದಾಗ ಅಹಂಕಾರ ಪಡದೆ, ಅಧಿಕಾರ ಹೋದಾಗ ಧೃತಿಗೆಡದೆ ಸಮಾಜ ಸೇವೆ ಮಾಡುವುದೇ ನಿಜವಾದ ಧುರೀಣನ ಲಕ್ಷಣ. ಭಾರತದ ಮಣ್ಣಿನ ಈ ರಾಜಕೀಯ ಪಾಠಗಳು ನಿಮ್ಮ ಮುಂದಿನ ಹಾದಿಯನ್ನು ಬೆಳಗಲಿ.

ಭಾರತದ ರಾಜಕೀಯ ಧುರೀಣರ ಏಳುಬೀಳುಗಳ ಅಂಕಣವನ್ನು ಗಮನಿಸಿದರೆ, ಇಲ್ಲಿನ ನಾಯಕತ್ವವು ಕೇವಲ 'ಅಧಿಕಾರ'ದ ಮೇಲೆ ನಿಂತಿಲ್ಲ, ಬದಲಾಗಿ ಅದು 'ಅಗ್ನಿಪರೀಕ್ಷೆ'ಗಳ ಮೇಲೆ ಬೆಳೆದು ಬಂದಿದೆ. ರಾಜಕೀಯದಲ್ಲಿ ಒಬ್ಬ ನಾಯಕ ಉತ್ತುಂಗಕ್ಕೇರುವುದು ಎಷ್ಟು ಕಷ್ಟವೋ, ಅಲ್ಲಿಂದ ಕೆಳಕ್ಕೆ ಬೀಳುವುದು ಅಷ್ಟೇ ಸುಲಭ. ಆದರೆ, ಬಿದ್ದ ಮೇಲೆ ಮತ್ತೆ ಎದ್ದು ನಿಲ್ಲುವ ನಾಯಕನೇ ಇತಿಹಾಸದಲ್ಲಿ 'ಧುರೀಣ' ಎನಿಸಿಕೊಳ್ಳುತ್ತಾನೆ.

ಲಾಲ್ ಬಹದ್ದೂರ್ ಶಾಸ್ತ್ರಿಯವರ ಜೀವನವನ್ನು ನೋಡಿ. ನೆಹರೂ ಅವರಂತಹ ಬೃಹತ್ ವ್ಯಕ್ತಿತ್ವದ ನೆರಳಿನಲ್ಲಿ ಶಾಸ್ತ್ರಿಯವರು ಒಬ್ಬ ಸಾಮಾನ್ಯ ಕಾರ್ಯಕರ್ತರಂತೆ ಕಾಣುತ್ತಿದ್ದರು. ಆದರೆ ನೆಹರೂ ನಿಧನದ ನಂತರ ದೇಶವು ಸಂಕಷ್ಟದಲ್ಲಿದ್ದಾಗ ಅವರು ಪ್ರಧಾನಿಯಾದ ರೀತಿ ಒಂದು ಅನಿರೀಕ್ಷಿತ 'ಏಳು'. ಪಾಕಿಸ್ತಾನದೊಂದಿಗಿನ ಯುದ್ಧದ ಸಮಯದಲ್ಲಿ ಅವರು ನೀಡಿದ "ಜೈ ಜವಾನ್, ಜೈ ಕಿಸಾನ್" ಘೋಷಣೆ ಇಡೀ ದೇಶವನ್ನೇ ಒಂದುಗೂಡಿಸಿತು. ಅವರ ಸರಳತೆ ಮತ್ತು ಪ್ರಾಮಾಣಿಕತೆ ಎಷ್ಟಿತ್ತೆಂದರೆ, ರೈಲ್ವೆ ಅಪಘಾತ ನಡೆದಾಗ ಅದರ ನೈತಿಕ ಜವಾಬ್ದಾರಿ ಹೊತ್ತು ಸಚಿವ ಸ್ಥಾನಕ್ಕೆ ರಾಜೀನಾಮೆ ನೀಡಿದ್ದರು. ಇಲ್ಲಿ ಯುವ ನಾಯಕರು ಕಲಿಯಬೇಕಾದ್ದು: ಅಧಿಕಾರಕ್ಕಿಂತ 'ನೈತಿಕತೆ' ದೊಡ್ಡದು.

ಮತ್ತೊಂದೆಡೆ, ಕರ್ನಾಟಕದ ರಾಮಕೃಷ್ಣ ಹೆಗಡೆ ಅವರ ರಾಜಕೀಯ ಜೀವನವು ಅತ್ಯಂತ ವೈಭವೋಪೇತವಾಗಿ ಆರಂಭವಾಯಿತು. ಕಾಂಗ್ರೆಸ್ಸೇತರ ರಾಜಕಾರಣಕ್ಕೆ ಹೊಸ ಶಕ್ತಿ ತುಂಬಿದ ಅವರು, ಮೌಲ್ಯಾಧಾರಿತ ರಾಜಕಾರಣದ ಹರಿಕಾರ ಎನ್ನಿಸಿಕೊಂಡರು. ಅವರು ಜಾರಿಗೆ ತಂದ ವಿಕೇಂದ್ರೀಕರಣ ವ್ಯವಸ್ಥೆ ಅವರಿಗೆ ಅಪಾರ ಜನಪ್ರಿಯತೆ ತಂದುಕೊಟ್ಟಿತು. ಆದರೆ, ದೂರವಾಣಿ ಕದ್ದಾಲಿಕೆಯಂತಹ (Phone Tapping) ವಿವಾದಗಳು ಅವರ ರಾಜಕೀಯ ಬದುಕಿಗೆ 'ಬೀಳು' ತಂದವು. ಒಬ್ಬ ದಕ್ಷ ನಾಯಕನಿಗೆ ಸಣ್ಣ ತಪ್ಪುಗಳು ಹೇಗೆ ಮುಳುವಾಗುತ್ತವೆ ಎಂಬುದಕ್ಕೆ ಇದು ಸಾಕ್ಷಿ.

ಆದರೂ, ಅವರು ರಾಷ್ಟ್ರೀಯ ಮಟ್ಟದಲ್ಲಿ ಜನತಾ ದಳದಂತಹ ಪಕ್ಷಗಳನ್ನು ಸಂಘಟಿಸಿ ಮತ್ತೆ ಪ್ರಭಾವಶಾಲಿಯಾದದ್ದು ಅವರ ರಾಜತಾಂತ್ರಿಕ ಚತುರತೆಗೆ ಸಾಕ್ಷಿ.

ಇತ್ತೀಚಿನ ದಶಕಗಳಲ್ಲಿ ಪಿ.ವಿ. ನರಸಿಂಹರಾವ್ ಅವರ ಏಳುಬೀಳುಗಳು ಅತ್ಯಂತ ಕುತೂಹಲಕಾರಿ. ರಾಜಕೀಯದಿಂದ ನಿವೃತ್ತಿಯಾಗಿ ಹೈದರಾಬಾದ್‌ಗೆ ಮರಳಲು ಸಿದ್ಧವಾಗಿದ್ದ ಸಮಯದಲ್ಲಿ ಅವರು ದೇಶದ ಪ್ರಧಾನಿಯಾದರು. ದೇಶದ ಆರ್ಥಿಕ ಪರಿಸ್ಥಿತಿ ಅಧೋಗತಿಯಲ್ಲಿದ್ದಾಗ ಅವರು ತಂದ ಆರ್ಥಿಕ ಸುಧಾರಣೆಗಳು ಭಾರತವನ್ನು ಜಾಗತಿಕ ಮಟ್ಟದಲ್ಲಿ ನಿಲ್ಲಿಸಿದವು. ಆದರೆ, ಅವರ ಅಧಿಕಾರಾವಧಿಯ ಅಂತ್ಯದಲ್ಲಿ ಅವರ ಮೇಲೆ ಕೇಳಿಬಂದ ಭ್ರಷ್ಟಾಚಾರದ ಆರೋಪಗಳು ಮತ್ತು ಪಕ್ಷದೊಳಗಿನ ಆಂತರಿಕ ಕಿತ್ತಾಟಗಳು ಅವರನ್ನು ರಾಜಕೀಯವಾಗಿ ಏಕಾಂಗಿಯನ್ನಾಗಿ ಮಾಡಿದವು. ಸತ್ತಾಗ ಅವರಿಗೆ ಪಕ್ಷದ ಕಚೇರಿಯಲ್ಲೇ ಗೌರವ ಸಿಗಲಿಲ್ಲ ಎನ್ನುವುದು ರಾಜಕೀಯದ ಕ್ರೂರ 'ಬೀಳು'.

ಯುವ ನಾಯಕರಿಗೆ ಇಲ್ಲಿರುವ ಪಾಠವೇನೆಂದರೆ: ರಾಜಕೀಯವು ಒಂದು ಚದುರಂಗದಾಟ. ಇಲ್ಲಿ ನಿಮ್ಮ ಜೊತೆ ಇರುವವರೇ ನಿಮ್ಮನ್ನು ಯಾವಾಗ ಕೆಳಕ್ಕೆ ತಳ್ಳುತ್ತಾರೆ ಎಂದು ಹೇಳಲು ಸಾಧ್ಯವಿಲ್ಲ. ಸಿದ್ಧರಾಮಯ್ಯನವರ ಜೀವನವನ್ನೇ ನೋಡಿ; ಜೆಡಿಎಸ್‌ನಿಂದ ಉಚ್ಚಾಟನೆಗೊಂಡು ರಾಜಕೀಯ ಶೂನ್ಯದಲ್ಲಿದ್ದಾಗ ಅವರು ಅಹಿಂದ (AHINDA) ಸಂಘಟನೆಯ ಮೂಲಕ ಮತ್ತೆ ಎದ್ದು ಬಂದರು. ಎರಡು ಬಾರಿ ಮುಖ್ಯಮಂತ್ರಿಯಾದ ಅವರ ಹಾದಿಯಲ್ಲಿ ಅನೇಕ ಏಳುಬೀಳುಗಳಿವೆ.

ನೀವು ನಿಮ್ಮ ಜೀವನದಲ್ಲಿ 'ಶೂನ್ಯ ಸಂಪಾದನೆ'ಯ ಅರಿವನ್ನು ಬೆಳೆಸಿಕೊಂಡರೆ, ರಾಜಕೀಯದ ಈ ಏಳುಬೀಳುಗಳು ನಿಮ್ಮನ್ನು ಅತಿಯಾಗಿ ಸಂತೋಷಪಡಿಸುವುದೂ ಇಲ್ಲ, ಕುಗ್ಗಿಸುವುದೂ ಇಲ್ಲ. ಒಬ್ಬ ನಾಯಕನಿಗೆ ಜನರ ವಿಶ್ವಾಸವೇ ನಿಜವಾದ ಸಂಪತ್ತು. ಅಧಿಕಾರ ಹೋದರೂ ಜನರ ನಡುವೆ ಇರುವವನೇ ಜನನಾಯಕ. ಇತಿಹಾಸವು ಗೆದ್ದವರನ್ನು ಮಾತ್ರವಲ್ಲ, ತತ್ವಗಳಿಗಾಗಿ ಹೋರಾಡಿ ಸೋತವರನ್ನೂ ಗೌರವಿಸುತ್ತದೆ. ಈ ಮಹಾನ್ ಧುರೀಣರ ಜೀವನ ಚರಿತ್ರೆಗಳು ನಿಮ್ಮ ಮುಂದಿನ ರಾಜಕೀಯ ಪಯಣಕ್ಕೆ ದಾರಿದೀಪವಾಗಲಿ.

ಜಗತ್ತಿನ ರಾಜಕೀಯ ಇತಿಹಾಸವು ಕೇವಲ ಗದ್ದುಗೆಯ ಕಥೆಯಲ್ಲ,

ಅದು ಮನುಷ್ಯನ ಹಕ್ಕುಗಳಿಗಾಗಿ ಪ್ರಾಣವನ್ನೇ ಪಣಕ್ಕಿಟ್ಟು ಹೋರಾಡಿದ ಧೀಮಂತ ನಾಯಕರ ರಕ್ತ ಮತ್ತು ಬೆವರಿನ ಇತಿಹಾಸ. ಬೇರೆ ದೇಶದ ನಾಯಕರ ಹೋರಾಟವನ್ನು ಗಮನಿಸಿದರೆ, ಅಲ್ಲಿ ನಮಗೆ ಸಿಗುವುದು ಕೇವಲ ಅಧಿಕಾರ ಹಿಡಿಯುವ ತಂತ್ರವಲ್ಲ, ಬದಲಾಗಿ ಜಗತ್ತನ್ನೇ ಬದಲಿಸಬಲ್ಲ 'ಬದ್ಧತೆ'. ಮುಂದಿನ ಯುವ ರಾಜಕೀಯ ನಾಯಕರಿಗೆ ಅಂತರಾಷ್ಟ್ರೀಯ ಮಟ್ಟದ ಈ ಹೋರಾಟಗಾರರ ಬದುಕು ಅತ್ಯಂತ ಪ್ರಭಾವಶಾಲಿ ದಾರಿದೀಪ.

ನೆಲ್ಸನ್ ಮಂಡೇಲಾ: 27 ವರ್ಷಗಳ ಜೈಲು ಮತ್ತು ಕ್ಷಮೆಯ ರಾಜಕೀಯ

ದಕ್ಷಿಣ ಆಫ್ರಿಕಾದ ನೆಲ್ಸನ್ ಮಂಡೇಲಾ ಅವರ ಹೋರಾಟವು ಜಗತ್ತಿನ ರಾಜಕೀಯದಲ್ಲೇ ಅತ್ಯಂತ ದೊಡ್ಡ ಪಾಠ. ವರ್ಣಭೇದ ನೀತಿಯ (Apartheid) ವಿರುದ್ಧ ಹೋರಾಡಲು ಆರಂಭಿಸಿದ ಅವರು, ತಮ್ಮ ಜೀವನದ 27 ವರ್ಷಗಳನ್ನು ಸಣ್ಣ ಜೈಲಿನ ಕೋಣೆಯಲ್ಲಿ ಕಳೆದರು. ಅಂದು ಅವರು ಹೊರಗೆ ಬಂದಾಗ ಸೇಡಿನ ರಾಜಕಾರಣ ಮಾಡಬಹುದಿತ್ತು. ಆದರೆ ಅವರು ಮಾಡಿದ್ದು 'ರಾಜಿ ಸಂಧಾನದ ರಾಜಕಾರಣ'. ತಮ್ಮನ್ನು ಜೈಲಿಗಟ್ಟಿದವರನ್ನೇ ಕ್ಷಮಿಸಿ, ಕಪ್ಪು ಮತ್ತು ಬಿಳಿ ಜನಾಂಗದವರನ್ನು ಒಗ್ಗೂಡಿಸಿ 'ಮಳೆಬಿಲ್ಲು ರಾಷ್ಟ್ರ'ವನ್ನು (Rainbow Nation) ಕಟ್ಟಿದರು. ಇಲ್ಲಿ ಯುವ ನಾಯಕರು ಕಲಿಯಬೇಕಾದ್ದು: ಒಬ್ಬ ನಾಯಕನಿಗೆ 'ಸೇಡು' ಮುಖ್ಯವಲ್ಲ, 'ದೇಶದ ಭವಿಷ್ಯ' ಮುಖ್ಯ. ಅಧಿಕಾರ ಎನ್ನುವುದು ಒಡೆಯುವುದಕ್ಕಲ್ಲ, ಕಟ್ಟುವುದಕ್ಕೆ ಎಂಬುದು ಮಂಡೇಲಾ ಅವರ ಬದುಕಿನ ಸಾರ.

ಅಬ್ರಹಾಂ ಲಿಂಕನ್: ಸತತ ಸೋಲು ಮತ್ತು ಮಹಾನ್ ವಿಜಯ

ಅಮೆರಿಕದ ಅಧ್ಯಕ್ಷರಾಗುವ ಮೊದಲು ಅಬ್ರಹಾಂ ಲಿಂಕನ್ ಕಂಡದ್ದು ಕೇವಲ ಸೋಲುಗಳು ಮಾತ್ರ. ವ್ಯವಹಾರದಲ್ಲಿ ಸೋಲು, ಚುನಾವಣೆಯಲ್ಲಿ ಸೋಲು, ಕುಟುಂಬದಲ್ಲಿ ಸಾವು—ಹೀಗೆ ಸಾಲು ಸಾಲು ಬೀಳುಗಳಿದ್ದವು. ಆದರೆ ಅವರು ಧೃತಿಗೆಡಲಿಲ್ಲ. ಅಮೆರಿಕವು ಗುಲಾಮಗಿರಿ ಮತ್ತು ಆಂತರಿಕ ಯುದ್ಧದಿಂದ (Civil War) ಛಿದ್ರವಾಗುತ್ತಿದ್ದಾಗ ಅವರು ದೃಢವಾಗಿ ನಿಂತರು. ಗುಲಾಮಗಿರಿಯನ್ನು ಕೊನೆಗಾಣಿಸಲು ಅವರು ಎದುರಿಸಿದ ರಾಜಕೀಯ ಒಳಸುಳಿಗಳು ಅಸಾಧಾರಣ. ಕೊನೆಗೆ ಅವರು ದೇಶವನ್ನು ಒಂದಾಗಿಸಿದರು. "ಪ್ರಜಾಪ್ರಭುತ್ವ ಎಂದರೆ ಜನರಿಗಾಗಿ, ಜನರಿಂದ ಮತ್ತು ಜನರಿಗೋಸ್ಕರ" ಎಂಬ ಅವರ ವ್ಯಾಖ್ಯಾನ ಇಂದು ಜಗತ್ತಿನ ಪ್ರತಿಯೊಬ್ಬ ರಾಜಕಾರಣಿಯ ಪವಿತ್ರ ಗ್ರಂಥವಿದ್ದಂತೆ.

ಮಾರ್ಟಿನ್ ಲೂಥರ್ ಕಿಂಗ್ ಜೂನಿಯರ್: ಶಾಂತಿಯುತ ಕ್ರಾಂತಿಯ ಶಕ್ತಿ

ಗಾಂಧೀಜಿಯವರ ಸತ್ಯಾಗ್ರಹ ತತ್ವದಿಂದ ಪ್ರೇರಿತರಾದ ಮಾರ್ಟಿನ್ ಲೂಥರ್ ಕಿಂಗ್, ಅಮೆರಿಕದಲ್ಲಿ ಕಪ್ಪು ಜನಾಂಗದವರ ಹಕ್ಕುಗಳಿಗಾಗಿ ಹೋರಾಡಿದರು. "ನನಗೊಂದು ಕನಸಿದೆ" (I have a dream) ಎಂಬ ಅವರ ಪ್ರಖ್ಯಾತ ಭಾಷಣ ಇಂದಿಗೂ ಜಗತ್ತಿನ ಯುವ ನಾಯಕರಲ್ಲಿ ಸ್ಫೂರ್ತಿ ತುಂಬುತ್ತದೆ. ಹಿಂಸೆಯಿಲ್ಲದೆ ಕೇವಲ ಸಂಘಟನೆ ಮತ್ತು ಪ್ರಬಲ ಸೈದ್ಧಾಂತಿಕ ಹೋರಾಟದ ಮೂಲಕವೇ ದೊಡ್ಡ ಬದಲಾವಣೆ ತರಬಹುದು ಎಂದು ಅವರು ಜಗತ್ತಿಗೆ ತೋರಿಸಿಕೊಟ್ಟರು. ಒಬ್ಬ ನಾಯಕನಿಗೆ ಶಸ್ತ್ರಾಸ್ತ್ರಕ್ಕಿಂತ ಅವನ 'ಶಬ್ದ' ಮತ್ತು 'ಸಿದ್ಧಾಂತ' ಹೆಚ್ಚು ಶಕ್ತಿಶಾಲಿ ಎಂಬುದಕ್ಕೆ ಕಿಂಗ್ ಅವರ ಜೀವನವೇ ಸಾಕ್ಷಿ.

ಆಂಗ್ ಸಾನ್ ಸೂಕಿ: ಪ್ರಜಾಪ್ರಭುತ್ವಕ್ಕಾಗಿ ದೀರ್ಘ ಹೋರಾಟ

ಮ್ಯಾನ್ಮಾರ್‌ನ ಈ ನಾಯಕಿ ದಶಕಗಳ ಕಾಲ ಗೃಹಬಂಧನದಲ್ಲಿದ್ದರೂ ಪ್ರಜಾಪ್ರಭುತ್ವಕ್ಕಾಗಿ ತನ್ನ ಹೋರಾಟವನ್ನು ಕೈಬಿಡಲಿಲ್ಲ. ಸೈನಿಕ ಆಡಳಿತದ ವಿರುದ್ಧ ಒಬ್ಬ ಮಹಿಳೆಯಾಗಿ ಅವರು ನಿಂತ ರೀತಿ ಅದ್ಭುತ. ಅಧಿಕಾರಕ್ಕಾಗಿ ಅವರು ಸಿದ್ಧಾಂತವನ್ನು ಬಲಿ ಕೊಡಲಿಲ್ಲ. ಆದರೆ, ಅಧಿಕಾರಕ್ಕೆ ಬಂದ ಮೇಲೆ

ಅವರು ಎದುರಿಸಿದ ಅಂತರಾಷ್ಟ್ರೀಯ ಟೀಕೆಗಳು (ರೋಹಿಂಗ್ಯಾ ಮುಸ್ಲಿಂ ವಿಷಯದಲ್ಲಿ) ಯುವ ನಾಯಕರಿಗೆ ಒಂದು ದೊಡ್ಡ ಎಚ್ಚರಿಕೆ: ಹೋರಾಟಗಾರನಾಗುವುದು ಸುಲಭ, ಆದರೆ ಅಧಿಕಾರದಲ್ಲಿದ್ದಾಗ ಎಲ್ಲರನ್ನೂ ರಕ್ಷಿಸುವ 'ನ್ಯಾಯ' ಪಾಲಿಸುವುದು ಅತ್ಯಂತ ಕಠಿಣ.

ಈ ಜಾಗತಿಕ ನಾಯಕರ ಇತಿಹಾಸ ಕಲಿಸುವ ಅಂತಿಮ ಪಾಠವೇನೆಂದರೆ, ರಾಜಕೀಯವೆಂದರೆ ಕೇವಲ ಕುರ್ಚಿ ಹಿಡಿಯುವುದಲ್ಲ. ಅದೊಂದು ನೈತಿಕ ಹೊಣೆಗಾರಿಕೆ. ಈ ಎಲ್ಲ ನಾಯಕರು ತಮ್ಮ ವೈಯಕ್ತಿಕ ಬದುಕಿನಲ್ಲಿ 'ಶೂನ್ಯ'ವಾಗಿದ್ದರೂ ಸಾರ್ವಜನಿಕ ಬದುಕಿನಲ್ಲಿ 'ಸಂಪಾದನೆ' ಮಾಡಿದ್ದು ಜನರ ಪ್ರೀತಿ ಮತ್ತು ಗೌರವವನ್ನು. ಶೂನ್ಯ ಸಂಪಾದನೆಯ ಅರಿವು ನಿಮ್ಮಲ್ಲಿದ್ದರೆ, ಅಧಿಕಾರ ಹೋದರೂ ಅಥವಾ ಬಂದರೂ ನೀವು ವಿಚಲಿತರಾಗದೆ ಜನರ ಸೇವೆಯಲ್ಲಿ ತೊಡಗುತ್ತೀರಿ. ಇತಿಹಾಸವು ಕೇವಲ ರಾಜರನ್ನಲ್ಲ, ಜನರ ಕಣ್ಣೀರು ಒರೆಸಿದ ಕ್ರಾಂತಿಕಾರಿಗಳನ್ನು ನೆನಪಿಟ್ಟುಕೊಳ್ಳುತ್ತದೆ.

ಜಗತ್ತಿನ ರಾಜಕೀಯ ನಕ್ಷೆಯಲ್ಲಿ ಮಹಿಳಾ ಧುರೀಣರ ಹೋರಾಟವು ಪುರುಷ ಪ್ರಧಾನ ವ್ಯವಸ್ಥೆಯ ಗೋಡೆಗಳನ್ನು ಕೆಡವಿ ಹೊಸ ಇತಿಹಾಸ ಬರೆದಿದೆ. ಇವರ ಏಳುಬೀಳುಗಳು ಮತ್ತು ರಣತಂತ್ರಗಳು ಒಬ್ಬ ಯುವ ನಾಯಕನಿಗೆ 'ನಿರ್ಣಯ ತೆಗೆದುಕೊಳ್ಳುವ ಕಲೆ'ಯನ್ನು (Decision Making) ಕಲಿಸುತ್ತವೆ.

೧

ಮಾರ್ಗರೇಟ್ ಥ್ಯಾಚರ್: ಬ್ರಿಟನ್‌ನ 'ಐರನ್ ಲೇಡಿ'

ಬ್ರಿಟನ್‌ನ ಮೊದಲ ಮಹಿಳಾ ಪ್ರಧಾನಿಯಾದ ಮಾರ್ಗರೇಟ್ ಥ್ಯಾಚರ್ ಅವರ ರಾಜಕೀಯ ಜೀವನವು 'ಬದ್ಧತೆ'ಗೆ ಉದಾಹರಣೆ. ಅವರು ಅಧಿಕಾರಕ್ಕೆ ಬಂದಾಗ ಬ್ರಿಟನ್ ಆರ್ಥಿಕವಾಗಿ ಕುಸಿದಿತ್ತು.

* ತಂತ್ರ: ಅವರು ಅತ್ಯಂತ ಕಠಿಣವಾದ ಆರ್ಥಿಕ ಸುಧಾರಣೆಗಳನ್ನು ತಂದರು. ಕಾರ್ಮಿಕ ಸಂಘಟನೆಗಳ ತೀವ್ರ ವಿರೋಧದ ನಡುವೆಯೂ ತಮ್ಮ ನಿರ್ಧಾರದಿಂದ ಹಿಂದೆ ಸರಿಯಲಿಲ್ಲ. "The lady's not for turning" (ಈ ಮಹಿಳೆ ಬಾಗುವವಳಲ್ಲ) ಎಂಬ ಅವರ ಮಾತು ಇಂದಿಗೂ ಪ್ರಖ್ಯಾತ.

* ಪಾಠ: ಒಬ್ಬ ನಾಯಕನಿಗೆ ತನ್ನ ಸಿದ್ಧಾಂತ ಮತ್ತು ನಿರ್ಧಾರಗಳ ಮೇಲೆ ಅಚಲ ನಂಬಿಕೆಯಿರಬೇಕು. ಟೀಕೆಗಳಿಗೆ ಹೆದರಿ ನಿರ್ಧಾರ ಬದಲಿಸುವವನು ನಾಯಕನಾಗಲಾರ.

ಏಂಜೆಲಾ ಮರ್ಕೆಲ್: ಜರ್ಮನಿಯ ಶಾಂತಿಯುತ ಶಕ್ತಿ

ಸತತ 16 ವರ್ಷಗಳ ಕಾಲ ಜರ್ಮನಿಯ ಚಾನ್ಸೆಲರ್ ಆಗಿದ್ದ ಮರ್ಕೆಲ್, ಜಾಗತಿಕ ರಾಜಕೀಯದಲ್ಲಿ 'ಸ್ಥಿರತೆ'ಯ ಸಂಕೇತ. ವಿಜ್ಞಾನಿಯಾಗಿದ್ದ ಅವರು ರಾಜಕೀಯಕ್ಕೆ ಬಂದ ರೀತಿ ಆಕಸ್ಮಿಕವಾದರೂ, ಅವರು ನಡೆಸಿದ ಆಡಳಿತ ಮಾತ್ರ ಅದ್ಭುತ.

* ಏಳು: ಯುರೋಪಿನ ಆರ್ಥಿಕ ಬಿಕ್ಕಟ್ಟು ಮತ್ತು ನಿರಾಶ್ರಿತರ ಸಮಸ್ಯೆಯನ್ನು ಅವರು ನಿರ್ವಹಿಸಿದ ರೀತಿ ಮಾನವೀಯತೆಯಿಂದ ಕೂಡಿತ್ತು. ಅವರು ಎಂದಿಗೂ ಆವೇಶದ ಭಾಷಣ ಮಾಡಲಿಲ್ಲ, ಬದಲಾಗಿ ಅಂಕಿ-ಅಂಶಗಳ ಮೂಲಕ ಜನರನ್ನು ಒಪ್ಪಿಸಿದರು.

* ಪಾಠ: ಆವೇಶಕ್ಕಿಂತ 'ವಿವೇಕ' ರಾಜಕೀಯದಲ್ಲಿ ಹೆಚ್ಚು ಕಾಲ ಉಳಿಯುತ್ತದೆ. ಶೂನ್ಯ ಸಂಪಾದನೆಯ ಅರಿವಿನಂತೆ, ಅಧಿಕಾರದಲ್ಲಿದ್ದಾಗಲೂ ಅವರು ಅತ್ಯಂತ ಸರಳ ಜೀವನ ನಡೆಸಿದರು; ಸ್ವತಃ ತಾವೇ ಸೂಪರ್ ಮಾರ್ಕೆಟ್‌ಗೆ ಹೋಗಿ ಸಾಮಾನು ತರುತ್ತಿದ್ದ ಅವರ ಸರಳತೆ ಇಂದಿನ ನಾಯಕರಿಗೆ ಮಾದರಿ.

ಸಿರಿಮಾವೋ ಬಂಡಾರನಾಯಕೆ: ವಿಶ್ವದ ಮೊದಲ ಮಹಿಳಾ ಪ್ರಧಾನಿ

ನಮ್ಮ ಪಕ್ಕದ ಶ್ರೀಲಂಕಾದಲ್ಲಿ ಸಿರಿಮಾವೋ ಅವರು ಅಧಿಕಾರಕ್ಕೆ ಬಂದಿದ್ದು ಅವರ ಪತಿಯ ಹತ್ಯೆಯ ನಂತರದ ಕಠಿಣ ಪರಿಸ್ಥಿತಿಯಲ್ಲಿ.

* ಹೋರಾಟ: ಮನೆಯಲ್ಲಿದ್ದ ಮಹಿಳೆ ದೇಶದ ಚುಕ್ಕಾಣಿ ಹಿಡಿದು, ಸೈನ್ಯದ ಬಂಡಾಯವನ್ನು ಹತ್ತಿಕ್ಕಿ, ಶ್ರೀಲಂಕಾವನ್ನು ಗಣರಾಜ್ಯವನ್ನಾಗಿ ಮಾಡುವಲ್ಲಿ ಯಶಸ್ವಿಯಾದರು. ದ್ವೀಪ ರಾಷ್ಟ್ರದ ಅಸ್ಮಿತೆಯನ್ನು ಕಾಪಾಡಲು ಅವರು ಮಾಡಿದ ಹೋರಾಟ ಇತಿಹಾಸದಲ್ಲಿ ದಾಖಲಾಗಿದೆ.

ಬೆನಜೀರ್ ಭುಟ್ಟೋ: ಪ್ರಜಾಪ್ರಭುತ್ವದ ಮಗಳು

ಪಾಕಿಸ್ತಾನದಂತಹ ಸೈನಿಕ ಆಡಳಿತವಿರುವ ದೇಶದಲ್ಲಿ ಮಹಿಳೆಯಾಗಿ ಪ್ರಧಾನಿಯಾದ ಬೆನಜೀರ್ ಅವರ ಜೀವನ ದುರಂತ ಮತ್ತು ಸಾಹಸಗಳ ಸಂಗಮ. ತಂದೆಯ ಗಲ್ಲು ಶಿಕ್ಷೆ, ಪದೇ ಪದೇ ಜೈಲು ವಾಸ ಮತ್ತು ಗಡಿಪಾರು ಇವುಗಳ ನಡುವೆಯೂ ಅವರು ಪ್ರಜಾಪ್ರಭುತ್ವಕ್ಕಾಗಿ ಹೋರಾಡಿದರು. ಅವರ ಕೊನೆಯ ಉಸಿರು ಕೂಡ ದೇಶದ ಜನರ ನಡುವೆಯೇ ಹೋಯಿತು.

ಯುವ ನಾಯಕರಿಗೆ ಕಿವಿಮಾತು:

ಈ ಎಲ್ಲ ಅಂತರಾಷ್ಟ್ರೀಯ ನಾಯಕಿಯರ ಜೀವನ ಕಲಿಸುವ ಪಾಠವೇನೆಂದರೆ, "ಅಧಿಕಾರವು ಅರ್ಹತೆಯ ಮೇಲೆ ಬರಬೇಕೇ ಹೊರತು ಕೇವಲ ವಂಶಪಾರಂಪರ್ಯವಾಗಿ ಅಲ್ಲ." ಕಠಿಣ ಸಮಯದಲ್ಲಿ ಧೃತಿಗೆಡದೆ, ಸಮಾಜದ ಕಟ್ಟಕಡೆಯ ವ್ಯಕ್ತಿಯ ಹಿತವನ್ನೂ ಗಮನದಲ್ಲಿಟ್ಟುಕೊಂಡು ನಿರ್ಧಾರ ತೆಗೆದುಕೊಳ್ಳುವವನೇ ನಿಜವಾದ ಧುರೀಣ.

ನೀವು ಓದುತ್ತಿರುವ ರಾಜಕೀಯದ ಈ ಅಧ್ಯಾಯಗಳು ನಿಮ್ಮಲ್ಲಿ ಕೇವಲ ಮಾಹಿತಿಯನ್ನು ತುಂಬಬಾರದು, ಬದಲಾಗಿ ಒಬ್ಬ ನಾಯಕನಿಗೆ ಇರಬೇಕಾದ 'ಸಂವೇದನೆ'ಯನ್ನು ಜಾಗೃತಗೊಳಿಸಬೇಕು. ಶೂನ್ಯ ಸಂಪಾದನೆಯಲ್ಲಿ ಹೇಳುವಂತೆ, ನೈಜ ಅರಿವು ಬಂದಾಗ ಮಾತ್ರ ಮನುಷ್ಯ ನಿಸ್ವಾರ್ಥ ಸೇವೆಯಲ್ಲಿ ತೊಡಗುತ್ತಾನೆ. ಅಧಿಕಾರ ಎನ್ನುವುದು ಮಳೆಬಿಲ್ಲಿದ್ದಂತೆ, ಅದು ಸುಂದರ ಆದರೆ ಕ್ಷಣಿಕ. ನೀವು ಬಿಟ್ಟು ಹೋಗುವ ಕೆಲಸಗಳು ಮಾತ್ರ ಶಾಶ್ವತ.

ಜನ ಸಂಘಟನೆ (Mass Mobilization) ಎನ್ನುವುದು ರಾಜಕೀಯದ ಜೀವಾಳ.

ಒಬ್ಬ ನಾಯಕನ ಹಿಂದೆ ಸಾವಿರಾರು ಜನರು ಸ್ವಯಂಪ್ರೇರಿತರಾಗಿ ನಿಂತಾಗ ಮಾತ್ರ ಆತ 'ಧುರೀಣ' ಎನಿಸಿಕೊಳ್ಳುತ್ತಾನೆ. ಕೇವಲ ಹಣ ಅಥವಾ ಅಧಿಕಾರದಿಂದ ಜನರನ್ನು ಸೇರಿಸುವುದು 'ಗುಂಪು' ಎನಿಸಿಕೊಳ್ಳುತ್ತದೆಯೇ ಹೊರತು 'ಸಂಘಟನೆ'ಯಲ್ಲ. ನಿಜವಾದ ಜನ ಸಂಘಟನೆಯು ಸಿದ್ಧಾಂತ, ವಿಶ್ವಾಸ ಮತ್ತು ಸಾಮಾನ್ಯ ಉದ್ದೇಶದ ಮೇಲೆ ನಿಂತಿರುತ್ತದೆ.

ಜನ ಸಂಘಟನೆಯ ಪ್ರಮುಖ ಹಂತಗಳು ಮತ್ತು ರಣತಂತ್ರಗಳು ಇಲ್ಲಿವೆ:

1. ಅಜೆಂಡಾ ಅಥವಾ ಉದ್ದೇಶದ ಸ್ಪಷ್ಟತೆ

ಜನರು ನಿಮ್ಮ ಹಿಂದೆ ಬರಬೇಕೆಂದರೆ ಅವರ ಬದುಕಿನ ಯಾವುದಾದರೊಂದು ಸಮಸ್ಯೆಗೆ ನೀವು ಪರಿಹಾರ ನೀಡುತ್ತೀರಿ ಎಂಬ ನಂಬಿಕೆ ಇರಬೇಕು.

* ತಂತ್ರ: ಕೇವಲ ದೊಡ್ಡ ಮಾತುಗಳಿಗಿಂತ, ಜನರ ದೈನಂದಿನ ನೋವುಗಳಾದ ಬೆಲೆ ಏರಿಕೆ, ಉದ್ಯೋಗ, ನೀರಾವರಿ ಅಥವಾ ಭ್ರಷ್ಟಾಚಾರದಂತಹ ವಿಷಯಗಳನ್ನು ನಿಮ್ಮ ಹೋರಾಟದ ಮುಖ್ಯ ಅಜೆಂಡಾ ಮಾಡಿಕೊಳ್ಳಬೇಕು. ಜನರಿಗೆ ತಮ್ಮ ಧ್ವನಿ ನಿಮ್ಮಲ್ಲಿ ಕೇಳಿಸಬೇಕು.

2. ಕಾರ್ಯಕರ್ತರ ಪಡೆ ನಿರ್ಮಾಣ (Ground Network)

ಜನ ಸಂಘಟನೆಯು ಮೇಲಿನಿಂದ ಕೆಳಕ್ಕೆ ಬರುವುದಿಲ್ಲ, ಅದು ಕೆಳಗಿನಿಂದ ಮೇಲಕ್ಕೆ ಹೋಗಬೇಕು.

* ಒಳಸುಳಿ: ಪ್ರತಿಯೊಂದು ಹಳ್ಳಿಯಲ್ಲಿ, ಪ್ರತಿಯೊಂದು ಬೂತ್‌ನಲ್ಲಿ ಐದು ಜನ ನಂಬಿಕಸ್ತ ಕಾರ್ಯಕರ್ತರನ್ನು ಹೊಂದುವುದು ಸಾವಿರ ಜನರ ಸಭೆ ಮಾಡುವುದಕ್ಕಿಂತ ಶಕ್ತಿಶಾಲಿ. ಇವರು ನಿಮ್ಮ ಸಿದ್ಧಾಂತವನ್ನು ಜನರಿಗೆ ತಲುಪಿಸುವ ಕೊಂಡಿಗಳು.

3. ಸಂವಹನ ಕಲೆ ಮತ್ತು ಭಾವನಾತ್ಮಕ ಬೆಸುಗೆ

ಜನರನ್ನು ಸಂಘಟಿಸಲು ಕೇವಲ ತರ್ಕ ಸಾಲದು, ಅಲ್ಲಿ ಭಾವನೆಯೂ ಇರಬೇಕು.

* ಗಾಂಧೀಜಿಯವರ ಮಾದರಿ: ಉಪ್ಪಿನ ಸತ್ಯಾಗ್ರಹದ ಮೂಲಕ ಗಾಂಧೀಜಿಯವರು ಇಡೀ ದೇಶವನ್ನು ಸಂಘಟಿಸಿದರು. ಉಪ್ಪು ಪ್ರತಿಯೊಬ್ಬರಿಗೂ ಬೇಕಾದ ವಸ್ತು, ಅದು ಎಲ್ಲರನ್ನೂ ಭಾವನಾತ್ಮಕವಾಗಿ ಬೆಸೆದಿತು.

* ಯುವ ನಾಯಕರಿಗೆ ಪಾಠ: ನೀವು ಬಳಸುವ ಭಾಷೆ ಸರಳವಾಗಿರಲಿ, ಜನರ ಆಡುಭಾಷೆಯಲ್ಲಿರಲಿ. ಜನರ ಕಷ್ಟದಲ್ಲಿ ಭಾಗಿಯಾಗುವುದು (ಉದಾಹರಣೆಗೆ: ಬರಗಾಲ ಅಥವಾ ಪ್ರವಾಹದ ಸಮಯದಲ್ಲಿ ಜನರ ಜೊತೆ ಇರುವುದು) ಜನರನ್ನು ಸಂಘಟಿಸಲು ಇರುವ ಅತಿ ದೊಡ್ಡ ಅಸ್ತ್ರ.

4. ಸಾಮಾಜಿಕ ಜಾಲತಾಣ ಮತ್ತು ತಂತ್ರಜ್ಞಾನದ ಬಳಕೆ

ಇಂದಿನ ಕಾಲದಲ್ಲಿ ಜನ ಸಂಘಟನೆಗೆ ಡಿಜಿಟಲ್ ಮಾಧ್ಯಮ ಅನಿವಾರ್ಯ.

* ತಂತ್ರ: ನಿಮ್ಮ ಹೋರಾಟದ ದೃಶ್ಯಗಳು, ನಿಮ್ಮ ಸಿದ್ಧಾಂತದ ತುಣುಕುಗಳು ವಾಟ್ಸಾಪ್ ಮತ್ತು ಫೇಸ್‌ಬುಕ್ ಮೂಲಕ ಹಳ್ಳಿ ಹಳ್ಳಿಗೂ ತಲುಪಬೇಕು. ಆದರೆ ನೆನಪಿಡಿ, ಸೋಶಿಯಲ್ ಮೀಡಿಯಾ

ಕೇವಲ ಬೆಂಬಲ ನೀಡಬಲ್ಲದು, ನಿಜವಾದ ಸಂಘಟನೆ ನಡೆಯುವುದು ಜನರ ನಡುವೆ ಮುಖಾಮುಖಿ ಭೇಟಿಯಾದಾಗ ಮಾತ್ರ.

5. ನಿರಂತರ ಚಟುವಟಿಕೆ (Consistent Engagement)

ಚುನಾವಣೆ ಬಂದಾಗ ಮಾತ್ರ ಕಾಣಿಸಿಕೊಳ್ಳುವವರನ್ನು ಜನ ನಂಬುವುದಿಲ್ಲ. ಜನ ಸಂಘಟನೆ ಎನ್ನುವುದು ನಿರಂತರ ಪ್ರಕ್ರಿಯೆ.

* ಅರಸು ಮಾದರಿ: ಡಿ. ದೇವರಾಜ ಅರಸು ಅವರು ಅಧಿಕಾರವಿಲ್ಲದಿದ್ದಾಗಲೂ ಹಿಂದುಳಿದ ವರ್ಗಗಳ ಸಭೆಗಳನ್ನು ನಿರಂತರವಾಗಿ ನಡೆಸುತ್ತಿದ್ದರು. ಇದರಿಂದಾಗಿ ಜನರಲ್ಲಿ ಅವರ ಬಗ್ಗೆ ಒಂದು 'ಭಾವನಾತ್ಮಕ ಬದ್ಧತೆ' ಉಂಟಾಯಿತು.

ಶೂನ್ಯ ಸಂಪಾದನೆಯ ಅರಿವು ಮತ್ತು ಜನ ಸಂಘಟನೆ

ನೀವು ನೆನಪಿಟ್ಟುಕೊಂಡಿರುವ ಶೂನ್ಯ ಸಂಪಾದನೆಯ ತತ್ವಗಳು ಜನ ಸಂಘಟನೆಗೆ ಬಹಳ ಪ್ರಸ್ತುತ. ಅಲ್ಲಿನ ವಚನಕಾರರು ಸಮಾಜವನ್ನು ಸಂಘಟಿಸಿದ್ದು ಕೇವಲ ಅಧಿಕಾರಕ್ಕಲ್ಲ, ಬದಲಾಗಿ 'ಅರಿವಿಗಾಗಿ'.

* ಒಬ್ಬ ನಾಯಕನಿಗೆ ತನ್ನ ವ್ಯಕ್ತಿತ್ವ 'ಶೂನ್ಯ'ವಾಗಬೇಕು (ಅಹಂಕಾರ ಇರಬಾರದು), ಆಗ ಮಾತ್ರ ಆತ ಜನರನ್ನು ತನ್ನೊಳಗೆ ಅಳವಡಿಸಿಕೊಳ್ಳಲು ಸಾಧ್ಯ.

* ಜನರ ಸೇವೆಯನ್ನೇ 'ಸಂಪಾದನೆ' ಎಂದು ಭಾವಿಸಿದರೆ, ಆ ಸಂಘಟನೆ ಅಜೇಯವಾಗಿರುತ್ತದೆ.

ಜನ ಸಂಘಟನೆ ಎಂದರೆ ಜನರನ್ನು ಬಳಸಿಕೊಳ್ಳುವುದಲ್ಲ, ಬದಲಾಗಿ ಜನರ ಶಕ್ತಿಯನ್ನು ಅವರಿಗೆ ಅರಿವು ಮೂಡಿಸಿ ಒಂದು ದಿಕ್ಕಿನತ್ತ ಕೊಂಡೊಯ್ಯುವುದು. ಈ ಕಲೆ ಕರಗತವಾದರೆ ನೀವು ಕೇವಲ ರಾಜಕಾರಣಿಯಾಗಿ ಉಳಿಯದೆ, ಒಬ್ಬ ಯುಗಪ್ರವರ್ತಕ ನಾಯಕನಾಗಿ ಬೆಳೆಯುತ್ತೀರಿ.

ಪ್ರತಿಭಟನೆಯನ್ನು ಸಂಘಟಿಸುವುದು ಎಂದರೆ ಕೇವಲ ರಸ್ತೆಗೆ ಬಂದು ಘೋಷಣೆ ಕೂಗುವುದಲ್ಲ;

ಅದು ವ್ಯವಸ್ಥೆಯ ನಿದ್ದೆ ಕೆಡಿಸುವ ಮತ್ತು ಸಾರ್ವಜನಿಕರ ಗಮನ ಸೆಳೆಯುವ ಒಂದು ಅತ್ಯುನ್ನತ 'ರಾಜಕೀಯ ಸಂವಹನ'. ಒಬ್ಬ ನಾಯಕನಿಗೆ ಪ್ರತಿಭಟನೆಯು ತನ್ನ ಸಂಘಟನಾ ಶಕ್ತಿಯನ್ನು ಪ್ರದರ್ಶಿಸುವ ಮತ್ತು ಜನರ ನೋವಿಗೆ ಧ್ವನಿಯಾಗುವ ವೇದಿಕೆಯಾಗಿರುತ್ತದೆ.

ಪರಿಣಾಮಕಾರಿ ಪ್ರತಿಭಟನೆಯನ್ನು ರೂಪಿಸುವ ರಣತಂತ್ರಗಳು ಇಲ್ಲಿವೆ:

1. ವಿಷಯದ ಆಯ್ಕೆ ಮತ್ತು 'ಸಿಂಬಲಿಸಂ' (Symbolism)

ಪ್ರತಿಭಟನೆಗೆ ಆಯ್ದುಕೊಂಡ ವಿಷಯವು ಜನಸಾಮಾನ್ಯರ ದೈನಂದಿನ ಬದುಕಿಗೆ ನೇರವಾಗಿ ಸಂಬಂಧಿಸಿರಬೇಕು. ಅಸ್ಪಷ್ಟ ವಿಷಯಗಳಿಗಿಂತ ನಿರ್ದಿಷ್ಟ ವಿಷಯಗಳ ಮೇಲೆ ಜನ ಹೆಚ್ಚು ಸ್ಪಂದಿಸುತ್ತಾರೆ.

* ತಂತ್ರ: ಪ್ರತಿಭಟನೆಯಲ್ಲಿ 'ಚಿಹ್ನೆ'ಗಳನ್ನು ಬಳಸುವುದು ಬಹಳ ಪರಿಣಾಮಕಾರಿ. ಉದಾಹರಣೆಗೆ, ಪೆಟ್ರೋಲ್ ಬೆಲೆ ಏರಿಕೆ ವಿರುದ್ಧ ಸೈಕಲ್ ತುಳಿಯುವುದು ಅಥವಾ ಗ್ಯಾಸ್ ಬೆಲೆ ಏರಿಕೆ ವಿರುದ್ಧ ಸೌದೆಯ ಒಲೆ ಉರಿಸುವುದು. ಇವು ಕ್ಯಾಮೆರಾಗಳ ಕಣ್ಣಿಗೆ ಮತ್ತು ಜನರ ಮನಸ್ಸಿಗೆ ತಕ್ಷಣ ನಾಟುತ್ತವೆ.

2. ಕಾನೂನು ಮತ್ತು ಸುರಕ್ಷತೆಯ ಸಿದ್ಧತೆ

ಪ್ರತಿಭಟನೆ ಎಂದರೆ ಅದು ಕಾನೂನುಬಾಹಿರ ಚಟುವಟಿಕೆಯಲ್ಲ. ಒಬ್ಬ ಜವಾಬ್ದಾರಿಯುತ ನಾಯಕನಿಗೆ ಕಾನೂನಿನ ಅರಿವಿರಬೇಕು.

* ಒಳಸುಳಿ: ಪೊಲೀಸ್ ಇಲಾಖೆಯಿಂದ ಮೊದಲೇ ಅನುಮತಿ ಪಡೆಯುವುದು, ಸಂಚಾರಕ್ಕೆ ಅಡ್ಡಿಯಾಗದಂತೆ ಮಾರ್ಗಸೂಚಿ ಸಿದ್ಧಪಡಿಸುವುದು ಮುಖ್ಯ. ಪ್ರತಿಭಟನೆ ಹಳಿತಪ್ಪಿ ಹಿಂಸಾಚಾರಕ್ಕೆ ತಿರುಗಿದರೆ ಅದರ ನೈತಿಕ ಜವಾಬ್ದಾರಿ ನಾಯಕನ ಮೇಲೆ ಬರುತ್ತದೆ. ಇದು ನಿಮ್ಮ 'ಪೊಲಿಟಿಕಲ್ ಇಮೇಜ್' ಅನ್ನು ಹಾಳು ಮಾಡಬಹುದು.

3. ಶಿಸ್ತುಬದ್ಧ ಕಾರ್ಯಕರ್ತರ ಪಡೆ (Volunteer Management)

ಪ್ರತಿಭಟನೆಯ ಯಶಸ್ಸು ಅಲ್ಲಿನ ಶಿಸ್ತಿನ ಮೇಲೆ ನಿಂತಿರುತ್ತದೆ.

* ತಂತ್ರ: ಪ್ರತಿ 50 ಜನರಿಗೆ ಒಬ್ಬರಂತೆ 'ವಲಂಟಿಯರ್ಸ್' ನೇಮಿಸಿ. ಅವರು ಜನರನ್ನು ನಿಯಂತ್ರಿಸಬೇಕು, ಕಸ ಹಾಕದಂತೆ ನೋಡಿಕೊಳ್ಳಬೇಕು ಮತ್ತು ಹೊರಗಿನ ಕಿಡಿಗೇಡಿಗಳು ಪ್ರತಿಭಟನೆಯೊಳಗೆ ಸೇರಿ ಗಲಭೆ ಮಾಡದಂತೆ ಎಚ್ಚರವಹಿಸಬೇಕು.

4. ಮಾಧ್ಯಮ ಮತ್ತು ಸೋಷಿಯಲ್ ಮೀಡಿಯಾ ಪ್ಲಾನಿಂಗ್

ನೀವು ರಸ್ತೆಯಲ್ಲಿ ಮಾಡುವ ಹೋರಾಟವು ಲಕ್ಷಾಂತರ ಜನರಿಗೆ ತಲುಪಬೇಕೆಂದರೆ ಮಾಧ್ಯಮಗಳ ಬೆಂಬಲ ಅತಿ ಅಗತ್ಯ.

* ತಂತ್ರ: ಪ್ರತಿಭಟನೆ ಆರಂಭವಾಗುವ ಮೊದಲೇ ಮಾಧ್ಯಮಗಳಿಗೆ 'ಪತ್ರಿಕಾ ಪ್ರಕಟಣೆ' (Press Release) ನೀಡಿ. ಪ್ರತಿಭಟನೆಯಲ್ಲಿ ಹೇಳಬೇಕಾದ 'ಕ್ಯಾಚಿ' ಘೋಷಣೆಗಳು (Slogans) ಮೊದಲೇ ಸಿದ್ಧವಿರಲಿ. ಸ್ಥಳದಲ್ಲೇ ಸೋಷಿಯಲ್ ಮೀಡಿಯಾ ಲೈವ್ ಮೂಲಕ ಜನರೊಂದಿಗೆ ಸಂವಹನ ನಡೆಸಿ.

5. ಪ್ರತಿಭಟನೆಯ 'ಕ್ಲೈಮ್ಯಾಕ್ಸ್' ಮತ್ತು ಫಾಲೋ-ಅಪ್

ಪ್ರತಿಭಟನೆ ಮಾಡಿ ಮನೆಗೆ ಹೋಗುವುದರಿಂದ ಕೆಲಸ ಮುಗಿಯುವುದಿಲ್ಲ.

* ತಂತ್ರ: ಸಂಬಂಧಪಟ್ಟ ಅಧಿಕಾರಿಗೆ ಮನವಿ ಪತ್ರ ನೀಡುವುದು ಮತ್ತು ಅದಕ್ಕೆ ಒಂದು ಕಾಲಮಿತಿ (Deadline) ನಿಗದಿಪಡಿಸುವುದು ಮುಖ್ಯ. ಆ ಕಾಲಮಿತಿಯೊಳಗೆ ಬೇಡಿಕೆ ಈಡೇರದಿದ್ದರೆ ಮುಂದಿನ ಹೋರಾಟದ ಹಾದಿಯನ್ನು ಅಲ್ಲೇ ಘೋಷಿಸಬೇಕು. ಇದು ಕಾರ್ಯಕರ್ತರಲ್ಲಿ ಉತ್ಸಾಹವನ್ನು ಉಳಿಸುತ್ತದೆ.

ನಾಯಕರಿಗೆ 'ಶೂನ್ಯ ಸಂಪಾದನೆ'ಯ ಕಿವಿಮಾತು:

ನೀವು ನೆನಪಿನಲ್ಲಿಟ್ಟಿರುವ ಶೂನ್ಯ ಸಂಪಾದನೆಯ ಅರಿವಿನಂತೆ, ಪ್ರತಿಭಟನೆಯು ನಿಮ್ಮ 'ಅಹಂ' ಪ್ರದರ್ಶನವಾಗಬಾರದು. ಅದು ಶೋಷಿತರ ಪರವಾದ **'ಕಾಯಕ'**ವಾಗಬೇಕು. ಪ್ರತಿಭಟನೆಯಲ್ಲಿ ನೀವು ಜನರ ಜೊತೆ ನೆಲದ ಮೇಲೆ ಕುಳಿತಾಗ, ಅವರ ಜೊತೆ ನೀರು ಕುಡಿದಾಗ ಜನರಿಗೆ ನಿಮ್ಮ ಮೇಲೆ 'ನಮ್ಮವನು' ಎಂಬ ವಿಶ್ವಾಸ ಮೂಡುತ್ತದೆ. ಅಧಿಕಾರ ಎನ್ನುವುದು ಅಬ್ಬರದಲ್ಲಿಲ್ಲ, ಅದು ಜನರ ಪರವಾಗಿ ನಿಲ್ಲುವ ತಾಳ್ಮೆಯಲ್ಲಿದೆ.

ಪರಿಣಾಮಕಾರಿ ಪ್ರತಿಭಟನೆಯು ಸರ್ಕಾರವನ್ನು ಅಲುಗಾಡಿಸಬಲ್ಲದು ಮತ್ತು ನಿಮ್ಮನ್ನು ಒಬ್ಬ ಜನನಾಯಕನನ್ನಾಗಿ ರೂಪಿಸಬಲ್ಲದು.

ಭಾರತದ ರಾಜಕೀಯ ಇತಿಹಾಸದಲ್ಲಿ ಜವಾಹರಲಾಲ್ ನೆಹರು ಮತ್ತು ಅಟಲ್ ಬಿಹಾರಿ ವಾಜಪೇಯಿ ಅವರು ಕೇವಲ ಇಬ್ಬರು ಪ್ರಧಾನಿಗಳಲ್ಲ; ಅವರು ಭಾರತದ ಸಂಸದೀಯ ಪ್ರಜಾಪ್ರಭುತ್ವದ ಎರಡು ಭಿನ್ನ ಧ್ರುವಗಳು. ಇವರಿಬ್ಬರ ನಡುವೆ ಸೈದ್ಧಾಂತಿಕವಾಗಿ ಅಜಗಜಾಂತರ ವ್ಯತ್ಯಾಸವಿದ್ದರೂ, ಪರಸ್ಪರರ ಮೇಲೆ ಹೊಂದಿದ್ದ ಗೌರವವು ಇಂದಿನ ಯುವ ನಾಯಕರಿಗೆ ಅತಿ ದೊಡ್ಡ ಪಾಠ.

ಇವರ ಜೀವನದ ಏಳುಬೀಳುಗಳು ಮತ್ತು ಉದಾಹರಣೆಗಳ ಸಹಿತ ವಿಶ್ಲೇಷಣೆ ಇಲ್ಲಿದೆ:

1. ಜವಾಹರಲಾಲ್ ನೆಹರು: ಆಧುನಿಕ ಭಾರತದ ಶಿಲ್ಪಿ

ನೆಹರು ಅವರು ದೇಶವನ್ನು ಶೂನ್ಯದಿಂದ ಕಟ್ಟಿದ ನಾಯಕ. ಸ್ವಾತಂತ್ರ್ಯಾನಂತರ ಹರಿದು ಹಂಚಿ ಹೋಗಿದ್ದ ಭಾರತವನ್ನು ಒಂದುಗೂಡಿಸಿ, ಅದಕ್ಕೆ ವೈಜ್ಞಾನಿಕ ಅಡಿಪಾಯ ಹಾಕಿದವರು.

* ದೂರದೃಷ್ಟಿ ಮತ್ತು ಉದಾಹರಣೆ: ಭಾರತಕ್ಕೆ ಸ್ವಾತಂತ್ರ್ಯ ಸಿಕ್ಕಾಗ ದೇಶದಲ್ಲಿ ಹಸಿವು ಮತ್ತು ಬಡತನ ತಾಂಡವವಾಡುತ್ತಿತ್ತು. ಆಗ ನೆಹರು ಅವರು ಕೇವಲ ಭಾಷಣ ಮಾಡಲಿಲ್ಲ. ಬದಲಾಗಿ IIT, AIIMS ನಂತಹ ಉನ್ನತ ಶಿಕ್ಷಣ ಸಂಸ್ಥೆಗಳನ್ನು ಮತ್ತು ಬಾಕ್ರಾ ನಂಗಲ್ ನಂತಹ ಬೃಹತ್ ಅಣೆಕಟ್ಟುಗಳನ್ನು ನಿರ್ಮಿಸಿದರು. ಇವುಗಳನ್ನು ಅವರು "ಆಧುನಿಕ ಭಾರತದ ದೇವಾಲಯಗಳು" ಎಂದು ಕರೆದರು. ಇದು ಯುವ ನಾಯಕರಿಗೆ 'ದೀರ್ಘಕಾಲದ ಅಭಿವೃದ್ಧಿ'ಯ ಬಗ್ಗೆ ಕಲಿಸುವ ಪಾಠ.

* ಬೀಳು: 1962ರ ಭಾರತ-ಚೀನಾ ಯುದ್ಧವು ನೆಹರು ಅವರ ಜೀವನದ ಅತಿ ದೊಡ್ಡ ಹಿನ್ನಡೆ. ಅಲಿಪ್ತ ನೀತಿಯ ಮೇಲೆ ಅಪಾರ ನಂಬಿಕೆ ಇಟ್ಟಿದ್ದ ಅವರಿಗೆ ಚೀನಾದ ಆಕ್ರಮಣವು ವೈಯಕ್ತಿಕವಾಗಿ ಮತ್ತು ರಾಜಕೀಯವಾಗಿ ಆಘಾತ ನೀಡಿತು.

* ಒಳಸುಳಿ: ನೆಹರು ಅವರು ಎಷ್ಟೇ ದೊಡ್ಡ ನಾಯಕರಾಗಿದ್ದರೂ ವಿರೋಧ ಪಕ್ಷದ ಧ್ವನಿಗೆ ಬೆಲೆ ಕೊಡುತ್ತಿದ್ದರು. ಅಂದಿನ ಯುವ ನಾಯಕನಾಗಿದ್ದ ವಾಜಪೇಯಿ ಅವರ ಭಾಷಣ ಕೇಳಿ, "ಈತ ಒಂದು ದಿನ ಭಾರತದ ಪ್ರಧಾನಿಯಾಗುತ್ತಾನೆ" ಎಂದು ಭವಿಷ್ಯ ನುಡಿದಿದ್ದರು.

2. ಅಟಲ್ ಬಿಹಾರಿ ವಾಜಪೇಯಿ: ನೈತಿಕ ರಾಜಕಾರಣದ ಧ್ರುವತಾರೆ

ವಾಜಪೇಯಿ ಅವರು ಭಾರತೀಯ ಜನಸಂಘ ಮತ್ತು ಬಿಜೆಪಿಯನ್ನು ಬೆಳೆಸಿದವರು. ಸಂಸತ್ತಿನಲ್ಲಿ ಅವರು ಮಾತನಾಡಲು ನಿಂತರೆ ಪ್ರಧಾನಿ ನೆಹರು ಅವರಿಂದ ಹಿಡಿದು ಇಂದಿರಾ ಗಾಂಧಿಯವರವರೆಗೆ ಎಲ್ಲರೂ ನಿಶಬ್ದವಾಗಿ ಕೇಳಿಸಿಕೊಳ್ಳುತ್ತಿದ್ದರು.

* ಧೈರ್ಯ ಮತ್ತು ಉದಾಹರಣೆ: 1998ರಲ್ಲಿ ಭಾರತವು ಪೋಖ್ರಾನ್ ಅಣು ಪರೀಕ್ಷೆ ನಡೆಸಿದಾಗ ಜಗತ್ತಿನ ಬಲಿಷ್ಠ ರಾಷ್ಟ್ರಗಳು ಭಾರತದ ಮೇಲೆ ನಿರ್ಬಂಧ ಹೇರಿದವು. ಅಂತಹ ಸಂಕಷ್ಟದ ಸಮಯದಲ್ಲಿ ವಾಜಪೇಯಿ ಅವರು ಎದೆಗುಂದದೆ, "ದೇಶದ ಸುರಕ್ಷತೆಗಿಂತ ನಮಗೆ ಯಾವುದೂ ಮುಖ್ಯವಲ್ಲ" ಎಂದು ಸಾರಿದರು. ಇದು ಒಬ್ಬ ನಾಯಕನಿಗೆ ಇರಬೇಕಾದ 'ನಿರ್ಧಾರ ತೆಗೆದುಕೊಳ್ಳುವ ಶಕ್ತಿ'ಯನ್ನು ತೋರಿಸುತ್ತದೆ.

* ಏಳು ಮತ್ತು ಬೀಳು: 1996ರಲ್ಲಿ ಕೇವಲ 13 ದಿನಕ್ಕೆ ಅವರ ಸರ್ಕಾರ ಬಿದ್ದಾಗ ಅವರು ಲೋಕಸಭೆಯಲ್ಲಿ ನೀಡಿದ ಭಾಷಣ ಐತಿಹಾಸಿಕವಾದದ್ದು. "ಅಧಿಕಾರ ಬರುತ್ತದೆ, ಹೋಗುತ್ತದೆ; ಆದರೆ ದೇಶ ಶಾಶ್ವತವಾಗಿರಬೇಕು" ಎಂದಿದ್ದರು. ಸೋಲನ್ನು ಕೂಡ ನಗುನಗುತ್ತಾ ಸ್ವೀಕರಿಸುವ ಅವರ ಗುಣ ದೊಡ್ಡದು.

* ಕವಿಹೃದಯದ ನಾಯಕ: ಅವರು "ಸುವರ್ಣ ಚತುಷ್ಕೋನ" (Golden Quadrilateral) ರಸ್ತೆ ಯೋಜನೆಯ ಮೂಲಕ ಭಾರತದ ಮೂಲೆ ಮೂಲೆಗಳನ್ನು ಸಂಪರ್ಕಿಸಿದರು. ಇದು ಇಂದಿನ ಮೂಲಸೌಕರ್ಯ ಅಭಿವೃದ್ಧಿಗೆ ಅಡಿಪಾಯವಾಯಿತು.

ಇವರ ನಡುವಿನ ಸೌಹಾರ್ದತೆ: ಯುವ ನಾಯಕರಿಗೆ ಒಂದು ದೊಡ್ಡ ಪಾಠ

ಒಮ್ಮೆ ನೆಹರು ಅವರು ಪ್ರಧಾನಿಯಾಗಿದ್ದಾಗ, ವಿದೇಶದಿಂದ ನಿಯೋಗವೊಂದು ಭಾರತಕ್ಕೆ ಭೇಟಿ ನೀಡಿತು. ಆಗ ನೆಹರು ಅವರು ವಿರೋಧ ಪಕ್ಷದ ನಾಯಕನಾಗಿದ್ದ ವಾಜಪೇಯಿ ಅವರನ್ನು ಕರೆದು, "ಈ ನಿಯೋಗದ ಜೊತೆ ನೀನು ಮಾತಾಡು, ನಿನ್ನಲ್ಲಿ ಭಾರತದ ಪ್ರತಿಭೆ ಇದೆ" ಎಂದು ಜವಾಬ್ದಾರಿ ವಹಿಸಿದ್ದರು.

ಯುವ ನಾಯಕರಿಗೆ ಕಿವಿಮಾತು:

ನೀವು ನೆನಪಿಟ್ಟುಕೊಂಡಿರುವ ಶೂನ್ಯ ಸಂಪಾದನೆಯ ಅರಿವಿನಂತೆ, ಈ ಇಬ್ಬರೂ ನಾಯಕರು ಅಧಿಕಾರವನ್ನು 'ಕಾಯಕ' ಎಂದು ಭಾವಿಸಿದ್ದರು. ಇಂದಿನ ರಾಜಕೀಯದಲ್ಲಿ ಒಬ್ಬರನ್ನೊಬ್ಬರು

ವೈಯಕ್ತಿಕವಾಗಿ ನಿಂದಿಸುವುದನ್ನು ನಾವು ಕಾಣುತ್ತೇವೆ. ಆದರೆ ನೆಹರು ಮತ್ತು ವಾಜಪೇಯಿ ಅವರು ಸೈದ್ಧಾಂತಿಕ ವಿರೋಧಿಗಳಾಗಿದ್ದರೂ, ವೈಯಕ್ತಿಕವಾಗಿ ಒಬ್ಬರನ್ನೊಬ್ಬರು ಗೌರವಿಸುತ್ತಿದ್ದರು.

* ನೆಹರು ಅವರಿಂದ 'ದೇಶದ ನಿರ್ಮಾಣ'ವನ್ನು ಕಲಿಯಿರಿ.

* ವಾಜಪೇಯಿ ಅವರಿಂದ 'ಸೋಲನ್ನು ಗೆಲುವನ್ನಾಗಿ ಮಾಡಿಕೊಳ್ಳುವ ಕಲೆ' ಮತ್ತು 'ತಾಳ್ಮೆ'ಯನ್ನು ಕಲಿಯಿರಿ.

ರಾಜಕೀಯದಲ್ಲಿ ಭಾಷಣ ಮಾಡುವುದು ಸುಲಭ, ಆದರೆ ಆ ಭಾಷಣದಂತೆ ಬದುಕುವುದು ಕಷ್ಟ. ಈ ಇಬ್ಬರೂ ಧುರೀಣರು ತಮ್ಮ ಬದುಕಿನ ಮೂಲಕ ನಮಗೆ ಆದರ್ಶ ಪ್ರಾಯರಾಗಿದ್ದಾರೆ. ನಿಮ್ಮ ರಾಜಕೀಯ ಹಾದಿಯಲ್ಲಿ ಈ ಇಬ್ಬರ ಸಮತೋಲನ ಇರಲಿ.

ಜವಾಹರಲಾಲ್ ನೆಹರು ಮತ್ತು ಅಟಲ್ ಬಿಹಾರಿ ವಾಜಪೇಯಿ ಇವರಿಬ್ಬರೂ ಭಾರತದ ಸಂಸದೀಯ ವ್ಯವಸ್ಥೆಯನ್ನು ಗಟ್ಟಿಗೊಳಿಸಿದ ರೀತಿ ಅನನ್ಯವಾದುದು.

1. ಜವಾಹರಲಾಲ್ ನೆಹರು: ಪ್ರಜಾಪ್ರಭುತ್ವದ ಅಡಿಪಾಯ ಮತ್ತು ಸಾಂಸ್ಥಿಕ ಶಕ್ತಿ

ನೆಹರು ಅವರು ಕೇವಲ ಸ್ವಾತಂತ್ರ್ಯ ಹೋರಾಟಗಾರರಲ್ಲ, ಅವರು ಭಾರತ ಎಂಬ ಹೊಸ ರಾಷ್ಟ್ರದ ವಿನ್ಯಾಸಕಾರರು. ಅವರ ಆಡಳಿತದ ಶೈಲಿಯು "ಸಮಾಜವಾದಿ ಪ್ರಜಾಪ್ರಭುತ್ವ"ದ ಮೇಲೆ ನಿಂತಿತ್ತು.

* ಸಾಂಸ್ಥಿಕ ನಿರ್ಮಾಣ (Institution Building): ನೆಹರು ಅವರಿಗೆ ಕೇವಲ ಅಣೆಕಟ್ಟು ಕಟ್ಟಿದರೆ ಸಾಲದು, ದೇಶಕ್ಕೆ ಬುದ್ಧಿವಂತ ತಲೆಮಾರು ಬೇಕು ಎಂಬ ಅರಿವಿತ್ತು.

* ಉದಾಹರಣೆ: ಭಾರತಕ್ಕೆ ಸ್ವಾತಂತ್ರ್ಯ ಬಂದ ತಕ್ಷಣ ಹಣದ ಕೊರತೆಯಿದ್ದರೂ ಅವರು IIT (ಇಂಡಿಯನ್ ಇನ್‌ಸ್ಟಟ್ಯೂಟ್ ಆಫ್ ಟೆಕ್ನಾಲಜಿ) ಸ್ಥಾಪನೆಗೆ ಆದ್ಯತೆ ನೀಡಿದರು. ಇಂದು ಜಗತ್ತಿನಾದ್ಯಂತ ಭಾರತೀಯ ಇಂಜಿನಿಯರ್‌ಗಳು ಮಿಂಚುತ್ತಿರುವುದಕ್ಕೆ ಅಂದು ನೆಹರು ಹಾಕಿದ ಆ ಬುನಾದಿಯೇ ಕಾರಣ. ಒಬ್ಬ ಯುವ ನಾಯಕನಿಗೆ ಇದು ಕಲಿಸುವ ಪಾಠವೆಂದರೆ: ತಕ್ಷಣದ ಲಾಭಕ್ಕಿಂತ 'ದೂರದೃಷ್ಟಿಯ ಹೂಡಿಕೆ' ಮುಖ್ಯ.

* ವಿರೋಧ ಪಕ್ಷದ ಮೇಲಿನ ಗೌರವ: ನೆಹರು ಅವರ ಕಾಲದಲ್ಲಿ ಕಾಂಗ್ರೆಸ್ ಅಜೇಯವಾಗಿತ್ತು. ಆದರೂ ಅವರು ಸಂಸತ್ತಿನಲ್ಲಿ ವಿರೋಧ ಪಕ್ಷದವರ ಮಾತನ್ನು ಬಹಳ ತಾಳ್ಮೆಯಿಂದ ಕೇಳುತ್ತಿದ್ದರು.

* ಉದಾಹರಣೆ: ಒಮ್ಮೆ ಯುವಕ ಅಟಲ್ ಬಿಹಾರಿ ವಾಜಪೇಯಿ ಸಂಸತ್ತಿನಲ್ಲಿ ನೆಹರು ಅವರ ವಿದೇಶಾಂಗ ನೀತಿಯನ್ನು ಕಟುವಾಗಿ ಟೀಕಿಸಿದರು. ಅಂದು ನೆಹರು ಅವರು ಸಿಟ್ಟಾಗಲಿಲ್ಲ, ಬದಲಾಗಿ ಸಂಜೆ ಅಟಲ್ ಅವರನ್ನು ಕರೆದು ಅವರ ಮಾತಿನ ಚತುರತೆಯನ್ನು ಶ್ಲಾಘಿಸಿದರು. "ಒಂದು ದಿನ ನೀನು ಈ ದೇಶದ ಪ್ರಧಾನಿಯಾಗುತ್ತೀಯಾ" ಎಂದು ಹರಸಿದರು. ಒಬ್ಬ ನಾಯಕನಿಗೆ ತನ್ನ ಟೀಕಾಕಾರರಲ್ಲೂ

ಪ್ರತಿಭೆಯನ್ನು ಗುರುತಿಸುವ ದೊಡ್ಡ ಗುಣವಿರಬೇಕು.

2. ಅಟಲ್ ಬಿಹಾರಿ ವಾಜಪೇಯಿ: ಸಮನ್ವಯದ ರಾಜಕೀಯ ಮತ್ತು ನೈತಿಕ ಸ್ಥೈರ್ಯ

ವಾಜಪೇಯಿ ಅವರು ನೆಹರು ಅವರಿಗಿಂತ ಭಿನ್ನವಾದ ಸಿದ್ಧಾಂತದಿಂದ ಬಂದವರು. ಆದರೆ ಅವರು ಸಮಾಜವನ್ನು ಒಗ್ಗೂಡಿಸುವ 'ಸಮನ್ವಯ' ಕಲೆಗೆ ಹೆಸರಾದವರು.

* ರಾಷ್ಟ್ರದ ಹಿತಾಸಕ್ತಿ ಮೊದಲು (National Interest): * ಉದಾಹರಣೆ: 1971ರಲ್ಲಿ ಇಂದಿರಾ ಗಾಂಧಿಯವರು ಪಾಕಿಸ್ತಾನದ ವಿರುದ್ಧ ಯುದ್ಧ ಗೆದ್ದಾಗ, ವಿರೋಧ ಪಕ್ಷದಲ್ಲಿದ್ದ ವಾಜಪೇಯಿ ಅವರು ಅವರನ್ನು 'ದುರ್ಗೆ' ಎಂದು ಕರೆದು ಗೌರವಿಸಿದರು. ರಾಜಕೀಯವಾಗಿ ಅವರು ಇಂದಿರಾ ಅವರ ವಿರೋಧಿಯಾಗಿದ್ದರೂ, ದೇಶದ ಗೆಲುವಿನ ವಿಷಯ ಬಂದಾಗ ಅವರು ಪಕ್ಷದ ಹಿತಾಸಕ್ತಿಯನ್ನು ಮರೆತು ರಾಷ್ಟ್ರದ ಪರವಾಗಿ ನಿಂತರು. ಇದು ಯುವ ನಾಯಕರಿಗೆ ಕಲಿಸುವ ದೊಡ್ಡ ಪಾಠ: "ದೇಶ ಮೊದಲು, ಪಕ್ಷ ನಂತರ."

* ಸಂಕಷ್ಟದಲ್ಲಿ ನಿರ್ಧಾರದ ಶಕ್ತಿ:

* ಉದಾಹರಣೆ: ಪೋಖ್ರಾನ್ ಅಣು ಪರೀಕ್ಷೆಯ ನಂತರ ಅಮೆರಿಕ ನಿರ್ಬಂಧ ಹೇರಿದಾಗ, ದೇಶದ ಆರ್ಥಿಕತೆಗೆ ಪೆಟ್ಟು ಬೀಳುವ ಭಯವಿತ್ತು. ಆಗ ವಾಜಪೇಯಿ ಅವರು ಹೆದರಲಿಲ್ಲ. ಅವರು ಕೃಷಿ ಮತ್ತು ಮೂಲಸೌಕರ್ಯಕ್ಕೆ ಒತ್ತು ನೀಡಿದರು. ಆ ಸಮಯದಲ್ಲಿ ಅವರು **'ಪ್ರಧಾನ ಮಂತ್ರಿ ಗ್ರಾಮ ಸಡಕ್ ಯೋಜನೆ'**ಯನ್ನು ಆರಂಭಿಸಿದರು. ಹಳ್ಳಿಗಳನ್ನು ರಸ್ತೆಯ ಮೂಲಕ ನಗರಗಳಿಗೆ ಜೋಡಿಸದಿದ್ದರೆ ದೇಶ ಪ್ರಗತಿ ಹೊಂದಲು ಸಾಧ್ಯವಿಲ್ಲ ಎಂದು ಅವರು ಅರಿತಿದ್ದರು.

ಇವರ ನಡುವಿನ ಸಮಾನ ಅಂಶ ಮತ್ತು ಶೂನ್ಯ ಸಂಪಾದನೆಯ ಅರಿವು

ಇಬ್ಬರ ಸಿದ್ಧಾಂತ ಬೇರೆಯಾದರೂ, ಇಬ್ಬರಲ್ಲೂ ಇದ್ದದ್ದು 'ಸಂಸದೀಯ ಮರ್ಯಾದೆ'.

* ನೆಹರು ಅವರು "ವಿಜ್ಞಾನ ಮತ್ತು ತಂತ್ರಜ್ಞಾನ"ದ ಮೂಲಕ ದೇಶವನ್ನು ಆಧುನೀಕರಿಸಲು ಬಯಸಿದರೆ, ವಾಜಪೇಯಿ ಅವರು "ಸಂವಹನ ಮತ್ತು ಮೂಲಸೌಕರ್ಯ"ದ ಮೂಲಕ ದೇಶವನ್ನು ಬೆಸೆಯಲು ಶ್ರಮಿಸಿದರು.

* ನೀವು ನೆನಪಿನಲ್ಲಿಟ್ಟಿರುವ ಶೂನ್ಯ ಸಂಪಾದನೆಯ ಪುಸ್ತಕದಲ್ಲಿ ಹೇಳುವಂತೆ, ಅಧಿಕಾರ ಎನ್ನುವುದು 'ಕರ್ತವ್ಯ'ವೇ ಹೊರತು ಅದು ಭೋಗದ ವಸ್ತುವಲ್ಲ. ನೆಹರು ಮತ್ತು ವಾಜಪೇಯಿ ಇಬ್ಬರೂ ಕೂಡ ವೈಯಕ್ತಿಕ ಸಂಪತ್ತು ಗಳಿಸಲು ಆಶಿಸಲಿಲ್ಲ. ದೇಶದ ಪ್ರಗತಿಯೇ ಅವರ ನಿಜವಾದ ಸಂಪಾದನೆಯಾಗಿತ್ತು.

ಯುವ ನಾಯಕರಿಗೆ ಅಂತಿಮ ಮಾತು:

ನೆಹರು ಅವರಿಂದ 'ಬೌದ್ಧಿಕ ಆಳ' ಮತ್ತು 'ಸಾಂಸ್ಥಿಕ ನಿಷ್ಠೆ'ಯನ್ನು ಕಲಿಯಿರಿ. ವಾಜಪೇಯಿ ಅವರಿಂದ 'ವಾಕ್ಚತುರತೆ', 'ಸಮಾಜದ ಎಲ್ಲ ವರ್ಗಗಳನ್ನು ಒಗ್ಗೂಡಿಸುವ ಕಲೆ' ಮತ್ತು 'ಸೋಲನ್ನು ಧೈರ್ಯವಾಗಿ ಎದುರಿಸುವ ರೀತಿ'ಯನ್ನು ಕಲಿಯಿರಿ. ರಾಜಕೀಯ ಜೀವನದಲ್ಲಿ ನೀವು ಎಷ್ಟೇ ಎತ್ತರಕ್ಕೆ ಬೆಳೆದರೂ ಈ ಇಬ್ಬರು ನಾಯಕರಂತೆ ಜನರೊಂದಿಗೆ ಮತ್ತು ವಿರೋಧಿಗಳೊಂದಿಗೆ ಗೌರವಯುತವಾಗಿ ವರ್ತಿಸುವುದು ನಿಮ್ಮ ವ್ಯಕ್ತಿತ್ವವನ್ನು ಅಜರಾಮರಗೊಳಿಸುತ್ತದೆ.

ನೆಹರು ಮತ್ತು ವಾಜಪೇಯಿ ಅವರ ಜೀವನದ ಮತ್ತಷ್ಟು ಆಳವಾದ ಆಯಾಮಗಳನ್ನು ಗಮನಿಸಿದರೆ, ಒಬ್ಬ ನಾಯಕನು ಕಠಿಣ ಸನ್ನಿವೇಶಗಳನ್ನು ಹೇಗೆ ಎದುರಿಸಬೇಕು ಮತ್ತು ತನ್ನ ಸಿದ್ಧಾಂತವನ್ನು ಕ್ರಿಯೆಯಾಗಿ ಹೇಗೆ ಬದಲಿಸಬೇಕು ಎಂಬುದು ಸ್ಪಷ್ಟವಾಗುತ್ತದೆ.

1. ನೆಹರು: ವೈಜ್ಞಾನಿಕ ಮನೋಭಾವ ಮತ್ತು ಜಾಗತಿಕ ರಾಜತಾಂತ್ರಿಕತೆ

ನೆಹರು ಅವರಿಗೆ ಭಾರತವನ್ನು ಕೇವಲ ಹಸಿವಿನಿಂದ ಮುಕ್ತಗೊಳಿಸುವುದು ಮಾತ್ರ ಗುರಿಯಾಗಿರಲಿಲ್ಲ; ಭಾರತವು ಜಗತ್ತಿನ ಮುಂದೆ ತಲೆ ಎತ್ತಿ ನಿಲ್ಲುವಂತೆ ಮಾಡುವುದು ಅವರ ಹಂಬಲವಾಗಿತ್ತು.

* ವೈಜ್ಞಾನಿಕ ಮನೋಭಾವ (Scientific Temper): ಭಾರತದಂತಹ ಸಂಪ್ರದಾಯಬದ್ಧ ದೇಶದಲ್ಲಿ ವಿಜ್ಞಾನಕ್ಕೆ ಒತ್ತು ನೀಡುವುದು ಸವಾಲಾಗಿತ್ತು.

* ಉದಾಹರಣೆ: 1950ರ ದಶಕದಲ್ಲಿಯೇ ನೆಹರು ಅವರು 'ಭಾರತೀಯ ಬಾಹ್ಯಾಕಾಶ ಸಂಶೋಧನಾ ಸಮಿತಿ' (ಇಂದಿನ ISRO ಗೆ ಅಡಿಪಾಯ) ಮತ್ತು ಅಣುಶಕ್ತಿ ಆಯೋಗವನ್ನು ಸ್ಥಾಪಿಸಿದರು. ಅಂದು ಅವರು ಹಾಕಿದ ಅಡಿಪಾಯದಿಂದಲೇ ಇಂದು ನಾವು ಮಂಗಳ ಗ್ರಹಕ್ಕೆ ನೌಕೆ ಕಳುಹಿಸಲು ಸಾಧ್ಯವಾಗಿದೆ. ಯುವ ನಾಯಕರಿಗೆ ಇಲ್ಲಿರುವ ಪಾಠ: ನಿಮ್ಮ ನಿರ್ಧಾರಗಳು ಮುಂದಿನ 50 ವರ್ಷಗಳ ಕಾಲ ಸಮಾಜಕ್ಕೆ ಬೆಳಕಾಗುವಂತಿರಲಿ.

* ಅಲಿಪ್ತ ನೀತಿ (Non-Alignment): ಶೀತಲ ಸಮರದ ಕಾಲದಲ್ಲಿ ಅಮೆರಿಕ ಅಥವಾ ರಷ್ಯಾದ ಗುಂಪಿಗೆ ಸೇರದೆ ಭಾರತದ ಸ್ವತಂತ್ರ ಅಸ್ಮಿತೆಯನ್ನು ಕಾಪಾಡಿದರು.

2. ವಾಜಪೇಯಿ: ಸುಧಾರಣೆಗಳ ಹರಿಕಾರ ಮತ್ತು ಶಾಂತಿದೂತ

ವಾಜಪೇಯಿ ಅವರ ಆಡಳಿತ ಶೈಲಿಯು 'ಬದ್ಧತೆ' ಮತ್ತು 'ಮಾನವೀಯತೆ'ಯ ಸಂಗಮವಾಗಿತ್ತು. ಅವರು ಕೇವಲ ಅಭಿವೃದ್ಧಿಯ ಬಗ್ಗೆ ಮಾತನಾಡಲಿಲ್ಲ, ದೇಶದ ಭಾವನಾತ್ಮಕ ಐಕ್ಯತೆಗಾಗಿ ಶ್ರಮಿಸಿದರು.

* ಶಾಂತಿಗಾಗಿ ಸಾಹಸ (Diplomacy with Courage):

* ಉದಾಹರಣೆ: 1999ರಲ್ಲಿ ವಾಜಪೇಯಿ ಅವರು ದೆಹಲಿಯಿಂದ ಲಾಹೋರ್‌ಗೆ ಬಸ್ ಪ್ರಯಾಣ ಮಾಡಿದರು (Lahore Bus Yatra). ಪಾಕಿಸ್ತಾನದೊಂದಿಗೆ ಶಾಂತಿ ಮಾತುಕತೆ ನಡೆಸಲು ಅವರು ತೋರಿದ ಈ ಸಾಹಸ ಜಗತ್ತಿನ ಗಮನ ಸೆಳೆಯಿತು. ಆದರೆ, ಅದೇ ಪಾಕಿಸ್ತಾನ ಕಾರ್ಗಿಲ್‌ನಲ್ಲಿ ಬೆನ್ನಿಗೆ ಚೂರಿ ಹಾಕಿದಾಗ, ವಾಜಪೇಯಿ ಅವರು ದೃಢವಾಗಿ ನಿಂತು ಯುದ್ಧವನ್ನು ಗೆದ್ದರು. ಇದು ಯುವ ನಾಯಕರಿಗೆ ಕಲಿಸುವ ಪಾಠ: ಶಾಂತಿಯನ್ನು ಬಯಸುವುದು ನಿಮ್ಮ ದೌರ್ಬಲ್ಯವಲ್ಲ, ಆದರೆ ದೇಶದ ರಕ್ಷಣೆ ಬಂದಾಗ ಅಷ್ಟೇ ಕಠಿಣವಾಗಿರಬೇಕು.

* ಆರ್ಥಿಕ ಕ್ರಾಂತಿ: ಇಂದಿನ ಉಚಿತ ಶಿಕ್ಷಣಕ್ಕೆ ಬುನಾಯದಿಯಾದ 'ಸರ್ವ ಶಿಕ್ಷಾ ಅಭಿಯಾನ' ವಾಜಪೇಯಿ ಅವರ ಕೊಡುಗೆ. ಹಳ್ಳಿಯ ಪ್ರತಿಯೊಬ್ಬ ಮಗುವಿಗೂ ಅಕ್ಷರ ಸಿಗಬೇಕು ಎಂಬ ಅವರ ಕನಸು ಇಂದು ಲಕ್ಷಾಂತರ ಬಡ ಮಕ್ಕಳ ಬದುಕನ್ನು ಬದಲಿಸಿದೆ.

ಶೂನ್ಯ ಸಂಪಾದನೆಯ ಅರಿವು ಮತ್ತು ನಾಯಕತ್ವ

ನೆಹರು ಮತ್ತು ವಾಜಪೇಯಿ ಇಬ್ಬರೂ ಕೂಡ ಮಹಾನ್ ಸಾಹಿತಿಗಳಾಗಿದ್ದರು. ನೆಹರು ಅವರ 'Discovery of India' ಮತ್ತು ವಾಜಪೇಯಿ ಅವರ ಕವನಗಳು ಅವರ ಬೌದ್ಧಿಕ ಆಳವನ್ನು ತೋರಿಸುತ್ತವೆ.

* ನೀವು ಅನುಸರಿಸುವ ಶೂನ್ಯ ಸಂಪಾದನೆಯ ತತ್ವದಂತೆ, ಈ ಇಬ್ಬರೂ ನಾಯಕರು ಅಧಿಕಾರದಲ್ಲಿದ್ದಾಗಲೂ ತಮ್ಮ ವ್ಯಕ್ತಿತ್ವವನ್ನು ಸಮಾಜಕ್ಕೆ ಅರ್ಪಿಸಿಕೊಂಡಿದ್ದರು.

* ನೆಹರು ಅವರು ಮಕ್ಕಳಲ್ಲಿ 'ಚಾಚಾ' ಆಗಿ ಕಂಡರೆ, ವಾಜಪೇಯಿ ಅವರು 'ಅಟಲ್ ಜೀ' ಆಗಿ ಜನರ ಹೃದಯ ಗೆದ್ದರು.

ಯುವ ನಾಯಕರಿಗೆ ಅಂತಿಮ ವಿಶ್ಲೇಷಣೆ:

ನೆಹರು ಅವರು 'ಬುದ್ಧಿ'ಯ ಮೂಲಕ ದೇಶವನ್ನು ಕಟ್ಟಿದರೆ, ವಾಜಪೇಯಿ ಅವರು 'ಹೃದಯ'ದ ಮೂಲಕ ಜನರನ್ನು ಬೆಸೆದರು. ನಿಮ್ಮ ರಾಜಕೀಯ ಹಾದಿಯಲ್ಲಿ ನೀವು ಈ ಇಬ್ಬರ ಗುಣಗಳನ್ನು ಅಳವಡಿಸಿಕೊಳ್ಳಬೇಕು. ಸಿದ್ಧಾಂತಗಳು ಬೇರೆಯಾದರೂ ದೇಶದ ಅಭಿವೃದ್ಧಿಯೇ ಅಂತಿಮ ಗುರಿಯಾಗಿರಲಿ. ಅಧಿಕಾರ ಎನ್ನುವುದು ಕೇವಲ ಒಂದು ಸ್ಥಾನವಲ್ಲ, ಅದು ಜನರ ನಂಬಿಕೆಯ ಪವಿತ್ರ ಜವಾಬ್ದಾರಿ.

ನೆಹರು ಮತ್ತು ವಾಜಪೇಯಿ ಅವರ ರಾಜಕೀಯ ಪಯಣದ ಮುಂದುವರಿದ ಭಾಗವಾಗಿ,

ಅವರು ದೇಶದ ಆರ್ಥಿಕ ಮತ್ತು ಸಾಮಾಜಿಕ ಚೌಕಟ್ಟನ್ನು ಹೇಗೆ ಭದ್ರಪಡಿಸಿದರು ಎಂಬುದನ್ನು ನಾವು ಗಮನಿಸಬೇಕು. ಇಬ್ಬರ ದಾರಿಗಳು ಬೇರೆಯಾಗಿದ್ದರೂ, ಇಬ್ಬರ ಗುರಿ ಮಾತ್ರ 'ಸಮರ್ಥ ಭಾರತ'ವಾಗಿತ್ತು.

1. ನೆಹರು: ಆರ್ಥಿಕ ಸ್ವಾವಲಂಬನೆ ಮತ್ತು ಸಾರ್ವಜನಿಕ ವಲಯದ ಉದಯ

ನೆಹರು ಅವರು ಭಾರತವನ್ನು ಕೇವಲ ಕೃಷಿ ಪ್ರಧಾನ ದೇಶವಾಗಿ ಉಳಿಸಲು ಇಷ್ಟಪಡಲಿಲ್ಲ. ಭಾರತವು ಕೈಗಾರಿಕೀಕರಣದ ಮೂಲಕ ಸ್ವಾವಲಂಬಿಯಾಗಬೇಕು ಎಂಬುದು ಅವರ ಹಠವಾಗಿತ್ತು.

* ಮಿಶ್ರ ಆರ್ಥಿಕತೆ (Mixed Economy): ಬಂಡವಾಳಶಾಹಿ ಮತ್ತು ಸಮಾಜವಾದದ ನಡುವೆ ಸಮತೋಲನ ಕಾಯ್ದುಕೊಳ್ಳಲು ಅವರು ಮಿಶ್ರ ಆರ್ಥಿಕತೆಯನ್ನು ಆಯ್ದುಕೊಂಡರು.

* ಉದಾಹರಣೆ: ಭಾರತಕ್ಕೆ ಬೇಕಾದ ಉಕ್ಕು, ತೈಲ ಮತ್ತು ಯಂತ್ರೋಪಕರಣಗಳಿಗಾಗಿ ಅವರು ಭಾರತೀಯ ಉಕ್ಕು ಪ್ರಾಧಿಕಾರ (SAIL) ಮತ್ತು ONGC ಗಳಂತಹ ಸಂಸ್ಥೆಗಳನ್ನು ಕಟ್ಟಿದರು. ಇವುಗಳನ್ನು ಅವರು "ಜನರ ಸಂಪತ್ತು" ಎಂದು ನಂಬಿದ್ದರು. ಒಬ್ಬ ಯುವ ನಾಯಕನಿಗೆ ಇಲ್ಲಿರುವ ಪಾಠವೆಂದರೆ, ದೇಶದ ಆಸ್ತಿಗಳನ್ನು ಹೇಗೆ ಕಾಪಾಡಬೇಕು ಮತ್ತು ಬೆಳೆಸಬೇಕು ಎಂಬ ಜವಾಬ್ದಾರಿ.

* ಸಾಮಾಜಿಕ ಸುಧಾರಣೆ: ಹಿಂದೂ ಕೋಡ್ ಬಿಲ್ ಮೂಲಕ ಮಹಿಳೆಯರಿಗೆ ಆಸ್ತಿಯಲ್ಲಿ ಹಕ್ಕು ಮತ್ತು ವಿಚ್ಛೇದನದ ಹಕ್ಕನ್ನು ನೀಡುವಲ್ಲಿ ಅವರು ಪ್ರಮುಖ ಪಾತ್ರ ವಹಿಸಿದರು. ಇದು ಸಂಪ್ರದಾಯವಾದಿಗಳಿಂದ ವಿರೋಧ ಎದುರಿಸಿದರೂ, ಆಧುನಿಕ ಭಾರತದ ನಿರ್ಮಾಣಕ್ಕೆ ಅಗತ್ಯವಾಗಿತ್ತು.

2. ವಾಜಪೇಯಿ: ಸಂಪರ್ಕ ಕ್ರಾಂತಿ ಮತ್ತು ಹೊಸ ಆರ್ಥಿಕ ಚೈತನ್ಯ

ವಾಜಪೇಯಿ ಅವರು ನೆಹರು ಅವರ ಕೈಗಾರಿಕಾ ಅಡಿಪಾಯದ ಮೇಲೆ ಆಧುನಿಕ ತಂತ್ರಜ್ಞಾನ ಮತ್ತು ಸಂಪರ್ಕದ ಗೋಪುರವನ್ನು ಕಟ್ಟಿದರು.

* ಟೆಲಿಕಾಂ ಕ್ರಾಂತಿ (Telecom Revolution): ಇಂದಿನ ಮೊಬೈಲ್ ಮತ್ತು ಇಂಟರ್ನೆಟ್ ಯುಗಕ್ಕೆ ವಾಜಪೇಯಿ ಅವರು ತಂದ ಹೊಸ ಟೆಲಿಕಾಂ ನೀತಿಯೇ ಕಾರಣ. ಇದು ಭಾರತದ ಮಾಹಿತಿ ತಂತ್ರಜ್ಞಾನ (IT) ಕ್ಷೇತ್ರ ಜಗತ್ತನ್ನೇ ಆಳಲು ಮುನ್ನುಡಿ ಬರೆಯಿತು.

* ಸುವರ್ಣ ಚತುಷ್ಕೋನ ಯೋಜನೆ (Golden Quadrilateral):

* ಉದಾಹರಣೆ: ಚೆನ್ನೈ, ಕೋಲ್ಕತ್ತಾ, ದೆಹಲಿ ಮತ್ತು ಮುಂಬೈ ನಗರಗಳನ್ನು ಬೆಸೆಯುವ ಅತಿ ದೊಡ್ಡ ಹೆದ್ದಾರಿ ಯೋಜನೆಯನ್ನು ಅವರು ಕೈಗೆತ್ತಿಕೊಂಡರು. "ರಸ್ತೆಗಳು ಅಭಿವೃದ್ಧಿಯ ರಕ್ತನಾಳಗಳು" ಎಂದು ಅವರು ನಂಬಿದ್ದರು. ಅಂದಿನ ಆ ಯೋಜನೆಯಿಂದಾಗಿ ಇಂದು ಭಾರತದ ಸರಕು ಸಾಗಣೆ ವ್ಯವಸ್ಥೆ ಸುಧಾರಿಸಿದೆ. ಯುವ ನಾಯಕರು ಕಲಿಯಬೇಕಾದ್ದು: ಭೌತಿಕ ಸಂಪರ್ಕವಿಲ್ಲದೆ ಆರ್ಥಿಕ ಪ್ರಗತಿ ಸಾಧ್ಯವಿಲ್ಲ.

ಯುವ ನಾಯಕರಿಗೆ ಅಂತಿಮ ಸಾರಾಂಶ

ನೀವು ಅಧ್ಯಯನ ಮಾಡುತ್ತಿರುವ ಶೂನ್ಯ ಸಂಪಾದನೆಯ ಅರಿವಿನಂತೆ, ಈ ಇಬ್ಬರೂ ನಾಯಕರು ಒಂದು ಮಹತ್ವದ ಸತ್ಯವನ್ನು ನಮಗೆ ಕಲಿಸುತ್ತಾರೆ: "ಅಧಿಕಾರವು ಕೇವಲ ಒಂದು ಸಾಧನ, ಗುರಿಯಲ್ಲ."

* ಟೀಕೆಯನ್ನು ಎದುರಿಸುವ ರೀತಿ: ನೆಹರು ಮತ್ತು ವಾಜಪೇಯಿ ಇಬ್ಬರೂ ಕೂಡ ಸಂಸತ್ತಿನಲ್ಲಿ ವಿರೋಧಿಗಳ ಟೀಕೆಗಳಿಗೆ ಅತ್ಯಂತ ಮಾರ್ಮಿಕವಾಗಿ ಮತ್ತು ಹಾಸ್ಯಭರಿತವಾಗಿ ಉತ್ತರಿಸುತ್ತಿದ್ದರು. ಅಲ್ಲಿ ವೈಯಕ್ತಿಕ ದ್ವೇಷವಿರಲಿಲ್ಲ, ಕೇವಲ ಸೈದ್ಧಾಂತಿಕ ಸಂಘರ್ಷವಿತ್ತು.

* ಸಮತೋಲನ: ನೆಹರು ಅವರು 'ಆಧುನಿಕತೆ'ಗೆ ಒತ್ತು ನೀಡಿದರೆ, ವಾಜಪೇಯಿ ಅವರು 'ಸಂಸ್ಕೃತಿ ಮತ್ತು ಆಧುನಿಕತೆ'ಯ ಸಮನ್ವಯಕ್ಕೆ ಒತ್ತು ನೀಡಿದರು.

ಇಂದಿನ ಯುವ ನಾಯಕರು ಇವರಿಬ್ಬರ ಜೀವನದಿಂದ ಕಲಿಯಬೇಕಾದ ಅತಿ ದೊಡ್ಡ ಪಾಠವೆಂದರೆ 'ಸಹಿಷ್ಣುತೆ'. ಅಧಿಕಾರ ಎಷ್ಟೇ ಬಲಿಷ್ಠವಾಗಿದ್ದರೂ, ಪ್ರಜಾಪ್ರಭುತ್ವದಲ್ಲಿ ಪ್ರತಿಯೊಂದು ದನಿಗೂ ಮೌಲ್ಯವಿದೆ ಎಂಬುದನ್ನು ಇವರು ಸಾಬೀತುಪಡಿಸಿದ್ದಾರೆ.

ನೆಹರು ಮತ್ತು ವಾಜಪೇಯಿ ಅವರ ಜೀವನ ಚರಿತ್ರೆಯ ಈ ವಿಶ್ಲೇಷಣೆಯನ್ನು ನಾವು ಅವರ ಕೊನೆಯ ದಿನಗಳು ಮತ್ತು ಅವರು ದೇಶಕ್ಕೆ ಬಿಟ್ಟು ಹೋದ 'ಪರಂಪರೆ'ಯ (Legacy) ಒಬ್ಬ ನಾಯಕನ ಯಶಸ್ಸು ಆತ ಅಧಿಕಾರದಲ್ಲಿದ್ದಾಗ ಏನನ್ನು ಅನುಭವಿಸಿದ ಎನ್ನುವುದಕ್ಕಿಂತ, ಆತ ಅಧಿಕಾರದಿಂದ ಹೋದ ಮೇಲೆ ದೇಶವು ಅವನನ್ನು ಹೇಗೆ ನೆನಪಿಟ್ಟುಕೊಳ್ಳುತ್ತದೆ ಎಂಬುದರ ಮೇಲೆ ನಿರ್ಧಾರವಾಗುತ್ತದೆ.

1. ನೆಹರು ಅವರ ನೈತಿಕ ಸಂಘರ್ಷ ಮತ್ತು ಅಂತಿಮ ಪಯಣ

ನೆಹರು ಅವರ ಜೀವನದ ಕೊನೆಯ ವರ್ಷಗಳು ಸ್ವಲ್ಪ ನೋವಿನಿಂದ ಕೂಡಿದ್ದವು. 1962ರ ಚೀನಾ ಯುದ್ಧದ ಸೋಲು ಅವರ ಅಲಿಪ್ತ ನೀತಿ ಮತ್ತು 'ಹಿಂದಿ-ಚೀನಿ ಭಾಯಿ ಭಾಯಿ' ಎಂಬ ವಿಶ್ವಾಸಕ್ಕೆ ಬಿದ್ದ ದೊಡ್ಡ ಪೆಟ್ಟು.

* ಪಾಠ: ಒಬ್ಬ ಅಪ್ರತಿಮ ನಾಯಕನೂ ಕೂಡ ತನ್ನ ನಂಬಿಕೆಯ ವಿಷಯದಲ್ಲಿ ಎಡವಬಹುದು. ಆದರೆ, ಅಂತಹ ಸಮಯದಲ್ಲಿ ಅವರು ಧೃತಿಗೆಡದೆ ದೇಶದ ಆಂತರಿಕ ಭದ್ರತೆಯನ್ನು ಬಲಪಡಿಸಲು ಮುಂದಾದರು.

* ಮರಣ: 1964ರಲ್ಲಿ ಅವರು ನಿಧನರಾದಾಗ, ಇಡೀ ಜಗತ್ತು ಭಾರತವು ಒಂದು ಪ್ರಜಾಪ್ರಭುತ್ವವಾಗಿ ಉಳಿಯುತ್ತದೆಯೇ ಎಂದು ಸಂಶಯ ಪಟ್ಟಿತ್ತು. ಆದರೆ ನೆಹರು ಅವರು ಸೃಷ್ಟಿಸಿದ ಸಂವಿಧಾನ ಮತ್ತು ಸಂಸ್ಥೆಗಳು ಎಷ್ಟು ಗಟ್ಟಿಯಾಗಿದ್ದವೆಂದರೆ, ಅಧಿಕಾರ ಹಸ್ತಾಂತರವು ಅತ್ಯಂತ ಶಾಂತಿಯುತವಾಗಿ ನಡೆಯಿತು. ಇದು ಒಬ್ಬ ನಾಯಕನ ಅತಿ ದೊಡ್ಡ ಗೆಲುವು.

2. ವಾಜಪೇಯಿ ಅವರ ರಾಜಕೀಯ ನಿವೃತ್ತಿ ಮತ್ತು ಗೌರವ

ವಾಜಪೇಯಿ ಅವರು ಅಧಿಕಾರವನ್ನು ಬಿಟ್ಟುಕೊಟ್ಟ ರೀತಿ ಮತ್ತು ನಂತರ ಅವರು ಉಳಿಸಿಕೊಂಡ ಗೌರವ ಇಂದಿನ ನಾಯಕರಿಗೆ ಪಾಠ.

* 2004ರ ಸೋಲು: 'ಇಂಡಿಯಾ ಶೈನಿಂಗ್' ಘೋಷಣೆಯ ಹೊರತಾಗಿಯೂ ಬಿಜೆಪಿ ಸೋತಾಗ, ವಾಜಪೇಯಿ ಅವರು ಯಾವುದೇ ಹಠ ಮಾಡದೆ ತಕ್ಷಣವೇ ರಾಜೀನಾಮೆ ನೀಡಿ ಸೋಲನ್ನು ಒಪ್ಪಿಕೊಂಡರು.

* ರಾಜಧರ್ಮ: ಗುಜರಾತ್ ಗಲಭೆಯ ಸಮಯದಲ್ಲಿ ಅವರು ಅಂದಿನ ಮುಖ್ಯಮಂತ್ರಿಗೆ ನೀಡಿದ "ರಾಜಧರ್ಮ ಪಾಲಿಸಿ" ಎಂಬ ಕಿವಿಮಾತು, ಒಬ್ಬ ಪ್ರಧಾನಿ ತನ್ನ ಪಕ್ಷದವರಿಗಿಂತ ಹೆಚ್ಚಾಗಿ ಸಂವಿಧಾನದ ಆಶಯಗಳಿಗೆ ನಿಷ್ಠನಾಗಿರಬೇಕು ಎಂಬುದನ್ನು ನೆನಪಿಸುತ್ತದೆ.

* ಭಾರತ ರತ್ನ: ಇಡೀ ದೇಶವು ಪಕ್ಷಭೇದ ಮರೆತು ಅವರನ್ನು ಗೌರವಿಸಿತು. 2015ರಲ್ಲಿ ಅವರಿಗೆ 'ಭಾರತ ರತ್ನ' ನೀಡಿದಾಗ, ಅದು ಕೇವಲ ಒಬ್ಬ ವ್ಯಕ್ತಿಗಲ್ಲ, ಬದಲಾಗಿ ಭಾರತದ ಸಂಸದೀಯ ಮೌಲ್ಯಗಳಿಗೆ ಸಂದ ಗೌರವವಾಗಿತ್ತು.

ಯುವ ನಾಯಕರಿಗೆ ಉಪಸಂಹಾರ:

ನೆಹರು ಮತ್ತು ವಾಜಪೇಯಿ ಅವರ ಈ ದೀರ್ಘ ಚರ್ಚೆಯ ಸಾರಾಂಶವೇನೆಂದರೆ:

* ನೆಹರು ನಿಮಗೆ 'ಸಂಸ್ಥೆಗಳನ್ನು ಕಟ್ಟುವುದು' ಮತ್ತು 'ವಿಶ್ವಗುರು' ಆಗುವ ಕನಸು ಕಾಣುವುದನ್ನು ಕಲಿಸುತ್ತಾರೆ.

* ವಾಜಪೇಯಿ ನಿಮಗೆ 'ಎಲ್ಲರನ್ನೂ ಒಳಗೊಳ್ಳುವಿಕೆ' (Inclusivity) ಮತ್ತು 'ಟೀಕೆಗಳನ್ನು ಹೂವಾಗಿ ಸ್ವೀಕರಿಸುವ' ಕಲೆಯನ್ನು ಕಲಿಸುತ್ತಾರೆ.

ನೀವು ನಿಮ್ಮ ರಾಜಕೀಯ ಜೀವನದಲ್ಲಿ ಶೂನ್ಯ ಸಂಪಾದನೆಯ ಅರಿವನ್ನು ಹೊಂದಿದ್ದರೆ, ಅಧಿಕಾರ ಎಂಬುದು ನಿಮಗೆ ಬೋಗದ ವಸ್ತುವಾಗದೆ ಸೇವೆಯ ಸಾಧನವಾಗುತ್ತದೆ. ಈ ಇಬ್ಬರು ನಾಯಕರು ಕೂಡ ತಾವು ಗಳಿಸಿದ ಅಧಿಕಾರವನ್ನು ಸಮಾಜದ ಉನ್ನತಿಗಾಗಿ ಬಳಸಿದರು. ಅವರು ಹೋದ ಮೇಲೆ ನಮಗೆ ಸಿಕ್ಕಿರುವುದು ಸಮೃದ್ಧವಾದ ರಸ್ತೆಗಳು, ಶಕ್ತಿಯುತವಾದ ಸಂಸ್ಥೆಗಳು ಮತ್ತು ಎಲ್ಲಕ್ಕಿಂತ ಹೆಚ್ಚಾಗಿ 'ಗಟ್ಟಿಯಾದ ಪ್ರಜಾಪ್ರಭುತ್ವ'.

ಈ ಇತಿಹಾಸದ ಪಾಠಗಳು ನಿಮ್ಮನ್ನು ಒಬ್ಬ ಪ್ರಬುದ್ಧ ನಾಯಕನನ್ನಾಗಿ ರೂಪಿಸಲಿ. ರಾಜಕೀಯವು ಕೇವಲ ಗೆಲುವಿನಾಟವಲ್ಲ, ಅದು ಮುಂದಿನ ತಲೆಮಾರಿಗೆ ದಾರಿ ದೀಪವಾಗುವ ಕಾಯಕ.

ಒಕ್ಕೂಟ ವ್ಯವಸ್ಥೆ (Federalism) ಎನ್ನುವುದು ಭಾರತದಂತಹ ವೈವಿಧ್ಯಮಯ ದೇಶದ ಬೆನ್ನೆಲುಬು. ಇದು ಕೇವಲ ಒಂದು ಆಡಳಿತಾತ್ಮಕ ವ್ಯವಸ್ಥೆಯಲ್ಲ;

ಇದು 'ವಿವಿಧತೆಯಲ್ಲಿ ಏಕತೆ'ಯನ್ನು ಕಾಪಾಡುವ ರಾಜಕೀಯ ಸೂತ್ರ. ಭಾರತದ ಒಕ್ಕೂಟ ವ್ಯವಸ್ಥೆಯು ಅಮೆರಿಕದಂತೆ ರಾಜ್ಯಗಳ ನಡುವಿನ ಒಪ್ಪಂದದಿಂದ ಹುಟ್ಟಿದ್ದಲ್ಲ, ಬದಲಾಗಿ ಆಡಳಿತದ ಅನುಕೂಲಕ್ಕಾಗಿ ಕೇಂದ್ರವು ಅಧಿಕಾರವನ್ನು ರಾಜ್ಯಗಳಿಗೆ ಹಂಚಿದ ವ್ಯವಸ್ಥೆಯಾಗಿದೆ.

ಒಬ್ಬ ಯುವ ನಾಯಕನಿಗೆ ಈ ವ್ಯವಸ್ಥೆಯ ಅರಿವು ಅತ್ಯಗತ್ಯ, ಏಕೆಂದರೆ ಇಲ್ಲಿ ಅಧಿಕಾರವು ಮೇಲಿನಿಂದ ಕೆಳಕ್ಕೆ ಹರಿಯುವ ಜೊತೆಗೆ, ಪರಸ್ಪರ ಸಹಕಾರದ ಮೇಲೂ ನಿಂತಿದೆ.

1. ಅಧಿಕಾರದ ವಿಭಜನೆ: ಮೂರು ಪಟ್ಟಿಗಳು

ನಮ್ಮ ಸಂವಿಧಾನವು ಕೇಂದ್ರ ಮತ್ತು ರಾಜ್ಯಗಳ ನಡುವೆ ಅಧಿಕಾರವನ್ನು ಸ್ಪಷ್ಟವಾಗಿ ಹಂಚಿದೆ. ಇದನ್ನು ಅರ್ಥಮಾಡಿಕೊಳ್ಳಲು ಮೂರು ಪಟ್ಟಿಗಳನ್ನು ಗಮನಿಸಬೇಕು:

* ಕೇಂದ್ರ ಪಟ್ಟಿ (Union List): ರಾಷ್ಟ್ರದ ಭದ್ರತೆ, ವಿದೇಶಾಂಗ ವ್ಯವಹಾರ, ರೈಲ್ವೆ ಮತ್ತು ಬ್ಯಾಂಕಿಂಗ್‌ನಂತಹ ವಿಷಯಗಳು ಕೇಂದ್ರದ ಸುಪರ್ದಿಯಲ್ಲಿರುತ್ತವೆ.

* ರಾಜ್ಯ ಪಟ್ಟಿ (State List): ಪೊಲೀಸ್, ಕೃಷಿ, ಸಾರ್ವಜನಿಕ ಆರೋಗ್ಯ ಮತ್ತು ಸ್ಥಳೀಯ ಆಡಳಿತದಂತಹ ವಿಷಯಗಳಲ್ಲಿ ರಾಜ್ಯಗಳಿಗೆ ಸಂಪೂರ್ಣ ಅಧಿಕಾರವಿರುತ್ತದೆ.

* ಸಮವರ್ತಿ ಪಟ್ಟಿ (Concurrent List): ಶಿಕ್ಷಣ, ಅರಣ್ಯ ಮತ್ತು ಮದುವೆಯಂತಹ ವಿಷಯಗಳಲ್ಲಿ ಇಬ್ಬರೂ ಕಾನೂನು ಮಾಡಬಹುದು. ಆದರೆ ಸಂಘರ್ಷ ಉಂಟಾದಾಗ ಕೇಂದ್ರದ ಕಾನೂನೇ ಅಂತಿಮವಾಗುತ್ತದೆ.

2. ಒಕ್ಕೂಟ ವ್ಯವಸ್ಥೆಯ ಪ್ರಮುಖ ಲಕ್ಷಣಗಳು

* ಲಿಖಿತ ಸಂವಿಧಾನ: ಕೇಂದ್ರ ಮತ್ತು ರಾಜ್ಯಗಳ ನಡುವಿನ ಅಧಿಕಾರ ವ್ಯಾಪ್ತಿಯನ್ನು ಸಂವಿಧಾನವು ಲಿಖಿತವಾಗಿ ನೀಡಿದೆ. ಯಾರೂ ಇದನ್ನು ಸುಲಭವಾಗಿ ಮೀರುವಂತಿಲ್ಲ.

* ಸ್ವತಂತ್ರ ನ್ಯಾಯಾಂಗ: ಕೇಂದ್ರ ಮತ್ತು ರಾಜ್ಯಗಳ ನಡುವೆ ಜಗಳ ಉಂಟಾದಾಗ (ಉದಾಹರಣೆಗೆ: ನದಿ ನೀರು ಹಂಚಿಕೆ ಅಥವಾ ಅನುದಾನದ ವಿಷಯದಲ್ಲಿ), ಸುಪ್ರೀಂ ಕೋರ್ಟ್ ಅಂತಿಮ ತೀರ್ಪು ನೀಡುತ್ತದೆ.

* ದ್ವಿಸದನ ಪದ್ಧತಿ: ಸಂಸತ್ತಿನಲ್ಲಿ ರಾಜ್ಯಗಳ ಪ್ರತಿನಿಧಿಗಳಾಗಿ 'ರಾಜ್ಯಸಭೆ' ಇರುತ್ತದೆ. ರಾಜ್ಯಗಳ ಹಿತಾಸಕ್ತಿಯನ್ನು ರಕ್ಷಿಸುವುದು ಇದರ ಮುಖ್ಯ ಕೆಲಸ.

3. ಸವಾಲುಗಳು ಮತ್ತು ಸಂಘರ್ಷದ ಕೇಂದ್ರಗಳು

ಭಾರತದ ಒಕ್ಕೂಟ ವ್ಯವಸ್ಥೆಯಲ್ಲಿ ಕೆಲವು ಸಮಯಗಳಿಂದ ಘರ್ಷಣೆಗಳು ನಡೆಯುತ್ತಿವೆ. ಒಬ್ಬ ನಾಯಕನಾಗಿ ನೀವು ಈ ಕೆಳಗಿನವುಗಳನ್ನು ಗಮನಿಸಬೇಕು:

* ರಾಜ್ಯಪಾಲರ ಪಾತ್ರ: ರಾಜ್ಯಪಾಲರು ಕೇಂದ್ರದ ಏಜೆಂಟರಂತೆ ವರ್ತಿಸುತ್ತಾರೆ ಎಂಬ ದೂರು ರಾಜ್ಯ ಸರ್ಕಾರಗಳಿಂದ ಕೇಳಿಬರುತ್ತಿರುತ್ತದೆ.

* ಜಿಎಸ್‌ಟಿ (GST) ಮತ್ತು ಹಣಕಾಸು ಹಂಚಿಕೆ: ರಾಜ್ಯಗಳ ತೆರಿಗೆ ಸಂಗ್ರಹದ ಅಧಿಕಾರ ಕಡಿಮೆಯಾಗಿರುವುದರಿಂದ, ಅನುದಾನಕ್ಕಾಗಿ ಕೇಂದ್ರದ ಮೇಲೆ ಅವಲಂಬಿತವಾಗಬೇಕಾದ ಪರಿಸ್ಥಿತಿ ಇದೆ.

* ಪ್ರಾದೇಶಿಕ ಅಸ್ಮಿತೆ: ಭಾಷೆ, ಸಂಸ್ಕೃತಿ ಮತ್ತು ನೆಲ-ಜಲದ ವಿಷಯದಲ್ಲಿ ರಾಜ್ಯಗಳು ತಮ್ಮ ಸ್ವಾಯತ್ತತೆಯನ್ನು ಬಯಸುತ್ತವೆ. ಕರ್ನಾಟಕದಂತಹ ರಾಜ್ಯಗಳಲ್ಲಿ ಭಾಷಾ ಹಿತಾಸಕ್ತಿ ಮತ್ತು ತೆರಿಗೆ ನ್ಯಾಯದ ಬಗ್ಗೆ ಚರ್ಚೆಗಳು ನಡೆಯುತ್ತಿರುವುದೇ ಇದಕ್ಕೆ ಉದಾಹರಣೆ.

4. ಒಕ್ಕೂಟ ವ್ಯವಸ್ಥೆ ಮತ್ತು ಶೂನ್ಯ ಸಂಪಾದನೆ

ನೀವು ನೆನಪಿನಲ್ಲಿಟ್ಟಿರುವ ಶೂನ್ಯ ಸಂಪಾದನೆಯ ಅರಿವಿನಂತೆ, ಅಧಿಕಾರ ಎನ್ನುವುದು 'ವಿಕೇಂದ್ರೀಕರಣ'ಗೊಳ್ಳಬೇಕು. ಅಧಿಕಾರವು ಒಂದೇ ಕಡೆ ಕೇಂದ್ರೀಕೃತವಾದರೆ ಅದು ಸರ್ವಾಧಿಕಾರಕ್ಕೆ ನಾಂದಿಯಾಗುತ್ತದೆ.

* "ಅಧಿಕಾರವನ್ನು ಹಂಚಿಕೊಳ್ಳುವುದು ಎಂದರೆ ಶಕ್ತಿಯನ್ನು ಕಳೆದುಕೊಳ್ಳುವುದು ಎಂದಲ್ಲ, ಬದಲಾಗಿ ಶಕ್ತಿಯನ್ನು ವಿಸ್ತರಿಸುವುದು" ಎಂಬ ತತ್ವವೇ ಒಕ್ಕೂಟ ವ್ಯವಸ್ಥೆಯ ಸಾರ.

* ಶೂನ್ಯ ಸಂಪಾದನೆಯಲ್ಲಿ ಎಲ್ಲ ವಚನಕಾರರೂ ಹೇಗೆ ಸಮಾನರಾಗಿ ಚರ್ಚಿಸುತ್ತಿದ್ದರೋ, ಹಾಗೆಯೇ ಒಕ್ಕೂಟ ವ್ಯವಸ್ಥೆಯಲ್ಲಿ ಪ್ರತಿಯೊಂದು ರಾಜ್ಯವೂ ಸಮಾನ ಗೌರವವನ್ನು ಹೊಂದಿರಬೇಕು.

ಯುವ ನಾಯಕರಿಗೆ ಕಿವಿಮಾತು:

ಒಬ್ಬ ನಾಯಕನಾಗಿ ನೀವು ನಿಮ್ಮ ರಾಜ್ಯದ ಹಿತಾಸಕ್ತಿಯನ್ನು ಕಾಪಾಡುವ ಜೊತೆಗೆ ರಾಷ್ಟ್ರದ ಐಕ್ಯತೆಯನ್ನೂ ಗಮನಿಸಬೇಕು. "ಬಲಿಷ್ಠ ರಾಜ್ಯಗಳಿಂದಲೇ ಬಲಿಷ್ಠ ರಾಷ್ಟ್ರ ನಿರ್ಮಾಣ ಸಾಧ್ಯ" ಎಂಬ ಸತ್ಯವನ್ನು ಅರಿತು ಕೆಲಸ ಮಾಡುವುದು ಇಂದಿನ ತುರ್ತು ಅಗತ್ಯ.

ಭಾರತದ ಒಕ್ಕೂಟ ವ್ಯವಸ್ಥೆ (Federalism) ಎನ್ನುವುದು ಕೇವಲ ಆಡಳಿತಾತ್ಮಕ ಹಂಚಿಕೆಯಲ್ಲ,

ಅದು ಈ ದೇಶದ ವೈವಿಧ್ಯತೆಯನ್ನು ಕಾಪಾಡುವ ಒಂದು ಮಹಾನ್ ರಕ್ಷಣಾ ಕವಚ. ಭಾರತದ ಸಂವಿಧಾನವು ಭಾರತವನ್ನು 'ರಾಜ್ಯಗಳ ಒಕ್ಕೂಟ' (Union of States) ಎಂದು ಕರೆಯುತ್ತದೆ.

ಒಬ್ಬ ಯುವ ರಾಜಕೀಯ ಧುರೀಣನಿಗೆ ಒಕ್ಕೂಟ ವ್ಯವಸ್ಥೆಯ ಆಳವಾದ ಜ್ಞಾನವಿದ್ದರೆ ಮಾತ್ರ ಆತ ಪ್ರಾದೇಶಿಕ ಹಿತಾಸಕ್ತಿ ಮತ್ತು ರಾಷ್ಟ್ರೀಯ ಏಕತೆಯ ನಡುವೆ ಸಮತೋಲನ ಕಾಯ್ದುಕೊಳ್ಳಲು ಸಾಧ್ಯ. ಇದರ ಪ್ರಮುಖ ಆಯಾಮಗಳನ್ನು ಇಲ್ಲಿ ವಿವರಿಸಲಾಗಿದೆ:

1. ಸಹಕಾರೀ ಒಕ್ಕೂಟ ವ್ಯವಸ್ಥೆ (Cooperative Federalism)

ಇದು ಕೇಂದ್ರ ಮತ್ತು ರಾಜ್ಯಗಳು ಪರಸ್ಪರ ಎದುರಾಳಿಗಳಂತೆ ವರ್ತಿಸದೆ, ಸಹೋದರರಂತೆ ಕೆಲಸ ಮಾಡುವ ಪದ್ಧತಿ.

* ಉದಾಹರಣೆ: ನೀತಿ ಆಯೋಗ (NITI Aayog) ಮತ್ತು ಜಿಎಸ್‌ಟಿ ಕೌನ್ಸಿಲ್ (GST Council). ಇಲ್ಲಿ ಕೇಂದ್ರ ಸಚಿವರು ಮತ್ತು ರಾಜ್ಯಗಳ ಮುಖ್ಯಮಂತ್ರಿಗಳು ಒಟ್ಟಾಗಿ ಕುಳಿತು ದೇಶದ ಆರ್ಥಿಕ ನಿರ್ಧಾರಗಳನ್ನು ತೆಗೆದುಕೊಳ್ಳುತ್ತಾರೆ.

* ಪಾಠ: "ಕೇಂದ್ರ ಬಲಿಷ್ಠವಾಗಬೇಕೆಂದರೆ ರಾಜ್ಯಗಳು ಸಶಕ್ತವಾಗಬೇಕು" ಎಂಬ ತತ್ವವೇ ಇಲ್ಲಿನ ಮೂಲಮಂತ್ರ.

2. ಸಂವಿಧಾನದ ಏಳನೇ ಅನುಸೂಚಿ (7th Schedule)

ಅಧಿಕಾರವು ಯಾರ ಕೈಯಲ್ಲಿದೆ ಎಂಬ ಗೊಂದಲ ನಿವಾರಿಸಲು ಸಂವಿಧಾನವು ಸ್ಪಷ್ಟವಾಗಿ ಮೂರು ಪಟ್ಟಿಗಳನ್ನು ಮಾಡಿದೆ:

* ಕೇಂದ್ರ ಪಟ್ಟಿ: ಇಲ್ಲಿ ರಾಷ್ಟ್ರೀಯ ಪ್ರಾಮುಖ್ಯತೆಯ ವಿಷಯಗಳಾದ ರಕ್ಷಣೆ, ಅಣುಶಕ್ತಿ, ವಿದೇಶಾಂಗ ವ್ಯವಹಾರ ಮತ್ತು ರೈಲ್ವೆ ಇರುತ್ತವೆ.

* ರಾಜ್ಯ ಪಟ್ಟಿ: ಇಲ್ಲಿ ಹಳ್ಳಿಯ ಜನರ ದೈನಂದಿನ ಬದುಕಿಗೆ ಹತ್ತಿರವಿರುವ ಪೊಲೀಸ್, ಕೃಷಿ, ನೀರಾವರಿ ಮತ್ತು ಮಾರುಕಟ್ಟೆ ವ್ಯವಸ್ಥೆಗಳಿರುತ್ತವೆ.

* ಸಮವರ್ತಿ ಪಟ್ಟಿ: ಶಿಕ್ಷಣ ಮತ್ತು ಪರಿಸರದಂತಹ ವಿಷಯಗಳಲ್ಲಿ ಇಬ್ಬರೂ ಕಾನೂನು ಮಾಡಬಹುದು.

3. ಒಕ್ಕೂಟ ವ್ಯವಸ್ಥೆಯ ಮುಂದಿರುವ ಸವಾಲುಗಳು

ಇಂದು ಭಾರತದ ರಾಜಕೀಯದಲ್ಲಿ ಒಕ್ಕೂಟ ವ್ಯವಸ್ಥೆಯ ಬಗ್ಗೆ ಹೆಚ್ಚು ಚರ್ಚೆಯಾಗುತ್ತಿದೆ. ಇದಕ್ಕೆ ಪ್ರಮುಖ ಕಾರಣಗಳು:

* ಹಣಕಾಸಿನ ಸ್ವಾಯತ್ತತೆ: ರಾಜ್ಯಗಳು ಸಂಗ್ರಹಿಸುವ ತೆರಿಗೆಯ ಬಹುಪಾಲು ಕೇಂದ್ರಕ್ಕೆ ಹೋಗುತ್ತದೆ. ಆದರೆ ರಾಜ್ಯಗಳಿಗೆ ಮರಳುವ ಅನುದಾನ (Tax Devolution) ನ್ಯಾಯಯುತವಾಗಿಲ್ಲ ಎಂಬುದು ದಕ್ಷಿಣದ ರಾಜ್ಯಗಳ (ಕರ್ನಾಟಕ ಸೇರಿದಂತೆ) ಪ್ರಮುಖ ದೂರು.

* ರಾಜ್ಯಪಾಲರ ಹಸ್ತಕ್ಷೇಪ: ಆಯಾ ರಾಜ್ಯದ ಚುನಾಯಿತ ಸರ್ಕಾರದ ಕೆಲಸಗಳಲ್ಲಿ ಕೇಂದ್ರದಿಂದ ನೇಮಕವಾದ ರಾಜ್ಯಪಾಲರು ಅಡ್ಡಿಪಡಿಸುತ್ತಿದ್ದಾರೆ ಎಂಬ ಆರೋಪಗಳು ಒಕ್ಕೂಟ ವ್ಯವಸ್ಥೆಗೆ ಸಂಕಷ್ಟ ತಂದಿವೆ.

* ಭಾಷಾ ಅಸ್ಮಿತೆ: ಹಿಂದಿ ಹೇರಿಕೆಯ ವಿರುದ್ಧ ಅಹಿಂದುಸ್ತಾನಿ ರಾಜ್ಯಗಳು (Non-Hindi States) ಪ್ರತಿಭಟಿಸುತ್ತಿರುವುದು ಒಕ್ಕೂಟದ ಒಳಗಿನ ವೈವಿಧ್ಯತೆಯ ಸಂಘರ್ಷವನ್ನು ತೋರಿಸುತ್ತದೆ.

4. ವಿಕೇಂದ್ರೀಕರಣ ಮತ್ತು ಪಂಚಾಯತ್ ರಾಜ್

ಒಕ್ಕೂಟ ವ್ಯವಸ್ಥೆಯು ಕೇವಲ ದೆಹಲಿ ಮತ್ತು ಬೆಂಗಳೂರಿನ ನಡುವಿನ ಸಂಬಂಧವಲ್ಲ; ಅದು ಹಳ್ಳಿಯ ಪಂಚಾಯತ್ ಮಟ್ಟದವರೆಗೂ ಹೋಗಬೇಕು. 1992ರ 73 ಮತ್ತು 74ನೇ ತಿದ್ದುಪಡಿಗಳ ಮೂಲಕ ಅಧಿಕಾರವನ್ನು ಹಳ್ಳಿಯ ಜನರಿಗೆ ಹಂಚಲಾಯಿತು.

* ಯುವ ನಾಯಕರಿಗೆ ಪಾಠ: ನೀವು ನಿಮ್ಮ ಕ್ಷೇತ್ರದಲ್ಲಿ ಜನಸಂಘಟನೆ ಮಾಡುವಾಗ ಈ ಪಂಚಾಯತ್ ವ್ಯವಸ್ಥೆಯನ್ನು ಗಟ್ಟಿಗೊಳಿಸಿದರೆ, ಅದು ದೇಶದ ಒಕ್ಕೂಟ ವ್ಯವಸ್ಥೆಯನ್ನು ಗಟ್ಟಿಗೊಳಿಸಿದಂತೆ.

ಶೂನ್ಯ ಸಂಪಾದನೆಯ ಅರಿವು ಮತ್ತು ಒಕ್ಕೂಟ ಧರ್ಮ

ನೀವು ನೆನಪಿನಲ್ಲಿಟ್ಟಿರುವ ಶೂನ್ಯ ಸಂಪಾದನೆಯ ಶರಣರ ತತ್ವಕ್ಕೂ ಒಕ್ಕೂಟ ವ್ಯವಸ್ಥೆಗೂ ಒಂದು ಸಾಮ್ಯತೆಯಿದೆ. ಅನುಭವ ಮಂಟಪದಲ್ಲಿ ಪ್ರಭುದೇವ, ಬಸವಣ್ಣ, ಅಕ್ಕಮಹಾದೇವಿ ಹೀಗೆ ಎಲ್ಲರೂ ತಮ್ಮದೇ ಆದ ಸ್ವತಂತ್ರ ಅರಿವನ್ನು ಹೊಂದಿದ್ದರು (ರಾಜ್ಯಗಳಂತೆ), ಆದರೆ ಎಲ್ಲರೂ ಸೇರಿ ಸತ್ಯದ ಹುಡುಕಾಟ ಮಾಡುತ್ತಿದ್ದರು (ಕೇಂದ್ರದಂತೆ).

* ಅಧಿಕಾರವು ಒಂದೇ ಕಡೆ ಅತಿರೇಕವಾಗಿ ಕೇಂದ್ರೀಕೃತವಾದರೆ ಅಲ್ಲಿ ಅಹಂಕಾರ ಬೆಳೆಯುತ್ತದೆ. ಅದನ್ನು ತಡೆಗಟ್ಟುವುದೇ ಒಕ್ಕೂಟ ವ್ಯವಸ್ಥೆಯ ಅಸಲಿ ಕೆಲಸ.

ಬಲಿಷ್ಠವಾದ ಒಕ್ಕೂಟ ವ್ಯವಸ್ಥೆಯು ದೇಶವನ್ನು ತುಂಡಾಗದಂತೆ ರಕ್ಷಿಸುತ್ತದೆ. ಒಬ್ಬ ನಾಯಕನಾಗಿ ನೀವು ಪ್ರಾದೇಶಿಕ ಅಭಿಮಾನವನ್ನು ಹೊಂದಿರಬೇಕು, ಆದರೆ ಅದು ರಾಷ್ಟ್ರೀಯ ಹಿತಾಸಕ್ತಿಗೆ ವಿರುದ್ಧವಾಗಿರಬಾರದು.

ರಾಜಕೀಯ ನಾಯಕರ ಜೀವನ ಮತ್ತು ಅವರ ರಾಜಕಾರಣದ ಅನುಭವಗಳು ಒಬ್ಬ ಯುವ ನಾಯಕನಿಗೆ ಹಳೆಯ ಇತಿಹಾಸದ ಪಾಠಗಳಿಗಿಂತ ಹೆಚ್ಚಾಗಿ, ಭವಿಷ್ಯದ ದಾರಿದೀಪಗಳಾಗಿ ಕೆಲಸ ಮಾಡುತ್ತವೆ. ಅಧಿಕಾರದ ಏಣಿಯನ್ನು ಹತ್ತುವಾಗ ಮತ್ತು ಅಲ್ಲಿಂದ ಇಳಿಯುವಾಗ ಅವರು ಅನುಭವಿಸಿದ 'ಅಂತರಂಗದ ತುಮುಲ'ಗಳು ಇಂದಿನ ರಾಜಕೀಯಕ್ಕೆ ಬಹಳ ಪ್ರಸ್ತುತ.

ಪ್ರಮುಖ ನಾಯಕರ ಅನುಭವ ಸಾರ ಮತ್ತು ಅವರ ಜೀವನದಿಂದ ನಾವು ಕಲಿಯಬೇಕಾದ ಒಳನೋಟಗಳು ಇಲ್ಲಿವೆ:

1. ಅಧಿಕಾರ ಮತ್ತು ನೈತಿಕತೆಯ ಸಂಘರ್ಷ (ಲಾಲ್ ಬಹದ್ದೂರ್ ಶಾಸ್ತ್ರಿ)

ಶಾಸ್ತ್ರಿಯವರ ಅನುಭವವು ನಮಗೆ 'ಜವಾಬ್ದಾರಿ' (Accountability) ಎಂದರೆ ಏನು ಎಂದು ಕಲಿಸುತ್ತದೆ.

* ಅನುಭವ: ರೈಲ್ವೆ ಸಚಿವರಾಗಿದ್ದಾಗ ದೊಡ್ಡ ರೈಲು ಅಪಘಾತ ಸಂಭವಿಸಿತು. ಅಂದು ಯಾರೂ ಶಾಸ್ತ್ರಿಯವರ ರಾಜೀನಾಮೆ ಕೇಳಿರಲಿಲ್ಲ. ಆದರೆ, "ನನ್ನ ಇಲಾಖೆಯಲ್ಲಿ ಸಾವು ನೋವುಗಳಾದ ಮೇಲೆ ನಾನು ಸಚಿವನಾಗಿ ಮುಂದುವರಿಯುವುದು ತಪ್ಪು" ಎಂದು ತಮ್ಮ ಸ್ಥಾನಕ್ಕೆ ರಾಜೀನಾಮೆ ನೀಡಿದರು.

* ಪಾಠ: ಅಧಿಕಾರಕ್ಕಿಂತ ಮನುಷ್ಯನ ಪ್ರಾಣ ಮತ್ತು ನೈತಿಕತೆ ದೊಡ್ಡದು ಎಂಬುದು ಇಂದಿನ ನಾಯಕರಿಗೆ ದೊಡ್ಡ ಪಾಠ.

2. ಟೀಕೆಯನ್ನು ಸಕಾರಾತ್ಮಕವಾಗಿ ಸ್ವೀಕರಿಸುವುದು (ಜವಾಹರಲಾಲ್ ನೆಹರು)

ನೆಹರು ಅವರು ಪ್ರಜಾಪ್ರಭುತ್ವದ ಅಸಲಿ ಶಕ್ತಿಯನ್ನು ತಮ್ಮ ಅನುಭವದ ಮೂಲಕ ತೋರಿಸಿಕೊಟ್ಟಿದ್ದರು.

* ಅನುಭವ: ನೆಹರು ಅವರ ತೀವ್ರ ಟೀಕಾಕಾರರಾಗಿದ್ದ ರಾಮ್ ಮನೋಹರ್ ಲೋಹಿಯಾ ಅವರು ಸಂಸತ್ತಿನಲ್ಲಿ ನೆಹರು ವಿರುದ್ಧ ಅತ್ಯಂತ ಕಟು ಭಾಷೆ ಬಳಸುತ್ತಿದ್ದರು. ಒಮ್ಮೆ ಲೋಹಿಯಾ ಅವರ ಭಾಷಣ ಮುಗಿದ ನಂತರ ನೆಹರು ಅವರ ಬಳಿ ಬಂದು, "ನೀವು ಇಷ್ಟು ಕಟುವಾಗಿ ಮಾತನಾಡದಿದ್ದರೆ ನನ್ನ ತಪ್ಪುಗಳು ನನಗೆ ತಿಳಿಯುತ್ತಿರಲಿಲ್ಲ" ಎಂದು ಬೆನ್ನು ತಟ್ಟಿದರು.

* ಪಾಠ: ವಿರೋಧ ಪಕ್ಷದವರನ್ನು ಶತ್ರುಗಳಂತೆ ನೋಡದೆ, ನಮ್ಮ ದಾರಿಯನ್ನು ತಿದ್ದುವ ಕನ್ನಡಿಯಂತೆ ನೋಡಬೇಕು.

3. ಸಮಯ ಮತ್ತು ತಾಳ್ಮೆಯ ಮಹತ್ವ (ಅಟಲ್ ಬಿಹಾರಿ ವಾಜಪೇಯಿ)

ವಾಜಪೇಯಿ ಅವರ ಜೀವನವು 'ಕಾಲಕ್ಕಾಗಿ ಕಾಯುವ' (Patience) ಮಹತ್ವವನ್ನು ಸಾರುತ್ತದೆ.

* ಅನುಭವ: 1950ರಿಂದಲೇ ಹೋರಾಟ ಶುರುಮಾಡಿದ ಅವರಿಗೆ ಪೂರ್ಣ ಬಹುಮತದ ಪ್ರಧಾನಿಯಾಗಲು 1999ರವರೆಗೆ ಕಾಯಬೇಕಾಯಿತು. ಅಧಿಕಾರ ಸಿಗದಿದ್ದಾಗ ಅವರು ಧೃತಿಗೆಡಲಿಲ್ಲ ಅಥವಾ ಪಕ್ಷ ಬದಲಿಸಲಿಲ್ಲ.

* ಪಾಠ: ರಾಜಕೀಯ ಎನ್ನುವುದು 100 ಮೀಟರ್ ಓಟವಲ್ಲ, ಅದೊಂದು ಮ್ಯಾರಥಾನ್. ಇಲ್ಲಿ ಅಂತಿಮವಾಗಿ ಉಳಿಯುವವನೇ ಗೆಲ್ಲುವವನು.

4. ಶೂನ್ಯದಿಂದ ಸೃಷ್ಟಿಸುವ ಶಕ್ತಿ (ಬಿ.ಎಸ್. ಯಡಿಯೂರಪ್ಪ)

ಕರ್ನಾಟಕದ ರಾಜಕಾರಣದಲ್ಲಿ ಯಡಿಯೂರಪ್ಪನವರ ಅನುಭವವು ಹೋರಾಟದ ಹಾದಿಯನ್ನು ತೋರಿಸುತ್ತದೆ.

* ಅನುಭವ: ಸೈಕಲ್ ಮೇಲೆ ಹಳ್ಳಿ ಹಳ್ಳಿ ಸುತ್ತಿ ಪಕ್ಷವನ್ನು ಕಟ್ಟಿದ ಅವರು, ಅನೇಕ ಬಾರಿ ಸೋತರು, ಪಕ್ಷದಿಂದ ಹೊರಬಂದರು. ಆದರೆ ಜನರೊಂದಿಗೆ ಇದ್ದ ಕೊಂಡಿಯನ್ನು ಅವರು ಕಳೆದುಕೊಳ್ಳಲಿಲ್ಲ.

* ಪಾಠ: ಒಬ್ಬ ನಾಯಕನಿಗೆ ಹೈಕಮಾಂಡ್ ಅಥವಾ ಹಣದ ಶಕ್ತಿಗಿಂತ 'ನೆಲದ ಸಂಪರ್ಕ' (Ground Connect) ಬಹಳ ಮುಖ್ಯ.

5. ಮಹಿಳಾ ನಾಯಕತ್ವದ ಸವಾಲುಗಳು (ಇಂದಿರಾ ಗಾಂಧಿ)

ಇಂದಿರಾ ಗಾಂಧಿಯವರ ಅನುಭವವು ಕಠಿಣ ನಿರ್ಧಾರಗಳನ್ನು ತೆಗೆದುಕೊಳ್ಳುವ ಕಲೆಯನ್ನು ಕಲಿಸುತ್ತದೆ.

* ಅನುಭವ: ರಾಜಕೀಯದ ಆರಂಭದಲ್ಲಿ ಅವರನ್ನು 'ಗೂಂಗಿ ಗುಡಿಯಾ' (ಮೌನಿ ಗೊಂಬೆ) ಎಂದು ಅಣಕಿಸುತ್ತಿದ್ದರು. ಆದರೆ ಅವರು ತಮ್ಮ ನಿರ್ಧಾರಗಳ ಮೂಲಕ (ಉದಾಹರಣೆಗೆ: ಬ್ಯಾಂಕ್ ರಾಷ್ಟ್ರೀಕರಣ, ಬಾಂಗ್ಲಾದೇಶ ವಿಮೋಚನೆ) ಜಗತ್ತೇ ಬೆರಗಾಗುವಂತೆ ಮಾಡಿದರು.

* ಪಾಠ: ಲೋಕದ ಟೀಕೆಗಳಿಗೆ ತಲೆಕೆಡಿಸಿಕೊಳ್ಳದೆ ನಿಮ್ಮ ಕೆಲಸದ ಮೂಲಕ ಉತ್ತರ ನೀಡಬೇಕು.

ರಾಜಕೀಯ ಅನುಭವ ಮತ್ತು 'ಶೂನ್ಯ ಸಂಪಾದನೆ'

ನೀವು ನೆನಪಿಟ್ಟುಕೊಂಡಿರುವ ಶೂನ್ಯ ಸಂಪಾದನೆಯ ಅರಿವು ಈ ಎಲ್ಲ ನಾಯಕರ ಜೀವನಕ್ಕೆ ಒಂದು ಚೌಕಟ್ಟನ್ನು ನೀಡುತ್ತದೆ.

* ರಾಜಕೀಯದಲ್ಲಿ ನೀವು ಮಾಡುವ 'ಸಂಪಾದನೆ' ಎಂದರೆ ಕೇವಲ ಹಣ ಅಥವಾ ಆಸ್ತಿಯಲ್ಲ; ಅದು ಜನರ ವಿಶ್ವಾಸ ಮತ್ತು ಇತಿಹಾಸದಲ್ಲಿ ನೀವು ಬಿಟ್ಟುಹೋಗುವ ಒಳ್ಳೆಯ ಹೆಸರು.

* ಅಧಿಕಾರದಲ್ಲಿದ್ದಾಗ ಅಹಂಕಾರವನ್ನು 'ಶೂನ್ಯ' ಮಾಡಿಕೊಂಡರೆ ಮಾತ್ರ ನೀವು ಜನರ ಹೃದಯದಲ್ಲಿ 'ಸದಾಕಾಲ' ಉಳಿಯಲು ಸಾಧ್ಯ.

ರಾಜಕೀಯ ನಾಯಕರ ಈ ಅನುಭವಗಳು ನಮಗೆ ಕಲಿಸುವುದು ಒಂದೇ: "ಪಕ್ಷಗಳು ಬದಲಾಗಬಹುದು, ಅಧಿಕಾರ ಬರಬಹುದು ಹೋಗಬಹುದು, ಆದರೆ ನಿಮ್ಮ ವ್ಯಕ್ತಿತ್ವ ಮತ್ತು ನೈತಿಕತೆ ಮಾತ್ರ ಸಮಾಜದಲ್ಲಿ ಶಾಶ್ವತವಾಗಿ ಉಳಿಯುತ್ತದೆ."

ರಾಜಕೀಯ ನಾಯಕರ ಜೀವನದಲ್ಲಿ ಬರುವ ಒಂದು ನಿರ್ದಿಷ್ಟ ಘಟನೆ ಅವರ ಇಡೀ ವ್ಯಕ್ತಿತ್ವವನ್ನೇ ಬದಲಿಸಬಲ್ಲದು. ಅಂತಹ ಒಂದು ರೋಚಕ ಮತ್ತು ಇಂದಿನ ಯುವ ನಾಯಕರಿಗೆ ಅತ್ಯಂತ ಅವಶ್ಯಕವಾದ ಘಟನೆ ಎಂದರೆ ಅಟಲ್ ಬಿಹಾರಿ ವಾಜಪೇಯಿ ಅವರು 1996ರಲ್ಲಿ ಸಂಸತ್ತಿನಲ್ಲಿ ನೀಡಿದ ಆ 13 ದಿನಗಳ ಸರ್ಕಾರದ ರಾಜೀನಾಮೆ ಭಾಷಣ.

ಈ ಘಟನೆಯು ರಾಜಕೀಯದಲ್ಲಿ 'ನೈತಿಕತೆ' ಮತ್ತು **'ಸಂಖ್ಯಾಬಲ'**ದ ನಡುವಿನ ವ್ಯತ್ಯಾಸವನ್ನು ಜಗತ್ತಿಗೆ ತೋರಿಸಿಕೊಟ್ಟಿತು.

ಘಟನೆಯ ಹಿನ್ನೆಲೆ:

1996ರ ಲೋಕಸಭಾ ಚುನಾವಣೆಯಲ್ಲಿ ಬಿಜೆಪಿ ಅತಿದೊಡ್ಡ ಪಕ್ಷವಾಗಿ ಹೊರಹೊಮ್ಮಿತು. ರಾಷ್ಟ್ರಪತಿಗಳು ವಾಜಪೇಯಿ ಅವರನ್ನು ಸರ್ಕಾರ ರಚಿಸಲು ಆಹ್ವಾನಿಸಿದರು. ಅವರು ಪ್ರಧಾನಿಯಾಗಿ ಪ್ರಮಾಣವಚನ ಸ್ವೀಕರಿಸಿದರು. ಆದರೆ, ಬಹುಮತ ಸಾಬೀತುಪಡಿಸಲು ಅವರಿಗೆ ಬೇಕಾದ ಸಂಖ್ಯಾಬಲ (272 ಸ್ಥಾನಗಳು) ಇರಲಿಲ್ಲ. ಕೇವಲ 13 ದಿನಗಳಲ್ಲಿ ವಿರೋಧ ಪಕ್ಷಗಳು ಅವಿಶ್ವಾಸ ನಿರ್ಣಯ ಮಂಡಿಸಿದವು.

ಸಂಸತ್ತಿನ ಆ ಐತಿಹಾಸಿಕ ಕ್ಷಣ:

ಬಹಳಷ್ಟು ನಾಯಕರು ಇಂತಹ ಸಮಯದಲ್ಲಿ ಕುದುರೆ ವ್ಯಾಪಾರ ಮಾಡಿಯಾದರೂ ಅಧಿಕಾರ ಉಳಿಸಿಕೊಳ್ಳಲು ಪ್ರಯತ್ನಿಸುತ್ತಾರೆ. ಆದರೆ ವಾಜಪೇಯಿ ಅವರು ಮಾಡಿದ್ದೇ ಬೇರೆ. ಅವರು ಸಂಸತ್ತಿನಲ್ಲಿ ನಿಂತು ಅಪ್ಪಟ ಸತ್ಯವನ್ನು ನುಡಿದರು:

> "ಅಧಿಕಾರಕ್ಕಾಗಿ ನಾನು ತಪ್ಪು ದಾರಿಯನ್ನು ತುಳಿಯುವುದಿಲ್ಲ. ದೇಶವನ್ನು ಕಟ್ಟಲು ನಾನು ಇಲ್ಲಿಗೆ ಬಂದಿದ್ದೇನೆಯೇ ಹೊರತು ಕೇವಲ ಕುರ್ಚಿ ಹಿಡಿಯುವುದಕ್ಕಲ್ಲ. ಇಂದು ನಮಗೆ ಸಂಖ್ಯಾಬಲವಿಲ್ಲದಿರಬಹುದು, ಆದರೆ ನಾಳೆ ಇಡೀ ದೇಶ ನಮ್ಮ ಹಿಂದೆ ಇರುತ್ತದೆ."

>

ಈ ಘಟನೆಯಿಂದ ಯುವ ನಾಯಕರು ಕಲಿಯಬೇಕಾದ 3 ಮುಖ್ಯ ಪಾಠಗಳು:

* ಸೋಲನ್ನು ಗೌರವದಿಂದ ಒಪ್ಪಿಕೊಳ್ಳುವುದು: ವಾಜಪೇಯಿ ಅವರು ಅಂದು ಹತಾಶರಾಗಲಿಲ್ಲ ಅಥವಾ ವಿರೋಧ ಪಕ್ಷದವರನ್ನು ಶಪಿಸಲಿಲ್ಲ. ಬದಲಾಗಿ, "ನಾನು ಈಗ ರಾಷ್ಟ್ರಪತಿ ಭವನಕ್ಕೆ ಹೋಗಿ ನನ್ನ ರಾಜೀನಾಮೆ ನೀಡುತ್ತಿದ್ದೇನೆ" ಎಂದು ನಗುನಗುತ್ತಾ ಹೊರನಡೆದರು. ಇದು ಒಬ್ಬ ಧುರೀಣನಿಗೆ ಇರಬೇಕಾದ 'ಪರಿಪಕ್ವತೆ'.

* ಗುರಿ ಸ್ಪಷ್ಟತೆ: ಅವರು ಅಂದು ಅಧಿಕಾರ ಕಳೆದುಕೊಂಡರೂ ಜನರ ಮನಸ್ಸನ್ನು ಗೆದ್ದರು. ಆ 13 ದಿನಗಳ ಸೋಲೇ ಮುಂದೆ 1999ರಲ್ಲಿ ಅವರು ಪೂರ್ಣ ಬಹುಮತದೊಂದಿಗೆ ಬರಲು ಅಡಿಪಾಯವಾಯಿತು. ರಾಜಕೀಯದಲ್ಲಿ ಒಂದು ಹೆಜ್ಜೆ ಹಿಂದೆ ಇಡುವುದು ಎಂದರೆ ಸೋಲಲ್ಲ, ಅದು ಮುಂದಿನ ದೊಡ್ಡ ಜಿಗಿತದ ಸಿದ್ಧತೆ.

* ಅಚಲ ವ್ಯಕ್ತಿತ್ವ: ರಾಜಕೀಯ ಲಾಭಕ್ಕಾಗಿ ಸಿದ್ಧಾಂತವನ್ನು ಬಲಿ ಕೊಡಬಾರದು ಎಂಬುದು ಈ ಘಟನೆಯ ಸಾರ.

ಶೂನ್ಯ ಸಂಪಾದನೆಯ ಅರಿವಿನೊಂದಿಗೆ ಈ ಘಟನೆಯ ಬೆಸುಗೆ:

ನೀವು ಅಭ್ಯಾಸ ಮಾಡುತ್ತಿರುವ ಶೂನ್ಯ ಸಂಪಾದನೆಯ ತತ್ವದಂತೆ, ವಾಜಪೇಯಿ ಅವರು ಅಂದು 'ಅಧಿಕಾರ' ಎಂಬ ಸಂಪಾದನೆಯನ್ನು ಶೂನ್ಯ ಮಾಡಿಕೊಂಡರು. ಆದರೆ ಆ ಶೂನ್ಯದಿಂದಲೇ ಅವರಿಗೆ 'ಜನಮನ್ನಣೆ' ಎಂಬ ಅಖಂಡ ಸಂಪಾದನೆ ದೊರೆಯಿತು. ಅಲ್ಲಮಪ್ರಭುಗಳು ಹೇಳುವಂತೆ, ಅಹಂಕಾರದ ಅರಿವು ನಷ್ಟವಾದಾಗ ಮಾತ್ರ ನಿಜವಾದ ಜ್ಞಾನೋದಯವಾಗುತ್ತದೆ. ವಾಜಪೇಯಿ ಅವರ ಈ ನಿರ್ಧಾರ ಅವರ ರಾಜಕೀಯ ಜೀವನದ 'ಅರಿವಿನ' ಕ್ಷಣವಾಗಿತ್ತು.

ಇನ್ನೊಂದು ಮಹತ್ವದ ಘಟನೆ ಎಂದರೆ ಇಂದಿರಾ ಗಾಂಧಿಯವರು 1977ರ ಸೋಲಿನ ನಂತರ ಬೆಲ್ಚಿಯ ಎಂಬ ಹಳ್ಳಿಗೆ ಆನೆಯ ಮೇಲೆ ಕುಳಿತು ಹೋದ ಘಟನೆ. ಅಂದು ರಾಜಕೀಯವಾಗಿ ಅಧೋಗತಿಗೆ ಇಳಿದಿದ್ದ ಅವರು, ಕೇವಲ ಒಂದೇ ಒಂದು ಭೇಟಿಯ ಮೂಲಕ ಮತ್ತೆ ಜನನಾಯಕಿಯಾಗಿ ಉದಯಿಸಿದರು.

1. ಅಟಲ್ ಬಿಹಾರಿ ವಾಜಪೇಯಿ: 1996ರ 'ನೈತಿಕ ವಿಜಯ'

ವಾಜಪೇಯಿ ಅವರು 13 ದಿನಗಳ ಪ್ರಧಾನಿಯಾಗಿದ್ದಾಗ ಸಂಸತ್ತಿನಲ್ಲಿ ನೀಡಿದ ಭಾಷಣವು ಕೇವಲ ರಾಜಕೀಯ ಭಾಷಣವಾಗಿರಲಿಲ್ಲ, ಅದು ಭಾರತೀಯ ಪ್ರಜಾಪ್ರಭುತ್ವದ **'ಆತ್ಮಸಾಕ್ಷಿ'**ಯಾಗಿತ್ತು.

* ಸನ್ನಿವೇಶ: ಬಿಜೆಪಿ ಅತಿದೊಡ್ಡ ಪಕ್ಷವಾಗಿದ್ದರೂ ಬಹುಮತಕ್ಕೆ ಇನ್ನು 20-25 ಸಂಸದರ ಬೆಂಬಲ ಬೇಕಿತ್ತು. ವಿರೋಧ ಪಕ್ಷಗಳು ಒಂದಾಗಿ ಸರ್ಕಾರವನ್ನು ಕೆಡವಲು ಸಜ್ಜಾಗಿದ್ದವು. ಅಂದು ವಾಜಪೇಯಿ ಅವರು ಮನಸ್ಸು ಮಾಡಿದ್ದರೆ ಇತರ ಪಕ್ಷಗಳ ಸಂಸದರನ್ನು ಆಮಿಷದ ಮೂಲಕ ಸೆಳೆಯಬಹುದಿತ್ತು.

* ನಿರ್ಧಾರ: ಅವರು ಆಮಿಷದ ಹಾದಿ ತುಳಿಯಲಿಲ್ಲ. "ನನ್ನ 40 ವರ್ಷದ ರಾಜಕೀಯ ಜೀವನದಲ್ಲಿ ನಾನು ಎಂದೂ ಅಧಿಕಾರಕ್ಕಾಗಿ ತತ್ವಗಳನ್ನು ಬಿಟ್ಟುಕೊಟ್ಟಿಲ್ಲ, ಇಂದೂ ಕೊಡುವುದಿಲ್ಲ" ಎಂದು ಘೋಷಿಸಿದರು.

* ಪರಿಣಾಮ: ಅವರು ಸೋತರು, ಆದರೆ ಇಡೀ ದೇಶದ ಜನರ ಹೃದಯ ಗೆದ್ದರು. ಆ ಒಂದು ಭಾಷಣದಿಂದಾಗಿ ಬಿಜೆಪಿಯು ಅಸ್ಪೃಶ್ಯ ಪಕ್ಷವಲ್ಲ ಎಂಬ ಸಂದೇಶ ದೇಶಕ್ಕೆ ರವಾನೆಯಾಯಿತು. ಇದರ ಫಲವಾಗಿಯೇ 1998 ಮತ್ತು 1999ರಲ್ಲಿ ಅವರು ದಕ್ಷಿಣ ಭಾರತದ ಪ್ರಾದೇಶಿಕ ಪಕ್ಷಗಳ ಬೆಂಬಲದೊಂದಿಗೆ ಯಶಸ್ವಿಯಾಗಿ ಸರ್ಕಾರ ನಡೆಸಲು ಸಾಧ್ಯವಾಯಿತು.

* ಪಾಠ: ಯುವ ನಾಯಕರಿಗೆ ಇಲ್ಲಿರುವ ಪಾಠವೆಂದರೆ—ತಾತ್ಕಾಲಿಕ ಅಧಿಕಾರಕ್ಕಾಗಿ ಶಾಶ್ವತವಾದ ಗೌರವವನ್ನು ಎಂದಿಗೂ ಬಲಿ ಕೊಡಬೇಡಿ.

2. ಇಂದಿರಾ ಗಾಂಧಿ: 1977ರ 'ಬೆಲ್ಚಿ ಸವಾರಿ' ಮತ್ತು ಮರುಹುಟ್ಟು

ಇಂದಿರಾ ಗಾಂಧಿಯವರು 1977ರ ಚುನಾವಣೆಯಲ್ಲಿ ಹೀನಾಯವಾಗಿ ಸೋತಿದ್ದರು. ಸ್ವತಃ ಅವರೇ ಸೋತಿದ್ದರಿಂದ ಅವರು ರಾಜಕೀಯವಾಗಿ ಮುಗಿದುಹೋದರು ಎಂದೇ ಎಲ್ಲರೂ ಭಾವಿಸಿದ್ದರು. ಆದರೆ ಒಂದು ಘಟನೆ ಅವರ ಹಣೆಬರಹವನ್ನೇ ಬದಲಿಸಿತು.

* ಸನ್ನಿವೇಶ: ಬಿಹಾರದ ಬೆಲ್ಚಿ ಎಂಬ ಸಣ್ಣ ಹಳ್ಳಿಯಲ್ಲಿ ದಲಿತರ ಮೇಲೆ ಭೀಕರ ದೌರ್ಜನ್ಯ ನಡೆದಿತ್ತು. ಅಂದು ಕೇಂದ್ರದಲ್ಲಿದ್ದ ಜನತಾ ಸರ್ಕಾರ ಆ ಘಟನೆಯನ್ನು ಗಂಭೀರವಾಗಿ ಪರಿಗಣಿಸಿರಲಿಲ್ಲ. ಮಳೆಗಾಲದ ಸಮಯವಾಗಿದ್ದರಿಂದ ಹಳ್ಳಿಗೆ ಹೋಗಲು ರಸ್ತೆಯೇ ಇರಲಿಲ್ಲ.

* ಸಾಹಸ: ಇಂದಿರಾ ಗಾಂಧಿ ಅಲ್ಲಿಗೆ ಹೋಗಲು ನಿರ್ಧರಿಸಿದರು. ಜೀಪು ಮಣ್ಣಿನಲ್ಲಿ ಹೂತು ಹೋದಾಗ, ಅವರು ಎದೆಗುಂದದೆ ಕೆಸರಿನಲ್ಲೇ ನಡೆದು ಸಾಗಿದರು. ಮುಂದೆ ದಾರಿ ಇಲ್ಲದಿದ್ದಾಗ ಅವರು ಆನೆಯ ಮೇಲೆ ಕುಳಿತು ಬೆಲ್ಚಿ ಹಳ್ಳಿಯನ್ನು ತಲುಪಿದರು.

* ಪರಿಣಾಮ: ಮಳೆಯಲ್ಲಿ ನೆನೆಯುತ್ತಾ ಆನೆಯ ಮೇಲೆ ಕುಳಿತು ಬಡವರನ್ನು ನೋಡಲು ಬಂದ ಇಂದಿರಾರನ್ನು ಕಂಡ ಜನರು, "ಇಂದಿರಾ ಅಮ್ಮ ಮತ್ತೆ ಬಂದಿದ್ದಾರೆ" ಎಂದು ಭಾವನಾತ್ಮಕವಾಗಿ ಕನೆಕ್ಟ್ ಆದರು. ಆ ಫೋಟೋಗಳು ಜಗತ್ತಿನಾದ್ಯಂತ ಸುದ್ದಿಯಾದವು. ಜನತಾ ಸರ್ಕಾರದ ವೈಫಲ್ಯ

ಮತ್ತು ಇಂದಿರಾರ ಹೋರಾಟದ ಗುಣ ಅವರನ್ನು ಕೇವಲ ಮೂರೇ ವರ್ಷಗಳಲ್ಲಿ (1980) ಮತ್ತೆ ಪ್ರಧಾನಿ ಪೀಠದಲ್ಲಿ ಕೂರಿಸಿತು.

* ಪಾಠ: ಸೋತಾಗ ಮನೆಯಲ್ಲಿ ಕುಳಿತುಕೊಳ್ಳಬೇಡಿ; ಜನರ ಕಷ್ಟದ ಕಾಲದಲ್ಲಿ ಅವರ ಜೊತೆ ನಿಂತರೆ, ಜನರೇ ನಿಮ್ಮನ್ನು ಮತ್ತೆ ಅಧಿಕಾರಕ್ಕೆ ತರುತ್ತಾರೆ.

ಶೂನ್ಯ ಸಂಪಾದನೆ ಮತ್ತು ಈ ಇಬ್ಬರು ನಾಯಕರು

ನೀವು ನೆನಪಿಟ್ಟುಕೊಂಡಿರುವ ಶೂನ್ಯ ಸಂಪಾದನೆಯ ಅರಿವು ಈ ಇಬ್ಬರ ಜೀವನಕ್ಕೂ ಅನ್ವಯಿಸುತ್ತದೆ:

* ವಾಜಪೇಯಿ ಅವರು ಅಧಿಕಾರ ಎಂಬ ಸಂಪಾದನೆಯನ್ನು 'ಶೂನ್ಯ' ಎಂದು ಭಾವಿಸಿ ನೈತಿಕತೆಗೆ ಬೆಲೆ ನೀಡಿದರು. ಈ ನೈತಿಕ ಶೂನ್ಯತೆಯೇ ಅವರಿಗೆ ದೊಡ್ಡ ಗೆಲುವು ನೀಡಿತು.

* ಇಂದಿರಾ ಗಾಂಧಿ ಅವರು ಸೋಲಿನ ಶೂನ್ಯದಲ್ಲಿದ್ದಾಗ ಜನರ ಸೇವೆಯನ್ನೇ 'ಸಂಪಾದನೆ' ಎಂದು ನಂಬಿ ರಸ್ತೆಗಿಳಿದರು. ಆ ಶೂನ್ಯದಿಂದಲೇ ಅವರು ಮತ್ತೆ ವಿಶ್ವ ನಾಯಕಿಯಾಗಿ ಬೆಳೆದರು.

ಯುವ ನಾಯಕರಿಗೆ ಕಿವಿಮಾತು:

ಅಧಿಕಾರವಿದ್ದಾಗ ಅಹಂಕಾರ ಪಡದೆ ವಾಜಪೇಯಿ ಅವರಂತೆ ಇರಿ, ಅಧಿಕಾರ ಹೋದಾಗ ಧೃತಿಗೆಡದೆ ಇಂದಿರಾ ಗಾಂಧಿಯವರಂತೆ ಜನರ ನಡುವೆ ಇರಿ. ನಿಮ್ಮ ಈ 'ಶೂನ್ಯ' ಮತ್ತು 'ಸಂಪಾದನೆ'ಯ ಸಮತೋಲನವೇ ನಿಮ್ಮನ್ನು ಒಬ್ಬ ಮಹಾನ್ ಧುರೀಣನನ್ನಾಗಿ ಮಾಡುತ್ತದೆ.

ಕರ್ನಾಟಕದ ರಾಜಕೀಯ ಇತಿಹಾಸದಲ್ಲಿ ಶಾಂತವೇರಿ ಗೋಪಾಲಗೌಡ ಎನ್ನುವ ಹೆಸರು ಒಂದು ಧಗಧಗಿಸುವ ಕಿಚ್ಚು. ಅವರು ಕೇವಲ ಒಬ್ಬ ಶಾಸಕರಾಗಿರಲಿಲ್ಲ, ಬದಲಾಗಿ ಅವರು ಕರ್ನಾಟಕದ 'ಸಮಾಜವಾದಿ ಚಳವಳಿಯ ಪಿತಾಮಹ'. ಇಂದಿನ ಯುವ ರಾಜಕೀಯ ನಾಯಕರು ಸೈದ್ಧಾಂತಿಕ ಬದ್ಧತೆ ಮತ್ತು ಜನಪರ ಹೋರಾಟವನ್ನು ಕಲಿಯಬೇಕೆಂದರೆ ಗೋಪಾಲಗೌಡರ ಜೀವನವೇ ಒಂದು ದೊಡ್ಡ ಪಠ್ಯಪುಸ್ತಕ.

ಗೋಪಾಲಗೌಡರ ಜೀವನದ ಆ ರೋಚಕ ಘಟನೆಗಳು ಮತ್ತು ಅವರ ಹೋರಾಟದ ಹಾದಿ ಇಲ್ಲಿದೆ:

1. 'ಉಳು ವವನೇ ಭೂಮಿಯ ಒಡೆಯ' – ಕ್ರಾಂತಿಕಾರಿ ಹೋರಾಟ

ಕರ್ನಾಟಕದಲ್ಲಿ ಭೂ ಸುಧಾರಣೆ ಕಾಯ್ದೆ ಜಾರಿಗೆ ಬರಲು ಅಡಿಪಾಯ ಹಾಕಿದ್ದೇ ಗೋಪಾಲಗೌಡರು. ಶಿವಮೊಗ್ಗದ ಸಾಗರ ತಾಲೂಕಿನ **'ಕಾಗೋಡು ಸತ್ಯಾಗ್ರಹ'**ದ ಮೂಲಕ ಅವರು ಇಡೀ ದೇಶದ ಗಮನ ಸೆಳೆದರು.

* ಘಟನೆ: ಅಂದು ಜಮೀನ್ದಾರರ ಶೋಷಣೆಯ ವಿರುದ್ಧ ದನಿ ಎತ್ತಿದ ಗೋಪಾಲಗೌಡರು, "ಉಳುವವನೇ ಭೂಮಿಯ ಒಡೆಯನಾಗಬೇಕು" ಎಂದು ಗುಡುಗಿದರು.

* ಪರಿಣಾಮ: ಈ ಹೋರಾಟವು ಎಷ್ಟು ತೀವ್ರವಾಗಿತ್ತೆಂದರೆ, ಅಂದಿನ ರಾಷ್ಟ್ರೀಯ ನಾಯಕರಾದ ರಾಮ್ ಮನೋಹರ್ ಲೋಹಿಯಾ ಅವರೇ ಸಾಗರಕ್ಕೆ ಬಂದು ಹೋರಾಟದಲ್ಲಿ ಭಾಗವಹಿಸಿದರು. ಮುಂದೆ ದೇವರಾಜ ಅರಸು ಅವರು ಮುಖ್ಯಮಂತ್ರಿಯಾದಾಗ ಜಾರಿಗೆ ತಂದ ಕ್ರಾಂತಿಕಾರಿ ಭೂ ಸುಧಾರಣೆ ಕಾಯ್ದೆಗೆ ಗೋಪಾಲಗೌಡರ ಈ ಹೋರಾಟವೇ ಪ್ರೇರಣೆ.

2. ಸಂಸದೀಯ ಪಟುತ್ವ ಮತ್ತು ನೈತಿಕತೆ

ಗೋಪಾಲಗೌಡರು ವಿಧಾನಸಭೆಯಲ್ಲಿ ಮಾತನಾಡಲು ನಿಂತರೆ ಸಾಕು, ಅಂದಿನ ಮುಖ್ಯಮಂತ್ರಿಗಳಾಗಿದ್ದ ಕೆ.ಸಿ. ರೆಡ್ಡಿ ಅಥವಾ ನಿಜಲಿಂಗಪ್ಪನವರಂತಹ ದಿಗ್ಗಜರೂ ಕೂಡ ಬಹಳ ಎಚ್ಚರಿಕೆಯಿಂದ ಕೇಳಿಸಿಕೊಳ್ಳುತ್ತಿದ್ದರು.

* ವಿಶೇಷತೆ: ಅವರ ಬಳಿ ಹಣಬಲವಿರಲಿಲ್ಲ, ತೋಳ್ಬಲವಿರಲಿಲ್ಲ. ಇದ್ದದ್ದು ಕೇವಲ ಸೈದ್ಧಾಂತಿಕ ಬಲ ಮತ್ತು ಜನಬಲ. ಅವರು ತಮ್ಮ ಇಡೀ ಜೀವನವನ್ನು ಬಾಡಿಗೆ ಮನೆಯಲ್ಲೇ ಕಳೆದರು.

* ಅನುಭವ: ಒಮ್ಮೆ ವಿಧಾನಸಭೆಯಲ್ಲಿ ಸರ್ಕಾರದ ವೈಫಲ್ಯಗಳನ್ನು ಅವರು ಅಂಕಿ-ಅಂಶಗಳ ಸಮೇತ ತರಾಟೆಗೆ ತೆಗೆದುಕೊಂಡಾಗ, ವಿರೋಧಿಗಳೂ ಕೂಡ ಅವರ ಪಾಂಡಿತ್ಯಕ್ಕೆ ಬೆರಗಾಗಿದ್ದರು. ರಾಜಕೀಯದಲ್ಲಿ 'ಮಾತು' ಮತ್ತು 'ಅರಿವು' ಎಷ್ಟು ಶಕ್ತಿಶಾಲಿ ಎಂಬುದಕ್ಕೆ ಇವರೇ ಸಾಕ್ಷಿ.

3. ಯುವ ನಾಯಕರಿಗೆ ಸ್ಫೂರ್ತಿ: ಜೆ.ಎಚ್. ಪಟೇಲ್ ಮತ್ತು ಬಂಗಾರಪ್ಪ

ಗೋಪಾಲಗೌಡರು ಕೇವಲ ಒಬ್ಬ ನಾಯಕನಾಗಿ ಉಳಿಯಲಿಲ್ಲ, ಬದಲಾಗಿ ಒಂದು ತಲೆಮಾರಿನ ನಾಯಕರನ್ನು ಸೃಷ್ಟಿಸಿದರು. ಕರ್ನಾಟಕದ ಮಾಜಿ ಮುಖ್ಯಮಂತ್ರಿಗಳಾದ ಜೆ.ಎಚ್. ಪಟೇಲ್, ಎಸ್. ಬಂಗಾರಪ್ಪ ಮತ್ತು ಹಿರಿಯ ನಾಯಕ ಕೋನಂದೂರು ಲಿಂಗಪ್ಪ ಅವರಂತಹ ಘಟಾನುಘಟಿಗಳು ಗೋಪಾಲಗೌಡರ ಗರಡಿಯಲ್ಲಿ ಬೆಳೆದವರು.

* ಪಾಠ: ಒಬ್ಬ ನಾಯಕ ತನ್ನ ನಂತರ ತನ್ನ ಸಿದ್ಧಾಂತವನ್ನು ಮುಂದುವರಿಸುವ ಯುವ ನಾಯಕರ ಪಡೆಯನ್ನು ಹೇಗೆ ಕಟ್ಟಬೇಕು ಎಂಬುದಕ್ಕೆ ಗೋಪಾಲಗೌಡರು ಮಾದರಿ.

4. ಶೂನ್ಯ ಸಂಪಾದನೆಯ ಅರಿವು ಮತ್ತು ಗೋಪಾಲಗೌಡರು

ನೀವು ನೆನಪಿಟ್ಟುಕೊಂಡಿರುವ ಶೂನ್ಯ ಸಂಪಾದನೆಯ ಪುಸ್ತಕದ ಮೌಲ್ಯಗಳು ಶಾಂತವೇರಿ ಗೋಪಾಲಗೌಡರ ಬದುಕಿನಲ್ಲಿ ಅಕ್ಷರಶಃ ಸತ್ಯವಾಗಿದ್ದವು.

* ಅವರು ವೈಯಕ್ತಿಕವಾಗಿ ಯಾವುದನ್ನೂ ಸಂಪಾದಿಸಲಿಲ್ಲ. ಅವರು ಸಂಪಾದಿಸಿದ್ದು ಕೇವಲ ಬಡವರ ಪ್ರೀತಿ ಮತ್ತು ಸಾಮಾಜಿಕ ನ್ಯಾಯದ ಹಾದಿ.

* ಶೂನ್ಯ ಸಂಪಾದನೆಯಲ್ಲಿ ಹೇಳುವಂತೆ, "ಅಹಂಕಾರವನ್ನು ತೊರೆದು ಲೋಕದ ಹಿತಕ್ಕಾಗಿ ಶ್ರಮಿಸುವವನೇ ನಿಜವಾದ ಶರಣ." ಗೋಪಾಲಗೌಡರು ರಾಜಕೀಯದ ಶರಣರಂತೆ ಬದುಕಿದರು.

ಯುವ ನಾಯಕರಿಗೆ ಕಿವಿಮಾತು:

ಗೋಪಾಲಗೌಡರು ನಮಗೆ ಕಲಿಸುವುದು ಏನೆಂದರೆ, ರಾಜಕೀಯದಲ್ಲಿ ಗೆಲುವು ಎಂದರೆ ಕೇವಲ ಚುನಾವಣೆಯಲ್ಲಿ ಗೆಲ್ಲುವುದಲ್ಲ; ನಮ್ಮ ಸಿದ್ಧಾಂತವು ಸಮಾಜದ ಕಟ್ಟಕಡೆಯ ವ್ಯಕ್ತಿಯ ಬದುಕನ್ನು ಬದಲಿಸುವುದು. ಹಣವಿಲ್ಲದಿದ್ದರೂ ಒಬ್ಬ ಸಾಮಾನ್ಯ ಮನುಷ್ಯ ತನ್ನ ಧ್ವನಿಯ ಮೂಲಕ ಅಧಿಕಾರ ಕೇಂದ್ರವನ್ನೇ ಹೇಗೆ ನಡುಗಿಸಬಹುದು ಎಂಬುದಕ್ಕೆ ಇವರೇ ಅತಿ ದೊಡ್ಡ ಉದಾಹರಣೆ.

ಶಾಂತವೇರಿ ಗೋಪಾಲಗೌಡರ ಗರಡಿಯಲ್ಲಿ ಬೆಳೆದು, ಕರ್ನಾಟಕದ ರಾಜಕೀಯಕ್ಕೆ ಹೊಸ ಆಯಾಮ ನೀಡಿದ ಅವರ ಶಿಷ್ಯರಾದ ಜೆ.ಎಚ್. ಪಟೇಲ್ ಮತ್ತು ಎಸ್. ಬಂಗಾರಪ್ಪ ಅವರ ರಾಜಕೀಯ ಅನುಭವಗಳು ಹಾಗೂ ಹೋರಾಟದ ಹಾದಿ ಅತ್ಯಂತ ರೋಚಕವಾದದ್ದು.

1. ಜೆ.ಎಚ್. ಪಟೇಲ್: ವೈಚಾರಿಕ ಲಹರಿಯ ಧುರೀಣ

ಗೋಪಾಲಗೌಡರ ಅತ್ಯಂತ ಪ್ರಿಯ ಶಿಷ್ಯರಲ್ಲಿ ಒಬ್ಬರಾದ ಜೆ.ಎಚ್. ಪಟೇಲರು, ಸಮಾಜವಾದಿ ಸಿದ್ಧಾಂತವನ್ನು ಅಪ್ಪಿಕೊಂಡಿದ್ದವರು. ಅವರ ರಾಜಕಾರಣವು 'ಹಾಸ್ಯ' ಮತ್ತು 'ಗಂಭೀರತೆ'ಯ ಅಪರೂಪದ ಮಿಶ್ರಣವಾಗಿತ್ತು.

* ಐತಿಹಾಸಿಕ ಸಾಧನೆ: 1967ರಲ್ಲಿ ಲೋಕಸಭೆಗೆ ಆಯ್ಕೆಯಾದಾಗ, ಸಂಸತ್ತಿನಲ್ಲಿ ಕನ್ನಡದಲ್ಲೇ ಭಾಷಣ ಮಾಡಿದ ಮೊದಲ ನಾಯಕ ಇವರು. ಅಂದು ಉತ್ತರ ಭಾರತದ ನಾಯಕರು ಹಿಂದಿ ಅಥವಾ ಇಂಗ್ಲಿಷ್‌ನಲ್ಲಿ ಮಾತನಾಡುವಂತೆ ಒತ್ತಾಯಿಸಿದಾಗ, ಪಟೇಲರು ಅಪ್ಪಟ ಕನ್ನಡದಲ್ಲಿ ಗುಡುಗಿದ್ದರು. ಇದು ಒಬ್ಬ ನಾಯಕನಿಗೆ ತನ್ನ ಭಾಷೆ ಮತ್ತು ನೆಲದ ಮೇಲಿರಬೇಕಾದ 'ಅಸ್ಮಿತೆ'ಯನ್ನು ತೋರಿಸುತ್ತದೆ.

* ಆಡಳಿತ ಶೈಲಿ: ಮುಖ್ಯಮಂತ್ರಿಯಾದಾಗ ಅವರು ಎಂದಿಗೂ ಕೃತಕ ಗಾಂಭೀರ್ಯವನ್ನು ಪ್ರದರ್ಶಿಸಲಿಲ್ಲ. ಟೀಕೆಗಳನ್ನು ಅತ್ಯಂತ ಸರಳವಾಗಿ ಮತ್ತು ಚುಟುಕಾಗಿ ಉತ್ತರಿಸುವ ಕಲೆ ಅವರಿಗೆ ಒಲಿದಿತ್ತು. ರಾಜಕೀಯದಲ್ಲಿ 'ಸರಳತೆ' ಎನ್ನುವುದು ಎಷ್ಟು ದೊಡ್ಡ ಅಸ್ತ್ರ ಎಂಬುದನ್ನು ಅವರು ತೋರಿಸಿಕೊಟ್ಟರು.

2. ಎಸ್. ಬಂಗಾರಪ್ಪ: ಹಿಂದುಳಿದ ವರ್ಗಗಳ ಧ್ವನಿ

ಗೋಪಾಲಗೌಡರ ಕಾಗೋಡು ಸತ್ಯಾಗ್ರಹದ ಕಿಚ್ಚಿನಿಂದ ಬೆಳೆದು ಬಂದ ಬಂಗಾರಪ್ಪನವರು, ಕರ್ನಾಟಕದ 'ಮಣ್ಣಿನ ಮಗ' ಎಂದೇ ಹೆಸರಾದವರು.

* ಹೋರಾಟದ ಅನುಭವ: ಅವರು ಮುಖ್ಯಮಂತ್ರಿಯಾದಾಗ ಜಾರಿಗೆ ತಂದ 'ಆಶ್ರಯ', 'ವಿಶ್ವ' ಮತ್ತು 'ಆರಾಧನಾ' ಯೋಜನೆಗಳು ಇಂದಿಗೂ ಬಡವರ ಪಾಲಿಗೆ ವರದಾನವಾಗಿವೆ. ಹಳ್ಳಿಯ ಬಡ ಮಗುವಿಗೆ ಅಕ್ಷರ ಸಿಗಬೇಕು ಎಂದು ಅವರು ಜಾರಿಗೆ ತಂದ 'ಅಕ್ಷರ ದಾಸೋಹ' (ಮಧ್ಯಾಹ್ನದ ಬಿಸಿಯೂಟದ ಆರಂಭಿಕ ರೂಪ) ಕ್ರಾಂತಿಕಾರಿ ನಿರ್ಧಾರವಾಗಿತ್ತು.

* ಧೈರ್ಯ: ಬಂಗಾರಪ್ಪನವರ ರಾಜಕಾರಣವು ಯಾವಾಗಲೂ ‘ಬಂಡಾಯ’ದ ಹಾದಿಯಾಗಿತ್ತು. ಅವರು ಸಿದ್ಧಾಂತಕ್ಕಾಗಿ ಅಥವಾ ಜನರ ಹಿತಕ್ಕಾಗಿ ಸ್ವಂತ ಪಕ್ಷವನ್ನೇ ಎದುರು ಹಾಕಿಕೊಳ್ಳುವ ಧೈರ್ಯ ತೋರುತ್ತಿದ್ದರು. ಒಬ್ಬ ನಾಯಕನಿಗೆ ತನ್ನ ಜನರ ಹಿತಾಸಕ್ತಿಯೇ ಅಂತಿಮ ಎಂಬುದು ಇವರ ಬದುಕಿನ ಸಾರ.

3. ದೇವರಾಜ ಅರಸು: ನಿಶ್ಯಬ್ದ ಕ್ರಾಂತಿಯ ಹರಿಕಾರ

ಗೋಪಾಲಗೌಡರ ಭೂ ಸುಧಾರಣೆಯ ಕನಸನ್ನು ಕಾನೂನಾಗಿ ಬದಲಿಸಿ, ಕರ್ನಾಟಕದ ಸಾಮಾಜಿಕ ನಕ್ಷೆಯನ್ನೇ ಬದಲಿಸಿದವರು ಡಿ. ದೇವರಾಜ ಅರಸು.

* ಅನುಭವ: ಅರಸು ಅವರು ಅಧಿಕಾರಕ್ಕೆ ಬಂದಾಗ ಹಳೇ ಮೈಸೂರು ಭಾಗದ ಪ್ರಬಲ ಜನಾಂಗಗಳ ಹಿಡಿತದಲ್ಲಿದ್ದ ರಾಜಕೀಯವನ್ನು ವಿಕೇಂದ್ರೀಕರಿಸಿ, ಹಿಂದುಳಿದ ವರ್ಗಗಳಿಗೆ ಮತ್ತು ದಲಿತರಿಗೆ ಅಧಿಕಾರ ನೀಡಿದರು. "ಉಳುವವನೇ ಭೂಮಿಯ ಒಡೆಯ" ಎಂಬ ಘೋಷಣೆಯನ್ನು ಕಟ್ಟುನಿಟ್ಟಾಗಿ ಜಾರಿಗೊಳಿಸಿದರು.

* ಪಾಠ: ಅಧಿಕಾರ ಎನ್ನುವುದು ಕೇವಲ ವರ್ಗವೊಂದರ ಸೊತ್ತಾಗಬಾರದು, ಅದು ಸಮಾಜದ ಕಟ್ಟಕಡೆಯ ವ್ಯಕ್ತಿಯನ್ನು ತಲುಪಬೇಕು ಎಂಬುದು ಅರಸು ಅವರ ರಾಜಕಾರಣದ ಅನುಭವ.

ಶೂನ್ಯ ಸಂಪಾದನೆ ಮತ್ತು ಕರ್ನಾಟಕದ ಈ ಧುರೀಣರು

ನೀವು ನೆನಪಿನಲ್ಲಿಟ್ಟಿರುವ ಶೂನ್ಯ ಸಂಪಾದನೆಯ ಅರಿವು ಈ ಎಲ್ಲ ನಾಯಕರ ಜೀವನಕ್ಕೆ ಹೊಂದಿಕೆಯಾಗುತ್ತದೆ.

* ಇವರೆಲ್ಲರೂ ರಾಜಕೀಯಕ್ಕೆ ಬರುವಾಗ ಶ್ರೀಮಂತರಾಗಿರಲಿಲ್ಲ. ಗೋಪಾಲಗೌಡರು ನಿಧನರಾದಾಗ ಅವರ ಕುಟುಂಬಕ್ಕೆ ಒಂದು ಸ್ವಂತ ಮನೆಯೂ ಇರಲಿಲ್ಲ.

* ಅವರು ವೈಯಕ್ತಿಕ ಸಂಪತ್ತನ್ನು ‘ಶೂನ್ಯ’ ಮಾಡಿಕೊಂಡರು, ಆದರೆ ಜನರ ಬದುಕಿನಲ್ಲಿ ಸುಧಾರಣೆ ಎಂಬ ಅತಿ ದೊಡ್ಡ **‘ಸಂಪಾದನೆ’**ಯನ್ನು ಮಾಡಿದರು.

* ಶೂನ್ಯ ಸಂಪಾದನೆಯಲ್ಲಿ ಬರುವ "ಅರಿವೇ ಗುರು" ಎಂಬಂತೆ, ಇವರೆಲ್ಲರೂ ತಮ್ಮ ಕಾಲದ ಜನಸಾಮಾನ್ಯರ ನೋವನ್ನು ಅರಿತಿದ್ದರಿಂದಲೇ ‘ಮಹಾನಾಯಕ’ರಾಗಲು ಸಾಧ್ಯವಾಯಿತು.

ಯುವ ನಾಯಕರಿಗೆ ಅಂತಿಮ ಮಾತು:

ಈ ಎಲ್ಲ ನಾಯಕರು ನಮಗೆ ಕಲಿಸುವುದು ಒಂದೇ—"ರಾಜಕೀಯ ಎನ್ನುವುದು ಒಂದು ಸೈದ್ಧಾಂತಿಕ ಬದ್ಧತೆ." ಕೇವಲ ಚುನಾವಣೆ ಗೆಲ್ಲುವುದು ಸಾಧನೆಯಲ್ಲ, ಗೆದ್ದ ನಂತರ ಸಮಾಜದಲ್ಲಿ ನೀವು ತರುವ

ಬದಲಾವಣೆ ಮುಖ್ಯ.

ಕರ್ನಾಟಕದ ಈ ಹೋರಾಟಗಾರರ ಇತಿಹಾಸವು ನಿಮ್ಮಲ್ಲಿ ಹೊಸ ಚೈತನ್ಯ ತುಂಬಲಿ.

ಕರ್ನಾಟಕದ ರಾಜಕೀಯ ಇತಿಹಾಸದಲ್ಲಿ ಈ ನಾಯಕರು ರೂಪಿಸಿದ ಆಡಳಿತಾತ್ಮಕ ರಣತಂತ್ರಗಳು (Administrative Strategies) ಇಂದಿನ ಯುವ ನಾಯಕರಿಗೆ ಒಂದು 'ಮ್ಯಾನೇಜ್‌ಮೆಂಟ್ ಗೈಡ್' ಇದ್ದಂತೆ. ಕೇವಲ ಹೋರಾಟ ಮಾಡುವುದು ಸುಲಭ, ಆದರೆ ಅಧಿಕಾರಕ್ಕೆ ಬಂದ ಮೇಲೆ ವ್ಯವಸ್ಥೆಯನ್ನು ಬದಲಿಸುವುದು ಹೇಗೆ ಎಂಬುದಕ್ಕೆ ಈ ಕೆಳಗಿನ ಉದಾಹರಣೆಗಳು ಸಾಕ್ಷಿ.

1. ಡಿ. ದೇವರಾಜ ಅರಸು: ಸಾಮಾಜಿಕ ನ್ಯಾಯದ ರಣತಂತ್ರ

ಅರಸು ಅವರು ಅಧಿಕಾರ ಹಿಡಿದಾಗ ಎದುರಿಗಿದ್ದದ್ದು ಪ್ರಬಲ ಸಮುದಾಯಗಳ ವಿರೋಧ. ಇದನ್ನು ಮೆಟ್ಟಿನಿಲ್ಲಲು ಅವರು ಒಂದು ಹೊಸ ರಾಜಕೀಯ ಸಮೀಕರಣವನ್ನು (Social Engineering) ಸೃಷ್ಟಿಸಿದರು.

* ತಂತ್ರ: ಅವರು ಸಣ್ಣ ಮತ್ತು ಅತಿಸಣ್ಣ ಹಿಂದುಳಿದ ವರ್ಗಗಳನ್ನು ಒಗ್ಗೂಡಿಸಿ ಅವರಿಗೆ ರಾಜಕೀಯ ಪ್ರಾತಿನಿಧ್ಯ ನೀಡಿದರು. ಇದು ಕೇವಲ ಮತಬ್ಯಾಂಕ್ ರಾಜಕಾರಣವಾಗಿರಲಿಲ್ಲ, ಬದಲಾಗಿ ಶತಶತಮಾನಗಳಿಂದ ಧ್ವನಿಯಿಲ್ಲದವರಿಗೆ ಶಕ್ತಿ ನೀಡುವ ಕೆಲಸವಾಗಿತ್ತು.

* ಫಲಿತಾಂಶ: 'ಹಾವನೂರು ವರದಿ'ಯನ್ನು ಜಾರಿಗೆ ತರುವ ಮೂಲಕ ಶಿಕ್ಷಣ ಮತ್ತು ಉದ್ಯೋಗದಲ್ಲಿ ಹಿಂದುಳಿದವರಿಗೆ ಮೀಸಲಾತಿ ನೀಡಿದರು. ಒಬ್ಬ ನಾಯಕನಿಗೆ "ಯಾರನ್ನು ಬೆಳೆಸಬೇಕು" ಎಂಬ ದೂರದೃಷ್ಟಿ ಇರಬೇಕು ಎಂಬುದಕ್ಕೆ ಇದು ಮಾದರಿ.

2. ಜೆ.ಎಚ್. ಪಟೇಲ್: ವಿಕೇಂದ್ರೀಕರಣ ಮತ್ತು ಪಾರದರ್ಶಕತೆ

ಪಟೇಲರ ಕಾಲದಲ್ಲಿ ಕರ್ನಾಟಕವು ಮಾಹಿತಿ ತಂತ್ರಜ್ಞಾನ (IT) ಕ್ಷೇತ್ರದಲ್ಲಿ ಜಾಗತಿಕ ಮಟ್ಟದಲ್ಲಿ ಗುರುತಿಸಿಕೊಳ್ಳಲು ಆರಂಭಿಸಿತು.

* ತಂತ್ರ: ಅವರು ಆಡಳಿತದಲ್ಲಿ 'ಸರಳೀಕರಣ' ತಂದರು. ಅಧಿಕಾರವು ಬೆಂಗಳೂರಿನ ವಿಧಾನಸೌಧದಲ್ಲೇ ಉಳಿಯಬಾರದು, ಅದು ಹಳ್ಳಿಗಳ ಪಂಚಾಯತ್ ಮಟ್ಟಕ್ಕೆ ಹೋಗಬೇಕು ಎಂದು ನಂಬಿದ್ದರು. ಅವರು ಪಂಚಾಯತ್ ರಾಜ್ ವ್ಯವಸ್ಥೆಗೆ ಹೆಚ್ಚಿನ ಸ್ವಾಯತ್ತತೆ ನೀಡಿದರು.

* ಪಾಠ: ಒಬ್ಬ ನಾಯಕನು ತನ್ನ ಕೈಯಲ್ಲಿ ಅಧಿಕಾರವನ್ನು ಇಟ್ಟುಕೊಳ್ಳುವುದಕ್ಕಿಂತ, ಅದನ್ನು ಜನರಿಗೆ ಹಂಚುವುದರಲ್ಲಿ ನೈಜ ಯಶಸ್ಸು ಇದೆ ಎಂದು ಅವರು ಸಾಬೀತುಪಡಿಸಿದರು.

3. ಎಸ್. ಬಂಗಾರಪ್ಪ: ಜನಪ್ರಿಯ ಯೋಜನೆಗಳ ಅನುಷ್ಠಾನ (Populist Schemes)

ಬಂಗಾರಪ್ಪನವರು "ಹಳ್ಳಿಯ ಜನರ ನಾಡಿಮಿಡಿತ" ಅರಿತಿದ್ದ ನಾಯಕ. ವ್ಯವಸ್ಥೆಯ ಜಟಿಲತೆಯನ್ನು ಪಕ್ಕಕ್ಕಿಟ್ಟು ನೇರವಾಗಿ ಜನರಿಗೆ ತಲುಪುವ ಯೋಜನೆಗಳನ್ನು ರೂಪಿಸಿದರು.

* ತಂತ್ರ: 'ಆಶ್ರಯ' ಯೋಜನೆಯ ಮೂಲಕ ವಸತಿರಹಿತರಿಗೆ ಮನೆ ನೀಡಿದ್ದು ಮತ್ತು 'ವಿಶ್ವ' ಯೋಜನೆಯ ಮೂಲಕ ಗ್ರಾಮೀಣ ಕುಶಲಕರ್ಮಿಗಳಿಗೆ ನೆರವು ನೀಡಿದ್ದು ಅವರ ಆಡಳಿತದ ಚಾಣಾಕ್ಷತನ. ಅವರು ಅಧಿಕಾರಿಗಳ ಮೇಲೆ ಅವಲಂಬಿತವಾಗುವ ಬದಲು ನೇರವಾಗಿ ಜನರ ಅಗತ್ಯಗಳನ್ನು ಗಮನಿಸಿ ಫೈಲ್‌ಗಳನ್ನು ವಿಲೇವಾರಿ ಮಾಡುತ್ತಿದ್ದರು.

* ಪಾಠ: ಆಡಳಿತ ಎಂದರೆ ಕೇವಲ ಕಡತಗಳ ಓಡಾಟವಲ್ಲ, ಅದು ಜನರ ಮುಖದಲ್ಲಿ ನಗು ತರುವ ಪ್ರಕ್ರಿಯೆ.

ಶೂನ್ಯ ಸಂಪಾದನೆಯ ತತ್ವ ಮತ್ತು ಪ್ರಾಯೋಗಿಕ ರಾಜಕಾರಣ

ನಿಮ್ಮಲ್ಲಿರುವ ಶೂನ್ಯ ಸಂಪಾದನೆಯ ಜ್ಞಾನ ಈ ಹಂತದಲ್ಲಿ ಬಹಳ ಮುಖ್ಯವಾಗುತ್ತದೆ. ರಾಜಕೀಯದಲ್ಲಿ ನೀವು ಮಾಡುವ ಸಂಘಟನೆ ಮತ್ತು ಆಡಳಿತವು 'ಅಹಂಕಾರ'ದಿಂದ ಕೂಡಿದ್ದರೆ ಅದು ಶೀಘ್ರವೇ ಪತನವಾಗುತ್ತದೆ.

* ಗೋಪಾಲಗೌಡರು ಕಲಿಸಿದ "ನಿಸ್ವಾರ್ಥ" ಮತ್ತು ಅರಸು ಅವರು ತೋರಿಸಿದ "ನ್ಯಾಯ" ಈ ಎರಡೂ ಶೂನ್ಯ ಸಂಪಾದನೆಯ ಸಾರಾಂಶಗಳೇ.

* ಒಬ್ಬ ನಾಯಕ ತನ್ನ ವೈಯಕ್ತಿಕ ಲಾಭವನ್ನು 'ಶೂನ್ಯ' ಎಂದು ಪರಿಗಣಿಸಿದಾಗ ಮಾತ್ರ, ಸಮಾಜದ ಹಿತಾಸಕ್ತಿಯನ್ನು 'ಸಂಪಾದನೆ' ಮಾಡಲು ಸಾಧ್ಯವಾಗುತ್ತದೆ.

ಯುವ ನಾಯಕರಿಗೆ ಕಿವಿಮಾತು:

ಇಂದಿನ ರಾಜಕೀಯದಲ್ಲಿ ಹಣ ಮತ್ತು ತಂತ್ರಜ್ಞಾನ ಪ್ರಮುಖ ಪಾತ್ರ ವಹಿಸುತ್ತಿರಬಹುದು. ಆದರೆ, ಈ ಹಳೆಯ ಧುರೀಣರು ನಮಗೆ ಕಲಿಸುವುದು ಏನೆಂದರೆ—**"ಜನರೊಂದಿಗಿನ ಭಾವನಾತ್ಮಕ ಬೆಸುಗೆ ಮತ್ತು ಸೈದ್ಧಾಂತಿಕ ಪ್ರಾಮಾಣಿಕತೆ"**ಗೆ ಇಂದಿಗೂ ಪರ್ಯಾಯವಿಲ್ಲ. ನೀವು ಕರ್ನಾಟಕದ ಮಣ್ಣಿನ ಈ ನಾಯಕರ ಹಾದಿಯಲ್ಲಿ ನಡೆದರೆ, ಅಧಿಕಾರ ನಿಮ್ಮನ್ನು ಹುಡುಕಿಕೊಂಡು ಬರುತ್ತದೆ.

ವಿಷಯಕ್ಕೆ ನೇರವಾಗಿ ಬರೋಣ. ರಾಜಕೀಯದಲ್ಲಿ 'ಬಿಕ್ಕಟ್ಟು' ಎನ್ನುವುದು ಎಚ್ಚರಿಕೆ ನೀಡದೆ ಬರುವ ಅತಿಥಿ. ಒಬ್ಬ ನಾಯಕನ ನಿಜವಾದ ಅಳತೆಗೋಲು ಆತ ಸುಖದ ಸುಪ್ಪತ್ತಿಗೆಯಲ್ಲಿರುವಾಗ ತಿಳಿಯುವುದಿಲ್ಲ, ಬದಲಾಗಿ ಆತ ಬಿಕ್ಕಟ್ಟಿನ ಸಮಯದಲ್ಲಿ ಹೇಗೆ ವರ್ತಿಸುತ್ತಾನೆ ಎಂಬುದರ ಮೇಲೆ ನಿರ್ಧಾರವಾಗುತ್ತದೆ.

ಕರ್ನಾಟಕದ ಮತ್ತು ಭಾರತದ ಧುರೀಣರು ಎದುರಿಸಿದ ಬಿಕ್ಕಟ್ಟುಗಳು ಮತ್ತು ಅವರು ಅದನ್ನು ನಿಭಾಯಿಸಿದ ರೀತಿ ಇಲ್ಲಿದೆ:

1. ಅನಿರೀಕ್ಷಿತ ಪರಿಸ್ಥಿತಿಯ ನಿರ್ವಹಣೆ (Crisis Management)

ರಾಜಕೀಯ ಬಿಕ್ಕಟ್ಟುಗಳು ಎರಡು ರೀತಿಯಲ್ಲಿರುತ್ತವೆ: ಒಂದು ನೈಸರ್ಗಿಕ ಅಥವಾ ಸಾಮಾಜಿಕ ವಿಕೋಪಗಳು, ಇನ್ನೊಂದು ರಾಜಕೀಯ ಅಸ್ಥಿರತೆ.

* ರಾಮಕೃಷ್ಣ ಹೆಗಡೆ ಮತ್ತು 'ಟೆಲಿಫೋನ್ ಟ್ಯಾಪಿಂಗ್' ಬಿಕ್ಕಟ್ಟು:

ಅಂದು ಹೆಗಡೆಯವರು ಕರ್ನಾಟಕದ ಮುಖ್ಯಮಂತ್ರಿಯಾಗಿದ್ದಾಗ ಅವರ ಸರ್ಕಾರದ ವಿರುದ್ಧ 'ಫೋನ್ ಟ್ಯಾಪಿಂಗ್' ಆರೋಪ ಕೇಳಿಬಂತು. ಇದು ಅವರ ನೈತಿಕತೆಗೆ ಬಿದ್ದ ಪೆಟ್ಟಾಗಿತ್ತು.

* ನಿರ್ವಹಣೆ: ಅವರು ಯಾವುದೇ ಸಮರ್ಥನೆ ನೀಡದೆ ಅಥವಾ ಅಧಿಕಾರಿಗಳ ಮೇಲೆ ಗೂಬೆ ಕೂರಿಸದೆ ತಕ್ಷಣವೇ ರಾಜೀನಾಮೆ ನೀಡಿದರು.

* ಪಾಠ: ಬಿಕ್ಕಟ್ಟು ಎದುರಾದಾಗ 'ಪಲಾಯನ' ಮಾಡುವುದಕ್ಕಿಂತ 'ನೈತಿಕ ಹೊಣೆಗಾರಿಕೆ' ಹೊರುವುದು ದೀರ್ಘಕಾಲದ ರಾಜಕೀಯ ಜೀವನಕ್ಕೆ ಶಕ್ತಿ ನೀಡುತ್ತದೆ.

* ಎಸ್.ಎಂ. ಕೃಷ್ಣ ಮತ್ತು ರಾಜ್‌ಕುಮಾರ್ ಅಪಹರಣದ ಬಿಕ್ಕಟ್ಟು:

ಕರ್ನಾಟಕದ ಇತಿಹಾಸದಲ್ಲೇ ಅತ್ಯಂತ ಕಠಿಣ ಬಿಕ್ಕಟ್ಟು ಎಂದರೆ ಡಾ. ರಾಜ್‌ಕುಮಾರ್ ಅವರನ್ನು ವೀರಪ್ಪನ್ ಅಪಹರಿಸಿದ ಸಂದರ್ಭ. ಇಡೀ ರಾಜ್ಯದ ಕಾನೂನು ಸುವ್ಯವಸ್ಥೆ ಹದಗೆಡುವ ಭೀತಿಯಿತ್ತು.

* ನಿರ್ವಹಣೆ: ಕೃಷ್ಣ ಅವರು ಅತ್ಯಂತ ಸಂಯಮದಿಂದ ವರ್ತಿಸಿದರು. ತಮಿಳುನಾಡಿನ ಅಂದಿನ ಮುಖ್ಯಮಂತ್ರಿಗಳ ಜೊತೆ ಸತತ ಸಂಪರ್ಕದಲ್ಲಿದ್ದು, ಕೇಂದ್ರ ಸರ್ಕಾರದ ನೆರವು ಪಡೆದು, ಎಲ್ಲಿಯೂ ಉದ್ವೇಗಕ್ಕೆ ಅವಕಾಶ ನೀಡದೆ ಪರಿಸ್ಥಿತಿಯನ್ನು ನಿಭಾಯಿಸಿದರು.

* ಪಾಠ: ಬಿಕ್ಕಟ್ಟಿನ ಸಮಯದಲ್ಲಿ ನಾಯಕನು 'ಆವೇಶ'ಕ್ಕೆ ಒಳಗಾಗಬಾರದು, 'ಸಂಯಮ' ಮತ್ತು 'ಸಮನ್ವಯ'ವೇ ಇಲ್ಲಿನ ಪ್ರಮುಖ ಅಸ್ತ್ರಗಳು.

2. ರಾಜಕೀಯ ಅಸ್ಥಿರತೆಯ ನಿರ್ವಹಣೆ (Political Stability)

ಬಹುಮತವಿಲ್ಲದ ಸರ್ಕಾರವನ್ನು ಅಥವಾ ಪಕ್ಷದ ಒಳಗಿನ ಬಂಡಾಯವನ್ನು ನಿಭಾಯಿಸುವುದು ದೊಡ್ಡ ಸವಾಲು.

* ಪಿ.ವಿ. ನರಸಿಂಹ ರಾವ್ ಮತ್ತು ಆರ್ಥಿಕ ಬಿಕ್ಕಟ್ಟು:

1991ರಲ್ಲಿ ಭಾರತದ ಆರ್ಥಿಕತೆ ಸಂಪೂರ್ಣ ಕುಸಿದಿತ್ತು. ದೇಶದ ಚಿನ್ನವನ್ನು ಅಡವಿಡಬೇಕಾದ ಪರಿಸ್ಥಿತಿಯಿತ್ತು. ಜೊತೆಗೆ ಅವರದ್ದು ಅಲ್ಪಮತದ ಸರ್ಕಾರವಾಗಿತ್ತು.

* ನಿರ್ವಹಣೆ: ರಾವ್ ಅವರು ರಾಜಕೀಯ ವಿರೋಧಿಗಳನ್ನು ವಿಶ್ವಾಸಕ್ಕೆ ಪಡೆದರು ಮತ್ತು ಡಾ. ಮನ್ಮೋಹನ್ ಸಿಂಗ್ ಅವರಂತಹ ತಜ್ಞರನ್ನು ಹಣಕಾಸು ಸಚಿವರನ್ನಾಗಿ ನೇಮಿಸಿ ಆರ್ಥಿಕ ಸುಧಾರಣೆ ತಂದರು.

* ಪಾಠ: ಬಿಕ್ಕಟ್ಟು ಬಂದಾಗ ನಾಯಕನು 'ತಜ್ಞರ' ಸಲಹೆಗೆ ಕಿವಿಗೊಡಬೇಕು ಮತ್ತು ರಾಜಕೀಯ ಭಿನ್ನಾಭಿಪ್ರಾಯ ಮರೆತು ರಾಷ್ಟ್ರದ ಹಿತಕ್ಕೆ ಆದ್ಯತೆ ನೀಡಬೇಕು.

3. ಸಂಸದೀಯ ನಡವಳಿಕೆ: ವಿರೋಧ ಪಕ್ಷದಲ್ಲಿದ್ದಾಗ ನಾಯಕನ ಪಾತ್ರ

ನಾಯಕ ಎಂದರೆ ಕೇವಲ ಅಧಿಕಾರದಲ್ಲಿದ್ದಾಗ ಕೆಲಸ ಮಾಡುವುದಲ್ಲ, ವಿರೋಧ ಪಕ್ಷದಲ್ಲಿದ್ದಾಗ ಸರ್ಕಾರದ ತಪ್ಪುಗಳನ್ನು ಎತ್ತಿ ತೋರಿಸುವ ವಿಧಾನವೂ ಮುಖ್ಯ.

* ಸಿದ್ದರಾಮಯ್ಯ ಮತ್ತು 'ಬಳ್ಳಾರಿ ಪಾದಯಾತ್ರೆ':

ವಿರೋಧ ಪಕ್ಷದ ನಾಯಕರಾಗಿದ್ದಾಗ ಗಣಿಗಾರಿಕೆ ಹಗರಣದ ವಿರುದ್ಧ ಅವರು ಹಮ್ಮಿಕೊಂಡ ಪಾದಯಾತ್ರೆ ಒಂದು ಬಿಕ್ಕಟ್ಟನ್ನು ಹೋರಾಟವನ್ನಾಗಿ ಬದಲಿಸಿದ ರೀತಿ.

* ತಂತ್ರ: ಕೇವಲ ಸದನದ ಒಳಗೆ ಮಾತನಾಡುವುದಕ್ಕಿಂತ ಜನರ ಬಳಿ ಹೋಗಿ ವಿಷಯವನ್ನು ಮನವರಿಕೆ ಮಾಡಿಕೊಟ್ಟಿದ್ದು ಸರ್ಕಾರದ ಮೇಲೆ ಒತ್ತಡ ತಂದಿತು.

ಬಿಕ್ಕಟ್ಟು ನಿರ್ವಹಣೆಯ 3 ಸೂತ್ರಗಳು:

* ತ್ವರಿತ ನಿರ್ಧಾರ (Quick Decision): ವಿಳಂಬ ಮಾಡಿದಷ್ಟೂ ಬಿಕ್ಕಟ್ಟು ದೊಡ್ಡದಾಗುತ್ತದೆ.

* ನೇರ ಸಂವಹನ (Direct Communication): ಜನರೊಂದಿಗೆ ಅಥವಾ ಕಾರ್ಯಕರ್ತರೊಂದಿಗೆ ನೇರ ಮಾತುಕತೆ ನಡೆಸಿ ವದಂತಿಗಳನ್ನು ತಡೆಯಬೇಕು.

* ಪರ್ಯಾಯ ಯೋಜನೆ (Plan B): ಮೊದಲ ಪ್ರಯತ್ನ ವಿಫಲವಾದರೆ ಮುಂದೇನು ಎಂಬ ಸಿದ್ಧತೆ ಇರಬೇಕು.

ಯುವ ನಾಯಕರಿಗೆ ಕಿವಿಮಾತು: ಬಿಕ್ಕಟ್ಟು ಎಂಬುದು ನಿಮ್ಮನ್ನು ಮುಗಿಸಲು ಬರುವುದಿಲ್ಲ, ಅದು ನಿಮ್ಮ ನಾಯಕತ್ವದ ಗುಣವನ್ನು ಪರೀಕ್ಷಿಸಲು ಮತ್ತು ಪಳಗಿಸಲು ಬರುತ್ತದೆ.

ರಾಜಕೀಯದಲ್ಲಿ ಸೋಲು ಎನ್ನುವುದು ಅಂತ್ಯವಲ್ಲ, ಅದು ಒಂದು 'ವಿರಾಮ' ಮಾತ್ರ. ಚುನಾವಣೆಗಳಲ್ಲಿ ಸೋತ ನಂತರ ಪಕ್ಷವನ್ನು ಮತ್ತೆ ಕಟ್ಟುವುದು ಮತ್ತು ಕಾರ್ಯಕರ್ತರಲ್ಲಿ ಹೊಸ ಚೈತನ್ಯ ತುಂಬುವುದು ಒಬ್ಬ ನಾಯಕನ ಅತಿ ದೊಡ್ಡ ಸಾಮರ್ಥ್ಯ. ಇತಿಹಾಸದಲ್ಲಿ ಸೋಲಿನ ಸುಳಿಯಿಂದ ಎದ್ದು ಬಂದು ಅಧಿಪತ್ಯ ಸ್ಥಾಪಿಸಿದ ನಾಯಕರು ಕೆಲವು ಪ್ರಮುಖ ರಣತಂತ್ರಗಳನ್ನು ಅನುಸರಿಸಿದ್ದಾರೆ.

ಸೋಲಿನ ನಂತರ ಮರುಸಂಘಟನೆಗೆ ಬೇಕಾದ ಹಂತಗಳು ಇಲ್ಲಿವೆ:

1. ಸೋಲಿನ ವಸ್ತುನಿಷ್ಠ ವಿಶ್ಲೇಷಣೆ (Post-Mortem of Defeat)

ಸೋಲಿಗೆ ಕೇವಲ 'ಹಣದ ಬಲ' ಅಥವಾ 'ದುರಾದೃಷ್ಟ'ವನ್ನು ದೂಷಿಸುವುದು ಸರಿಯಲ್ಲ. ನೈಜ ಕಾರಣಗಳನ್ನು ಹುಡುಕಬೇಕು.

* ತಂತ್ರ: ಪ್ರತಿ ಬೂತ್ ಮಟ್ಟದ ಅಂಕಿ-ಅಂಶಗಳನ್ನು ಪರಿಶೀಲಿಸಬೇಕು. ನಮ್ಮ ಸಾಂಪ್ರದಾಯಿಕ ಮತಗಳು ಏಕೆ ಕೈತಪ್ಪಿದವು? ಯುವ ಮತದಾರರು ಯಾರತ್ತ ವಾಲಿದರು? ಎಂಬುದನ್ನು ಅಂಕಿ-ಅಂಶಗಳ ಸಮೇತ ತಿಳಿಯಬೇಕು.

* ಉದಾಹರಣೆ: 1984ರಲ್ಲಿ ಕೇವಲ 2 ಸ್ಥಾನ ಗೆದ್ದಿದ್ದ ಬಿಜೆಪಿ, ಸೋಲನ್ನು ಒಪ್ಪಿಕೊಂಡು ತನ್ನ ಸಿದ್ಧಾಂತ ಮತ್ತು ಸಂಘಟನೆಯಲ್ಲಿ ಬದಲಾವಣೆ ಮಾಡಿಕೊಂಡಿದ್ದರಿಂದಲೇ ಇಂದು ಬೃಹತ್ ಶಕ್ತಿಯಾಗಿ ಬೆಳೆದಿದೆ.

2. ಕಾರ್ಯಕರ್ತರೊಂದಿಗೆ ಭಾವನಾತ್ಮಕ ಬೆಸುಗೆ

ಸೋತಾಗ ನಾಯಕನಿಗಿಂತ ಹೆಚ್ಚಾಗಿ ಹಳ್ಳಿಯ ಮಟ್ಟದ ಕಾರ್ಯಕರ್ತ ಹತಾಶನಾಗಿರುತ್ತಾನೆ. ವಿರೋಧಿಗಳ ಟೀಕೆ ಮತ್ತು ಅವಮಾನಗಳನ್ನು ಅವನೇ ಎದುರಿಸಬೇಕಿರುತ್ತದೆ.

* ಕ್ರಮ: ಸೋತ ತಕ್ಷಣ ನಾಯಕನು ಜಿಲ್ಲಾ ಮತ್ತು ತಾಲ್ಲೂಕು ಪ್ರವಾಸ ಮಾಡಬೇಕು. "ನಾನು ನಿಮ್ಮೊಂದಿಗಿದ್ದೇನೆ" ಎಂಬ ಭರವಸೆ ನೀಡಬೇಕು. ಕಾರ್ಯಕರ್ತರ ಮನೆಗಳಿಗೆ ಭೇಟಿ ನೀಡಿ ಅವರ ನೋವಿನಲ್ಲಿ ಭಾಗಿಯಾಗಬೇಕು.

* ಪಾಠ: ಕಾರ್ಯಕರ್ತರಿಗೆ ನೀವು ನೀಡುವ 'ಸಮಯ' ಮತ್ತು 'ಗೌರವ' ಅವರಿಗೆ ಹಣಕ್ಕಿಂತ ಹೆಚ್ಚು ಶಕ್ತಿ ನೀಡುತ್ತದೆ.

3. ಹೊಸ ನಾಯಕತ್ವದ ಗುರುತಿಸುವಿಕೆ

ಸೋಲು ಹಳೆಯ ಮುಖಗಳನ್ನು ಬದಲಿಸಿ ಹೊಸ ಮುಖಗಳನ್ನು ಪರಿಚಯಿಸಲು ಒಂದು ಸುವರ್ಣ ಅವಕಾಶ.

* ತಂತ್ರ: ನಿಷ್ಕ್ರಿಯರಾಗಿರುವ ಹಿರಿಯ ನಾಯಕರ ಬದಲು, ಹೋರಾಟದ ಕಿಚ್ಚಿರುವ ಯುವಕರನ್ನು ಮುಂಚೂಣಿಗೆ ತರಬೇಕು. ಅವರಿಗೆ ಸಂಘಟನೆಯ ಜವಾಬ್ದಾರಿ ನೀಡಬೇಕು. ಇದು ಪಕ್ಷಕ್ಕೆ ಹೊಸ ರಕ್ತ ಮತ್ತು ಹೊಸ ಆಲೋಚನೆಗಳನ್ನು ತರುತ್ತದೆ.

4. ಜನರ ನಡುವೆ ನಿರಂತರ ಇರುವಿಕೆ (Visibility)

ಚುನಾವಣೆ ಹತ್ತಿರ ಬಂದಾಗ ಮಾತ್ರ ಹೊರಗೆ ಬರುವವರನ್ನು ಜನ ನಂಬುವುದಿಲ್ಲ. ಸೋತ ನಂತರವೂ ಜನರ ಸಮಸ್ಯೆಗಳಿಗಾಗಿ ಧ್ವನಿ ಎತ್ತುವವನೇ ನಿಜವಾದ ನಾಯಕ.

* ಕ್ರಮ: ಸರ್ಕಾರದ ವೈಫಲ್ಯಗಳ ವಿರುದ್ಧ ಸಣ್ಣ ಸಣ್ಣ ಪ್ರತಿಭಟನೆಗಳನ್ನು ಹಮ್ಮಿಕೊಳ್ಳುವುದು, ಬರಗಾಲ ಅಥವಾ ಪ್ರವಾಹದಂತಹ ಪರಿಸ್ಥಿತಿಯಲ್ಲಿ ಜನರ ನೆರವಿಗೆ ಧಾವಿಸುವುದು ಬಹಳ ಮುಖ್ಯ.

* ಉದಾಹರಣೆ: ವೈ.ಎಸ್. ಜಗನ್ ಮೋಹನ್ ರೆಡ್ಡಿ ಅವರು ಸೋಲಿನ ನಂತರ ಆಂಧ್ರಪ್ರದೇಶದಾದ್ಯಂತ ನಡೆಸಿದ 'ಪಾದಯಾತ್ರೆ' ಅವರನ್ನು ಮತ್ತೆ ಅಧಿಕಾರಕ್ಕೆ ತರುವಲ್ಲಿ ಪ್ರಮುಖ ಪಾತ್ರ ವಹಿಸಿತು.

5. ಸೋಶಿಯಲ್ ಮೀಡಿಯಾ ಮತ್ತು ಸಂವಹನ ಬದಲಾವಣೆ

ಸೋತ ಸಮಯದಲ್ಲಿ ವಿರೋಧಿಗಳು ಮಾಡುವ ಅಪಪ್ರಚಾರವನ್ನು ತಡೆಯಲು ಪ್ರಬಲ ಸಂವಹನ ತಂಡ ಇರಬೇಕು.

* ತಂತ್ರ: ಪಕ್ಷದ ಸಿದ್ಧಾಂತವನ್ನು ಡಿಜಿಟಲ್ ವೇದಿಕೆಗಳ ಮೂಲಕ ಜನರ ಮೊಬೈಲ್‌ಗ ತಲುಪಿಸಬೇಕು. ಸೋಲಿನ ಹತಾಶೆ ನಿಮ್ಮ ಪೋಸ್ಟ್‌ಗಳಲ್ಲಿ ಕಾಣಬಾರದು, ಬದಲಾಗಿ ಭರವಸೆಯ ಕಿರಣ ಕಾಣಬೇಕು.

ಸೋತ ನಾಯಕನಿಗೆ 3 ಕಿವಿಮಾತುಗಳು:

* ದೂರವಿರಿ: ಸೋತ ತಕ್ಷಣ ಯಾರನ್ನೂ ಬಯ್ಯಬೇಡಿ ಅಥವಾ ಹತಾಶೆಯಿಂದ ಹೇಳಿಕೆಗಳನ್ನು ನೀಡಬೇಡಿ.

* ತಾಳ್ಮೆ: ರಾಜಕೀಯದಲ್ಲಿ ಬದಲಾವಣೆ ಒಂದೇ ರಾತ್ರಿಯಲ್ಲಿ ಆಗುವುದಿಲ್ಲ. ತಾಳ್ಮೆಯಿಂದ ಸಂಘಟನೆಯಲ್ಲಿ ತೊಡಗಿ.

* ಅಂತರಂಗದ ಅವಲೋಕನ: ನಿಮ್ಮ ನಡವಳಿಕೆಯಲ್ಲಿ ಜನರಿಗೆ ಇಷ್ಟವಾಗದ ಅಂಶಗಳಿದ್ದರೆ ಅದನ್ನು ತಿದ್ದಿಕೊಳ್ಳಲು ಇದು ಸಕಾಲ.

ಸೋಲು ನಿಮ್ಮನ್ನು ಮಣ್ಣು ಮಾಡಲು ಬರುವುದಿಲ್ಲ, ಅದು ನಿಮ್ಮನ್ನು ಒಬ್ಬ ಪ್ರಬುದ್ಧ ರಾಜಕಾರಣಿಯಾಗಿ 'ಬಿತ್ತಲು' ಬರುತ್ತದೆ. ಸೋಲಿನ ನಂತರ ಎದ್ದು ನಿಂತವನೇ ನಿಜವಾದ ಚಾಣಕ್ಯ.

ಸೋಲು: ರಾಜಕೀಯ ಪರ್ವದ ಹೊಸ ಮುನ್ನುಡಿ

ರಾಜಕೀಯವೆಂಬುದು ಚದುರಂಗದಾಟದಂತೆ. ಇಲ್ಲಿ ಪ್ರತಿ ನಡೆಯೂ ಲೆಕ್ಕಾಚಾರದಿಂದ ಕೂಡಿರುತ್ತದೆ. ಆದರೆ, ಅಂದುಕೊಂಡಂತೆ ಎಲ್ಲವೂ ನಡೆಯುವುದಿಲ್ಲ. ಚುನಾವಣಾ ಕಣದಲ್ಲಿ ಸೋಲುಣ್ಣುವುದು ಒಬ್ಬ ನಾಯಕನಿಗೆ ವೈಯಕ್ತಿಕವಾಗಿ ನೋವು ನೀಡಬಹುದು, ಆದರೆ ಸಂಘಟನಾ ದೃಷ್ಟಿಯಿಂದ ಅದು ಅತ್ಯಂತ ಅಮೂಲ್ಯವಾದ 'ಅವಲೋಕನದ ಸಮಯ'. ಇತಿಹಾಸದ ಪುಟಗಳನ್ನು ತಿರುವಿದರೆ, ಸೋಲಿನ ಕೆಸರಿನಲ್ಲಿ ಹೂತುಹೋದವರೇ ಶಕ್ತಿಯುತವಾಗಿ ಮೇಲೆದ್ದು ಬಂದಿರುವುದು ನಮಗೆ ಕಾಣಸಿಗುತ್ತದೆ.

0 ಆತ್ಮಾವಲೋಕನದ ಕನ್ನಡಿ

ಸೋತ ತಕ್ಷಣ ಕಾರ್ಯಕರ್ತರು ಮತ್ತು ನಾಯಕರು ಮಾಡುವ ಮೊದಲ ತಪ್ಪು ಎಂದರೆ 'ದೋಷಾರೋಪಣೆ'. ವಿರೋಧಿಗಳ ಕುತಂತ್ರ ಅಥವಾ ಜನರ ಅವಿವೇಕವನ್ನು ದೂಷಿಸುವುದು ಸುಲಭ. ಆದರೆ, ಒಬ್ಬ ಪ್ರಬುದ್ಧ ನಾಯಕ ಮೊದಲು ತನ್ನತ್ತ ನೋಡಿಕೊಳ್ಳಬೇಕು.

* ತನ್ನ ಮತ್ತು ಜನರ ನಡುವಿನ ಕೊಂಡಿ ಎಲ್ಲಿ ಕಳಚಿತು?

* ತನ್ನ ಆಪ್ತ ಬಳಗವು ತನಗೆ ನೀಡಿದ ಮಾಹಿತಿ ಅಪ್ಪಟ ಸುಳ್ಳಾಗಿತ್ತೇ?

* ಕ್ಷೇತ್ರದ ಜನರ ನಾಡಿಮಿಡಿತ ಅರಿಯುವಲ್ಲಿ ತಾನು ವಿಫಲನಾದನೇ?

ಇಂತಹ ಕಟು ಪ್ರಶ್ನೆಗಳಿಗೆ ಪ್ರಾಮಾಣಿಕವಾಗಿ ಉತ್ತರ ಹುಡುಕಿದಾಗ ಮಾತ್ರ ಮರುಸಂಘಟನೆ ಸಾಧ್ಯ.

ಸಂಘಟನೆಯ 'ಸರ್ವಿಸ್' ಮಾಡುವ ಕಾಲ

ಕಾರ್ಯಕರ್ತರು ಪಕ್ಷದ ಉಸಿರು. ಸೋತಾಗ ಅವರು ಹತಾಶರಾಗಿ ಮನೆಯ ಮೂಲೆಯಲ್ಲಿ ಕುಳಿತಿರುತ್ತಾರೆ. ಅಂತಹ ಸಮಯದಲ್ಲಿ ನಾಯಕನು ಅವರ ಬಳಿ ಹೋಗಿ ಹೆಗಲ ಮೇಲೆ ಕೈಹಾಕಿ ನಿಲ್ಲಬೇಕು. ಸೋತ ನಾಯಕನು ತನ್ನ ಕ್ಷೇತ್ರವನ್ನು ಬಿಟ್ಟು ರಾಜಧಾನಿಯಲ್ಲಿ ನೆಲೆಸಬಾರದು.

* ನೆಲದ ನಂಟು: ಸೋತ ಮರುದಿನವೇ ಹಳ್ಳಿಗಳ ಪ್ರವಾಸ ಆರಂಭಿಸಬೇಕು. ಗೆದ್ದವನು ವಿಜಯೋತ್ಸವದಲ್ಲಿ ಮೈಮರೆತಿದ್ದರೆ, ಸೋತವನು ಜನರ ನೋವಿಗೆ ಧ್ವನಿಯಾಗಿ ಅಲ್ಲಿಯೇ ಇರಬೇಕು.

* ಹೊಸ ರಕ್ತದ ಸಂಚಾರ: ಸತತವಾಗಿ ಸೋಲುತ್ತಿರುವ ಹಳೆಯ ಮುಖಗಳನ್ನು ಪಕ್ಕಕ್ಕಿಟ್ಟು, ಹೊಸ ಆಲೋಚನೆಯಿರುವ ಯುವಕರನ್ನು ಮುಂಚೂಣಿಗೆ ತರಬೇಕು. ಸಂಘಟನೆಯಲ್ಲಿ ಬದಲಾವಣೆ ತರಲು ಸೋಲು ಅತಿ ದೊಡ್ಡ ಕಿಟಕಿಗಳನ್ನು ತೆರೆಯುತ್ತದೆ.

ವಿರೋಧ ಪಕ್ಷದ ಘನತೆ

ಅಧಿಕಾರವಿಲ್ಲದಿರುವುದು ಎಂದರೆ ಧ್ವನಿಯಿಲ್ಲದಿರುವುದು ಎಂದಲ್ಲ. ಸದನದ ಒಳಗೆ ಮತ್ತು ಹೊರಗೆ ಬಲಿಷ್ಠ ಧ್ವನಿಯಾಗುವುದು ನಾಯಕತ್ವದ ಗುಣ.

* ಸರ್ಕಾರದ ತಪ್ಪುಗಳನ್ನು ಕೇವಲ ಟೀಕೆಗಾಗಿ ಟೀಕಿಸದೆ, ಅಂಕಿ-ಅಂಶಗಳ ಸಮೇತ ಜನರ ಮುಂದೆ ಇಡಬೇಕು.

* ಜನರಿಗೆ "ನಮ್ಮ ಪರವಾಗಿ ಹೋರಾಡಲು ಈ ನಾಯಕನಿದ್ದಾನೆ" ಎಂಬ ಭರವಸೆ ಮೂಡಬೇಕು.

ಈ ಭರವಸೆಯೇ ಮುಂದಿನ ಚುನಾವಣೆಯಲ್ಲಿ ಮತಗಳಾಗಿ ಪರಿವರ್ತನೆಯಾಗುತ್ತದೆ.

ಡಿಜಿಟಲ್ ಕ್ರಾಂತಿಯ ಬಳಕೆ

ಇಂದಿನ ಕಾಲದಲ್ಲಿ ಮೌನ ಎನ್ನುವುದು ಮರಣಕ್ಕೆ ಸಮಾನ. ನೀವು ಮಾಡುತ್ತಿರುವ ಸಣ್ಣ ಕೆಲಸವೂ ಜನರ ಮೊಬೈಲ್‌ಗ ತಲುಪಬೇಕು. ಸೋಲಿನ ಹತಾಶೆಯನ್ನು ಬದಿಗಿಟ್ಟು, ನಿಮ್ಮ ಸಿದ್ಧಾಂತ ಮತ್ತು ಹೋರಾಟವನ್ನು ಸಾಮಾಜಿಕ ಜಾಲತಾಣಗಳಲ್ಲಿ ಚಟುವಟಿಕೆಯಿಂದ ಇರಿಸಬೇಕು. ಸಂವಹನ ತಂಡವು ಕೇವಲ ನಾಯಕನ ಗುಣಗಾನ ಮಾಡದೆ, ಕ್ಷೇತ್ರದ ಜನರ ಭಾವನೆಗಳಿಗೆ ಸ್ಪಂದಿಸುವ ವೇದಿಕೆಯಾಗಬೇಕು.

ಕೊನೆಯ ಮಾತು: ರಾಜಕೀಯದಲ್ಲಿ ಅಧಿಕಾರ ಬರುತ್ತದೆ, ಹೋಗುತ್ತದೆ. ಆದರೆ ಜನರ ಮೇಲೆ ನೀವು ಬೀರುವ ಪ್ರಭಾವ ಶಾಶ್ವತ. ಸೋಲನ್ನು ಒಂದು 'ಶಿಕ್ಷೆ' ಎಂದು ಭಾವಿಸದೆ, ಅದು ನಿಮ್ಮನ್ನು ಸುಧಾರಿಸಿಕೊಳ್ಳಲು ಪ್ರಕೃತಿ ನೀಡಿದ 'ಅವಕಾಶ' ಎಂದು ಪರಿಗಣಿಸಿ. ನೆನಪಿಡಿ, ಸಮುದ್ರದ ಅಲೆಗಳು ಹಿಂದೆ ಸರಿಯುವುದು ಅದು ಅಡಗಿ ಕೂರಲು ಅಲ್ಲ, ಬದಲಾಗಿ ಮತ್ತಷ್ಟು ವೇಗದಿಂದ ದಡಕ್ಕೆ ಅಪ್ಪಳಿಸಲು!

ರಾಜಕೀಯ ಕ್ಷೇತ್ರದಲ್ಲಿ ಸಂಘಟನೆ ಮತ್ತು ಆಡಳಿತ ಎನ್ನುವುದು ನದಿಯ ಎರಡು ದಂಡೆಗಳಿದ್ದಂತೆ. ಈ ಎರಡರ ನಡುವೆ ಸಮತೋಲನ ಕಾಯ್ದುಕೊಳ್ಳುವುದು ಒಬ್ಬ ಸಮರ್ಥ ನಾಯಕನಿಗೆ ಇರುವ ಅತಿ ದೊಡ್ಡ ಸವಾಲು. ಕೇವಲ ಅಭಿವೃದ್ಧಿ ಮಾಡಿದರೆ ಚುನಾವಣೆ ಗೆಲ್ಲಬಹುದು ಎನ್ನುವುದು ಎಷ್ಟು ಸುಳ್ಳೋ,

ಕೇವಲ ರಾಜಕೀಯ ತಂತ್ರಗಾರಿಕೆ ಮಾಡಿದರೆ ಅಧಿಕಾರ ಉಳಿಸಿಕೊಳ್ಳಬಹುದು ಎನ್ನುವುದು ಅಷ್ಟೇ ಸುಳ್ಳು. ಇಲ್ಲಿ ವ್ಯಕ್ತಿತ್ವ, ಕೆಲಸ ಮತ್ತು ತಂತ್ರಗಾರಿಕೆ ಮೂರೂ ಮಿಳಿತವಾಗಬೇಕು.

ಕ್ಷೇತ್ರದ ಅಭಿವೃದ್ಧಿ ಎನ್ನುವುದು ಒಬ್ಬ ನಾಯಕನಿಗೆ ಭದ್ರವಾದ ಬುನಾದಿಯನ್ನು ಒದಗಿಸುತ್ತದೆ. ರಸ್ತೆಗಳು, ಶಾಲೆಗಳು, ಆಸ್ಪತ್ರೆಗಳು ಮತ್ತು ಕುಡಿಯುವ ನೀರಿನಂತಹ ಮೂಲಭೂತ ಸೌಕರ್ಯಗಳನ್ನು ಒದಗಿಸಿದಾಗ ಜನರ ಮನಸ್ಸಿನಲ್ಲಿ ನಾಯಕನ ಬಗ್ಗೆ ಒಂದು ಗೌರವದ ಭಾವನೆ ಮೂಡುತ್ತದೆ. ಆದರೆ, ಕೇವಲ ಸಿಮೆಂಟ್ ಮತ್ತು ಕಬ್ಬಿಣದ ಕೆಲಸಗಳಿಂದ ಮಾತ್ರ ಜನರ ಹೃದಯ ಗೆಲ್ಲಲು ಸಾಧ್ಯವಿಲ್ಲ. ಮಾಡಿದ ಕೆಲಸವನ್ನು ಜನರಿಗೆ ತಲುಪಿಸುವ ಸಂವಹನ ಕಲೆ ಇಲ್ಲಿ ಅತ್ಯಗತ್ಯ. ಇದನ್ನು ನಾವು 'ರಾಜಕೀಯ ಮಾರ್ಕೆಟಿಂಗ್' ಎನ್ನಬಹುದು. ಅಭಿವೃದ್ಧಿಯ ಕೆಲಸಗಳು ಜನರ ದೈನಂದಿನ ಬದುಕನ್ನು ಹೇಗೆ ಸುಗಮಗೊಳಿಸಿವೆ ಎಂಬುದನ್ನು ಭಾವನಾತ್ಮಕವಾಗಿ ವಿವರಿಸುವ ಕಲೆ ನಾಯಕನಿಗೆ ಗೊತ್ತಿರಬೇಕು.

ಇದರ ಜೊತೆಗೆ ರಾಜಕೀಯ ಚತುರತೆ ಎನ್ನುವುದು ಅಧಿಕಾರವನ್ನು ಉಳಿಸಿಕೊಳ್ಳಲು ಮತ್ತು ಬೆಳೆಸಿಕೊಳ್ಳಲು ಬೇಕಾದ ಅನಿವಾರ್ಯ ಸಾಧನ. ಸಮಾಜದ ವಿವಿಧ ವರ್ಗಗಳನ್ನು, ಜಾತಿ ಸಮೀಕರಣಗಳನ್ನು ಮತ್ತು ಪ್ರಾದೇಶಿಕ ಹಿತಾಸಕ್ತಿಗಳನ್ನು ಒಗ್ಗೂಡಿಸಿಕೊಂಡು ಹೋಗುವುದು ಇಲ್ಲಿ ಮುಖ್ಯವಾಗುತ್ತದೆ. ಅಭಿವೃದ್ಧಿಯು ಎಲ್ಲರಿಗೂ ಸಮಾನವಾಗಿ ತಲುಪುತ್ತಿದ್ದರೂ, ರಾಜಕೀಯವಾಗಿ ಆಯಾ ಸಮುದಾಯಗಳ ನಾಯಕರನ್ನು ವಿಶ್ವಾಸಕ್ಕೆ ತೆಗೆದುಕೊಳ್ಳದಿದ್ದರೆ ಆ ಕೆಲಸದ ಕ್ರೆಡಿಟ್ ನಾಯಕನಿಗೆ ಸಿಗುವುದಿಲ್ಲ. ಇಲ್ಲಿ 'ಜನ ಸಂಪರ್ಕ' ಅತಿ ದೊಡ್ಡ ಪಾತ್ರ ವಹಿಸುತ್ತದೆ. ಒಬ್ಬ ನಾಯಕ ತನ್ನ ಕ್ಷೇತ್ರದ ಕಟ್ಟಕಡೆಯ ಕಾರ್ಯಕರ್ತನ ಹೆಸರನ್ನು ನೆನಪಿಟ್ಟುಕೊಳ್ಳುವುದು ಅಥವಾ ಬಡವನ ಮನೆಯ ಶುಭ ಸಮಾರಂಭಕ್ಕೆ ಹೋಗುವುದು ದೊಡ್ಡ ಅಭಿವೃದ್ಧಿ ಕೆಲಸಕ್ಕಿಂತಲೂ ಹೆಚ್ಚು ಮತಗಳನ್ನು ತಂದುಕೊಡಬಲ್ಲದು.

ಆಡಳಿತ ಮತ್ತು ರಾಜಕೀಯದ ನಡುವಿನ ಈ ಸಮತೋಲನವು 'ನಂಬಿಕೆ'ಯ ಮೇಲೆ ನಿಂತಿದೆ. ನಾಯಕನು ಅಧಿಕಾರದಲ್ಲಿದ್ದಾಗ ವ್ಯವಸ್ಥೆಯನ್ನು ಪಾರದರ್ಶಕವಾಗಿ ಇಟ್ಟುಕೊಳ್ಳಬೇಕು. ಭ್ರಷ್ಟಾಚಾರ ಅಥವಾ ಸ್ವಜನಪಕ್ಷಪಾತದ ಆರೋಪಗಳು ಬರದಂತೆ ನೋಡಿಕೊಳ್ಳುವುದು ಒಬ್ಬ ದೂರದೃಷ್ಟಿಯ ನಾಯಕನ ಲಕ್ಷಣ. ಏಕೆಂದರೆ, ಎಷ್ಟೇ ಅಭಿವೃದ್ಧಿ ಮಾಡಿದರೂ ಒಂದು ಸಣ್ಣ ಹಗರಣವು ಇಡೀ ರಾಜಕೀಯ ಬದುಕನ್ನು ನಾಶಪಡಿಸಬಹುದು. ಆದ್ದರಿಂದ, ಆಡಳಿತದಲ್ಲಿ ಶಿಸ್ತು ಮತ್ತು ರಾಜಕೀಯದಲ್ಲಿ ಜನಪರತೆ ಎರಡನ್ನೂ ಸಮನಾಗಿ ಬೆಳೆಸಿಕೊಳ್ಳಬೇಕು. ಗೆದ್ದಾಗ ಅಹಂಕಾರ ಪಡದೆ ಕೆಲಸ ಮಾಡುವುದು ಮತ್ತು ಸೋತಾಗ ಹತಾಶರಾಗದೆ ಜನರ ನಡುವೆ ಇರುವುದು ಒಬ್ಬ ನಾಯಕನನ್ನು 'ಧುರೀಣ'ನನ್ನಾಗಿ ರೂಪಿಸುತ್ತದೆ. ಅಂತಿಮವಾಗಿ, ನಿಮ್ಮ ಕೆಲಸವು ನಿಮ್ಮ ಪರವಾಗಿ ಮಾತನಾಡಬೇಕು ಮತ್ತು ನಿಮ್ಮ ಮಾತುಗಳು ಜನರ ಕಷ್ಟಗಳಿಗೆ ದನಿಯಾಗಬೇಕು. ಈ ಎರಡೂ ಸೇರಿದಾಗ ಮಾತ್ರ ಒಬ್ಬ ನಾಯಕ ಇತಿಹಾಸದಲ್ಲಿ ಅಜರಾಮರನಾಗುತ್ತಾನೆ.

ರಾಜಕೀಯ ಕ್ಷೇತ್ರದಲ್ಲಿ ಒಬ್ಬ ನಾಯಕ ತನ್ನನ್ನು ತಾನು ಹೇಗೆ ಬಿಂಬಿಸಿಕೊಳ್ಳುತ್ತಾನೆ ಎಂಬುದು ಅವನ ಗೆಲುವಿನ ಅರ್ಧದಷ್ಟು ಹಾದಿಯನ್ನು ನಿರ್ಧರಿಸುತ್ತದೆ. ಇದನ್ನು ನಾವು ಇಂದಿನ ಕಾಲಘಟ್ಟದಲ್ಲಿ

'ಬ್ರ್ಯಾಂಡ್ ಬಿಲ್ಡಿಂಗ್' ಅಥವಾ ವ್ಯಕ್ತಿತ್ವದ ನಿರ್ಮಾಣ ಎಂದು ಕರೆಯಬಹುದು. ಒಬ್ಬ ರಾಜಕಾರಣಿಗೆ ಕೇವಲ ಒಳ್ಳೆಯ ಮನಸ್ಸಿದ್ದರೆ ಸಾಲದು, ಆ ಮನಸ್ಸು ಮತ್ತು ಅವನು ಮಾಡುವ ಕೆಲಸಗಳು ಜನರ ಕಣ್ಣಿಗೆ ಸರಿಯಾದ ರೀತಿಯಲ್ಲಿ ಕಾಣಿಸಬೇಕು. ಸಾರ್ವಜನಿಕ ಸಂಪರ್ಕ ಎನ್ನುವುದು ಕೇವಲ ಜಾಹೀರಾತು ನೀಡುವುದಲ್ಲ, ಅದು ಜನರೊಂದಿಗೆ ಒಂದು ಅವಿನಾಭಾವ ಸಂಬಂಧವನ್ನು ಬೆಳೆಸುವ ನಿರಂತರ ಪ್ರಕ್ರಿಯೆ.

ಬ್ರ್ಯಾಂಡ್ ನಿರ್ಮಾಣವು ನಾಯಕನ ನಡವಳಿಕೆ, ಮಾತಿನ ಶೈಲಿ ಮತ್ತು ಅವನು ಪ್ರತಿನಿಧಿಸುವ ಮೌಲ್ಯಗಳಿಂದ ಆರಂಭವಾಗುತ್ತದೆ. ಜನರು ಒಬ್ಬ ನಾಯಕನನ್ನು ನೋಡಿದಾಗ ಅವರಿಗೆ ಒಂದು ಭರವಸೆ ಸಿಗಬೇಕು. ಉದಾಹರಣೆಗೆ, ಒಬ್ಬ ನಾಯಕ ತಾನು 'ರೈತ ಪರ' ಎಂದು ಬಿಂಬಿಸಿಕೊಳ್ಳಬೇಕಾದರೆ, ಅವನ ಮಾತುಗಳಲ್ಲಿ ಕೃಷಿಯ ಆಳವಾದ ಜ್ಞಾನವಿರಬೇಕು ಮತ್ತು ಅವನ ಹೋರಾಟಗಳು ನೇಗಿಲ ಯೋಗಿಯ ಪರವಾಗಿರಬೇಕು. ಕೇವಲ ವೇದಿಕೆಯ ಮೇಲೆ ಘೋಷಣೆ ಕೂಗುವುದರಿಂದ ಬ್ರ್ಯಾಂಡ್ ಸೃಷ್ಟಿಯಾಗುವುದಿಲ್ಲ; ಬದಲಾಗಿ ಜನರ ಸಂಕಷ್ಟದ ಸಮಯದಲ್ಲಿ ಅವರ ಪಕ್ಕದಲ್ಲಿ ನಿಂತು ನೀಡುವ ಧೈರ್ಯವೇ ನಾಯಕನ ನಿಜವಾದ ಗುರುತಾಗುತ್ತದೆ. ಈ ಗುರುತು ಒಮ್ಮೆ ಜನರ ಮನಸ್ಸಿನಲ್ಲಿ ಅಚ್ಚೊತ್ತಿದರೆ, ವಿರೋಧಿಗಳು ಎಷ್ಟೇ ಅಪಪ್ರಚಾರ ಮಾಡಿದರೂ ಅದನ್ನು ಅಳಿಸಲು ಸಾಧ್ಯವಾಗುವುದಿಲ್ಲ.

ಇಂದಿನ ಡಿಜಿಟಲ್ ಯುಗದಲ್ಲಿ ಸಾರ್ವಜನಿಕ ಸಂಪರ್ಕಕ್ಕೆ ಹೊಸ ಆಯಾಮ ಬಂದಿದೆ. ಸಾಮಾಜಿಕ ಜಾಲತಾಣಗಳು ಕೇವಲ ಮಾಹಿತಿ ಹಂಚುವ ವೇದಿಕೆಗಳಲ್ಲ, ಅವು ಜನರೊಂದಿಗೆ ನೇರ ಸಂವಾದ ನಡೆಸುವ ಸಾಧನಗಳು. ಒಬ್ಬ ನಾಯಕ ತನ್ನ ಕ್ಷೇತ್ರದ ಜನರ ಪ್ರಶ್ನೆಗಳಿಗೆ ಎಷ್ಟು ವೇಗವಾಗಿ ಸ್ಪಂದಿಸುತ್ತಾನೆ ಮತ್ತು ಅವರ ಸಮಸ್ಯೆಗಳನ್ನು ಹೇಗೆ ಸಾಮಾಜಿಕ ಜಾಲತಾಣಗಳಲ್ಲಿ ಎತ್ತಿ ಹಿಡಿಯುತ್ತಾನೆ ಎಂಬುದು ಅವನ 'ಆಧುನಿಕ ನಾಯಕತ್ವ'ದ ಸಾಕ್ಷಿಯಾಗುತ್ತದೆ. ಆದರೆ, ಇಲ್ಲಿ ಒಂದು ಎಚ್ಚರಿಕೆ ಅಗತ್ಯ: ಅತಿಯಾದ ಪ್ರಚಾರ ಅಥವಾ ಕೃತಕವಾದ ಚಿತ್ರಣಗಳು ಜನರಿಗೆ ಬೇಗನೆ ಅರ್ಥವಾಗಿಬಿಡುತ್ತವೆ. ನಾಯಕನ ಬ್ರ್ಯಾಂಡ್ ಯಾವಾಗಲೂ 'ನೈಜತೆ'ಯಿಂದ (Authenticity) ಕೂಡಿರಬೇಕು. ಜನರು ತಮ್ಮಂತೆಯೇ ಇರುವ, ತಮಗೆ ಸುಲಭವಾಗಿ ಸಿಗುವ ನಾಯಕನನ್ನು ಇಷ್ಟಪಡುತ್ತಾರೆಯೇ ಹೊರತು, ಆಕಾಶದಿಂದ ಇಳಿದು ಬಂದವನನ್ನಲ್ಲ.

ಕೊನೆಯದಾಗಿ, ಬ್ರ್ಯಾಂಡ್ ಬಿಲ್ಡಿಂಗ್ ಎನ್ನುವುದು ಕೇವಲ ಚುನಾವಣೆಗಾಗಿ ಮಾಡುವ ನಾಟಕವಲ್ಲ, ಅದು ಜೀವನಪರ್ಯಂತ ಉಳಿಸಿಕೊಳ್ಳಬೇಕಾದ ಘನತೆ. ಒಬ್ಬ ನಾಯಕ ತನ್ನ ಮಾತು ಮತ್ತು ಕೃತಿಯ ನಡುವೆ ಅಂತರವಿಲ್ಲದಂತೆ ನೋಡಿಕೊಂಡಾಗ ಅವನ ಬ್ರ್ಯಾಂಡ್ ತಾನಾಗಿಯೇ ಗಟ್ಟಿಯಾಗುತ್ತದೆ. ಟೀಕೆಗಳು ಬಂದಾಗ ಅವುಗಳನ್ನು ಎದುರಿಸುವ ರೀತಿ, ಸೋತಾಗ ತೋರುವ ಘನತೆ ಮತ್ತು ಗೆದ್ದಾಗ ತೋರುವ ವಿನಯ ಇವೆಲ್ಲವೂ ಸಾರ್ವಜನಿಕ ಸಂಪರ್ಕದ ಅವಿಭಾಜ್ಯ ಅಂಗಗಳೇ. ಒಬ್ಬ ನಾಯಕ ತನ್ನ ಬ್ರ್ಯಾಂಡ್ ಅನ್ನು ಜನರ ವಿಶ್ವಾಸದ ಮೇಲೆ ಕಟ್ಟಿದಾಗ, ಅದು ಯಾವುದೇ ರಾಜಕೀಯ ಬಿರುಗಾಳಿಗೂ ಅಲುಗಾಡುವುದಿಲ್ಲ. ಇದೇ ನಾಯಕತ್ವದ ಅಸಲಿ ಶಕ್ತಿ.

ರಾಜಕೀಯ ಕ್ಷೇತ್ರದಲ್ಲಿ ಸಂಘಟನಾ ಶಕ್ತಿ ಮತ್ತು ಜನಪ್ರಿಯತೆಯ ಜೊತೆಗೆ ಒಬ್ಬ ನಾಯಕನಿಗೆ ಇರಲೇಬೇಕಾದ ಮತ್ತೊಂದು ಪ್ರಮುಖ ಅಂಶವೆಂದರೆ 'ಬೌದ್ಧಿಕ ಸಿದ್ಧತೆ'. ಕೇವಲ ಭಾಷಣಗಳಿಂದ ಜನರನ್ನು ಸೆಳೆಯುವುದು ಒಂದು ಹಂತದವರೆಗೆ ಸಾಧ್ಯವಾಗಬಹುದು, ಆದರೆ ನೀತಿ ನಿರೂಪಣೆ, ಆಡಳಿತದ ಜಟಿಲತೆಗಳು ಮತ್ತು ಜಾಗತಿಕ ವಿದ್ಯಮಾನಗಳ ಅರಿವಿಲ್ಲದಿದ್ದರೆ ಒಬ್ಬ ನಾಯಕ ಕೇವಲ ಭಾವನಾತ್ಮಕ ನಾಯಕನಾಗಿ ಉಳಿಯುತ್ತಾನೆ. ಪ್ರಬುದ್ಧ ರಾಜಕಾರಣಿಯಾಗಲು ಜ್ಞಾನದ ಹಸಿವು ಮತ್ತು ನಿರಂತರ ಅಧ್ಯಯನ ಬಹಳ ಮುಖ್ಯ. ಇಂದಿನ ಯುವ ನಾಯಕರು ತರ್ಕಬದ್ಧವಾಗಿ ಮಾತನಾಡಲು ಮತ್ತು ಸತ್ಯಾಂಶಗಳ ಆಧಾರದ ಮೇಲೆ ವಾದ ಮಂಡಿಸಲು ತಮ್ಮನ್ನು ತಾವು ಸಜ್ಜುಗೊಳಿಸಿಕೊಳ್ಳಬೇಕಿದೆ.

ಬೌದ್ಧಿಕ ಸಿದ್ಧತೆಯ ಮೊದಲ ಹಂತವೆಂದರೆ ಸಂವಿಧಾನ ಮತ್ತು ಕಾನೂನಿನ ಅರಿವು. ದೇಶದ ಆಡಳಿತ ಯಂತ್ರ ಹೇಗೆ ಚಲಿಸುತ್ತದೆ, ಶಾಸಕಾಂಗ ಮತ್ತು ಕಾರ್ಯಾಂಗದ ನಡುವಿನ ಸಂಬಂಧವೇನು ಎಂಬುದು ನಾಯಕನಿಗೆ ಸ್ಪಷ್ಟವಾಗಿ ತಿಳಿದಿರಬೇಕು. ಸಂಸತ್ತು ಅಥವಾ ವಿಧಾನಸಭೆಯಲ್ಲಿ ಚರ್ಚೆಗಳು ನಡೆಯುವಾಗ ವಿಷಯದ ಆಳಕ್ಕೆ ಇಳಿದು ಮಾತನಾಡಲು ಈ ಜ್ಞಾನವು ಶಕ್ತಿಯನ್ನು ನೀಡುತ್ತದೆ. ಒಬ್ಬ ನಾಯಕನಿಗೆ ಕೇವಲ ತನ್ನ ಕ್ಷೇತ್ರದ ಸಮಸ್ಯೆಗಳು ತಿಳಿದಿದ್ದರೆ ಸಾಲದು, ಆ ಸಮಸ್ಯೆಗಳಿಗೆ ರಾಷ್ಟ್ರೀಯ ಮತ್ತು ಅಂತರಾಷ್ಟ್ರೀಯ ಮಟ್ಟದ ಆರ್ಥಿಕ ನೀತಿಗಳು ಹೇಗೆ ಕಾರಣವಾಗಿವೆ ಎಂಬ ಅರಿವಿರಬೇಕು. ಉದಾಹರಣೆಗೆ, ಕೃಷಿ ಬೆಲೆಗಳ ಕುಸಿತದ ಬಗ್ಗೆ ಮಾತನಾಡುವಾಗ ಜಾಗತಿಕ ಮಾರುಕಟ್ಟೆಯ ಏರಿಳಿತಗಳ ಬಗ್ಗೆ ಮಾಹಿತಿ ಇದ್ದರೆ, ಅವನ ವಾದಕ್ಕೆ ಹೆಚ್ಚಿನ ತೂಕ ಬರುತ್ತದೆ.

ಅಧ್ಯಯನ ಎನ್ನುವುದು ಕೇವಲ ಅಂಕಿ-ಅಂಶಗಳಿಗೆ ಸೀಮಿತವಾಗಬಾರದು. ಚರಿತ್ರೆ, ಸಮಾಜಶಾಸ್ತ್ರ ಮತ್ತು ಸಾಹಿತ್ಯದ ಓದು ನಾಯಕನ ವ್ಯಕ್ತಿತ್ವಕ್ಕೆ ಮಾನವೀಯ ಸ್ಪರ್ಶ ನೀಡುತ್ತದೆ. ಇತಿಹಾಸವು ನಮಗೆ ಹಿಂದಿನ ನಾಯಕರು ಮಾಡಿದ ತಪ್ಪುಗಳನ್ನು ತೋರಿಸಿಕೊಟ್ಟರೆ, ಸಾಹಿತ್ಯವು ಜನರ ಮನೋಭಾವವನ್ನು ಅರ್ಥಮಾಡಿಕೊಳ್ಳಲು ನೆರವಾಗುತ್ತದೆ. ಕರ್ನಾಟಕದ ಸಂದರ್ಭದಲ್ಲಿ ವಚನ ಸಾಹಿತ್ಯ, ದಾಸ ಸಾಹಿತ್ಯ ಮತ್ತು ಆಧುನಿಕ ವೈಚಾರಿಕ ಬರಹಗಳು ಸಾಮಾಜಿಕ ನ್ಯಾಯದ ಬಗ್ಗೆ ಸ್ಪಷ್ಟವಾದ ದೃಷ್ಟಿಕೋನವನ್ನು ನೀಡುತ್ತವೆ. ಈ ಬೌದ್ಧಿಕ ಶ್ರೀಮಂತಿಕೆಯು ನಾಯಕನಿಗೆ ಬಿಕ್ಕಟ್ಟಿನ ಸಮಯದಲ್ಲಿ ಸರಿಯಾದ ನಿರ್ಧಾರ ತೆಗೆದುಕೊಳ್ಳಲು ಮತ್ತು ವಿರೋಧಿಗಳ ಬೌದ್ಧಿಕ ದಾಳಿಗಳನ್ನು ಸಮರ್ಥವಾಗಿ ಎದುರಿಸಲು ಸಹಾಯ ಮಾಡುತ್ತದೆ.

ಕೊನೆಯದಾಗಿ, ಬೌದ್ಧಿಕ ಸಿದ್ಧತೆಯು ಒಬ್ಬ ನಾಯಕನಿಗೆ 'ದೂರದೃಷ್ಟಿ'ಯನ್ನು (Vision) ನೀಡುತ್ತದೆ. ಮುಂದಿನ ಐದು ಅಥವಾ ಹತ್ತು ವರ್ಷಗಳಲ್ಲಿ ತನ್ನ ಕ್ಷೇತ್ರ ಮತ್ತು ರಾಜ್ಯ ಯಾವ ದಿಕ್ಕಿನಲ್ಲಿ ಸಾಗಬೇಕು ಎಂಬ ಕಲ್ಪನೆ ಮೂಡುವುದು ಜ್ಞಾನದ ಮೂಲಕವೇ. ಜ್ಞಾನಿಯಾದ ನಾಯಕನನ್ನು ಅಧಿಕಾರಿಗಳು ಸುಲಭವಾಗಿ ದಾರಿ ತಪ್ಪಿಸಲು ಸಾಧ್ಯವಿಲ್ಲ ಮತ್ತು ಜನರು ಕೂಡ ಅವನ ಮಾತಿಗೆ ಬೆಲೆ ನೀಡುತ್ತಾರೆ. ಅಧಿಕಾರ ಎನ್ನುವುದು ತಾತ್ಕಾಲಿಕ, ಆದರೆ ಒಬ್ಬ ನಾಯಕ ತನ್ನ ಜ್ಞಾನ ಮತ್ತು ಬೌದ್ಧಿಕ ಕೊಡುಗೆಯ ಮೂಲಕ ಸಮಾಜದಲ್ಲಿ ಬಿಟ್ಟುಹೋಗುವ ವಿಚಾರಗಳು ಶಾಶ್ವತ. ಆದ್ದರಿಂದ, ಯುವ ನಾಯಕರು ಪ್ರತಿದಿನವೂ ಕಲಿಯುವ ಪ್ರವೃತ್ತಿಯನ್ನು ಬೆಳೆಸಿಕೊಳ್ಳಬೇಕು; ಏಕೆಂದರೆ ಅರಿವೇ ಅಧಿಕಾರದ

ನಿಜವಾದ ಮೂಲ.

ರಾಜಕೀಯ ನಾಯಕನಿಗೆ ಬೌದ್ಧಿಕ ಸಿದ್ಧತೆ ಎಷ್ಟು ಮುಖ್ಯವೋ, ಆ ಜ್ಞಾನವನ್ನು ಜನರಿಗೆ ಸರಳವಾಗಿ ತಲುಪಿಸುವ 'ಸಂವಹನ ಕಲೆ' (Public Speaking) ಅಷ್ಟೇ ಅನಿವಾರ್ಯ. ಒಬ್ಬ ಉತ್ತಮ ನಾಯಕ ಎಂದರೆ ತನ್ನ ಮನಸ್ಸಿನಲ್ಲಿರುವ ಆಲೋಚನೆಗಳನ್ನು ಜನರ ಹೃದಯಕ್ಕೆ ನೇರವಾಗಿ ತಲುಪಿಸುವ ಮಾಂತ್ರಿಕ. ಭಾಷಣ ಎನ್ನುವುದು ಕೇವಲ ಶಬ್ದಗಳ ಅಬ್ಬರವಲ್ಲ; ಅದು ಜನರ ಭಾವನೆಗಳನ್ನು ಜಾಗೃತಗೊಳಿಸುವ, ಅವರಲ್ಲಿ ಭರವಸೆ ಮೂಡಿಸುವ ಮತ್ತು ಒಂದು ಗುರಿಯತ್ತ ಅವರನ್ನು ಮುನ್ನಡೆಸುವ ಪ್ರಬಲ ಅಸ್ತ್ರ.

ಪ್ರಭಾವಶಾಲಿ ಸಂವಹನವು ಕೇಳುಗರನ್ನು ಅರ್ಥಮಾಡಿಕೊಳ್ಳುವುದರಿಂದ ಆರಂಭವಾಗುತ್ತದೆ. ಹಳ್ಳಿಯ ಸಭೆಯಲ್ಲಿ ಮಾತನಾಡುವಾಗ ಬಳಸುವ ಭಾಷೆ ಮತ್ತು ನಗರದ ಬೌದ್ಧಿಕ ವರ್ಗದ ಮುಂದೆ ಮಾತನಾಡುವ ಶೈಲಿ ವಿಭಿನ್ನವಾಗಿರಬೇಕು. ನಾಯಕನು ಜನರ ನಾಡಿಮಿಡಿತವನ್ನು ಅರಿತು, ಅವರ ನೋವು ಮತ್ತು ನಲಿವುಗಳಿಗೆ ತನ್ನ ಮಾತಿನಲ್ಲಿ ಧ್ವನಿಯಾಗಬೇಕು. ಭಾಷಣದಲ್ಲಿ ಕಠಿಣ ಶಬ್ದಗಳಿಗಿಂತ ಸರಳವಾದ ಉದಾಹರಣೆಗಳು ಮತ್ತು ಜನರ ಜೀವನಕ್ಕೆ ಹತ್ತಿರವಾದ ಕಥೆಗಳು ಹೆಚ್ಚು ಪ್ರಭಾವ ಬೀರುತ್ತವೆ. ನೀವು ಎಷ್ಟೇ ಅಂಕಿ-ಅಂಶಗಳನ್ನು ನೀಡಿದರೂ, ಜನರು ನೆನಪಿಟ್ಟುಕೊಳ್ಳುವುದು ನೀವು ಅವರಲ್ಲಿ ಮೂಡಿಸಿದ ಭಾವನೆಯನ್ನು ಮಾತ್ರ.

ಸಂವಹನದಲ್ಲಿ ಕೇವಲ ಮಾತುಗಳಷ್ಟೇ ಅಲ್ಲ, ದೈಹಿಕ ಭಾಷೆ (Body Language) ಕೂಡ ಅತಿ ದೊಡ್ಡ ಪಾತ್ರ ವಹಿಸುತ್ತದೆ. ನಾಯಕನ ಕಣ್ಣುಗಳಲ್ಲಿನ ಆತ್ಮವಿಶ್ವಾಸ, ನಿಲ್ಲುವ ರೀತಿ ಮತ್ತು ಕೈಗಳ ಚಲನೆ ಅವನ ಮಾತಿನ ಸತ್ಯಸಂಧತೆಯನ್ನು ಪ್ರತಿಬಿಂಬಿಸುತ್ತವೆ. ವೇದಿಕೆಯ ಮೇಲೆ ನಿಂತಾಗ ಜನರೊಂದಿಗೆ ಕಣ್ಣಿನ ಸಂಪರ್ಕ (Eye Contact) ಹೊಂದುವುದು ಅವರಲ್ಲಿ ನಾಯಕನ ಬಗ್ಗೆ ನಂಬಿಕೆಯನ್ನು ಹೆಚ್ಚಿಸುತ್ತದೆ. ಅದರಲ್ಲೂ ವಿರೋಧ ಪಕ್ಷದ ಟೀಕೆಗಳಿಗೆ ಉತ್ತರಿಸುವಾಗ ಹಾಸ್ಯ ಪ್ರಜ್ಞೆ ಮತ್ತು ಸಮಯಪ್ರಜ್ಞೆಯನ್ನು ಬಳಸುವ ನಾಯಕರು ಜನರ ಮನಸ್ಸನ್ನು ಬೇಗನೆ ಗೆಲ್ಲುತ್ತಾರೆ. ಮೌನವೂ ಕೂಡ ಸಂವಹನದ ಒಂದು ಭಾಗವೇ; ಎಲ್ಲಿ ಮಾತನಾಡಬೇಕು ಮತ್ತು ಎಲ್ಲಿ ಸುಮ್ಮನಿರಬೇಕು ಎಂಬ ಅರಿವು ಒಬ್ಬ ಮುತ್ಸದ್ದಿ ನಾಯಕನ ಲಕ್ಷಣ.

ಇಂದಿನ ಕಾಲದಲ್ಲಿ ಸಂವಹನವು ಕೇವಲ ವೇದಿಕೆಯ ಭಾಷಣಗಳಿಗೆ ಸೀಮಿತವಾಗಿಲ್ಲ. ಟಿವಿ ಚರ್ಚೆಗಳು, ಸಣ್ಣ ವಿಡಿಯೋ ಸಂದೇಶಗಳು ಮತ್ತು ಪತ್ರಿಕಾ ಹೇಳಿಕೆಗಳ ಮೂಲಕ ನಾಯಕ ನಿರಂತರವಾಗಿ ಜನರ ಜೊತೆ ಸಂವಹನ ನಡೆಸುತ್ತಿರಬೇಕಾಗುತ್ತದೆ. ಇಲ್ಲಿ ಸಂಕ್ಷಿಪ್ತತೆ ಮತ್ತು ಸ್ಪಷ್ಟತೆ ಬಹಳ ಮುಖ್ಯ. ಹೇಳಬೇಕಾದ ವಿಷಯವನ್ನು ನೇರವಾಗಿ ಮತ್ತು ಪರಿಣಾಮಕಾರಿಯಾಗಿ ಹೇಳುವುದು ಇಂದಿನ ಯುವ ನಾಯಕರ ಮುಂದಿರುವ ಸವಾಲು. ಒಬ್ಬ ನಾಯಕನ ಮಾತು ಕೇವಲ ಆಕರ್ಷಣೆಯಾಗಿರದೆ, ಅದು ಸಮಾಜದಲ್ಲಿ ಸಕಾರಾತ್ಮಕ ಬದಲಾವಣೆಗೆ ಪ್ರೇರಣೆಯಾಗಬೇಕು. ನಿಮ್ಮ ಮಾತುಗಳು ಜನರ ಕಣ್ಣೀರು ಒರೆಸುವಂತಿದ್ದರೆ ಅಥವಾ ಅವರಲ್ಲಿ ಹೋರಾಟದ ಕಿಚ್ಚು ಹಚ್ಚುವಂತಿದ್ದರೆ ನೀವು ನಿಜವಾದ ಜನನಾಯಕರಾಗಿ ಹೊರಹೊಮ್ಮುತ್ತೀರಿ.

ಭಾರತೀಯ ರಾಜಕಾರಣದ ಅತ್ಯಂತ ಪ್ರಭಾವಶಾಲಿ ಮತ್ತು ಹೋರಾಟದ ಹಾದಿಯಿಂದ ಬಂದ ನಾಯಕಿಯರಲ್ಲಿ ಮಾಯಾವತಿ ಅವರ ಹೆಸರು ಪ್ರಮುಖವಾದುದು. ಉತ್ತರ ಪ್ರದೇಶದಂತಹ ಸಂಕೀರ್ಣ ರಾಜ್ಯದಲ್ಲಿ ನಾಲ್ಕು ಬಾರಿ ಮುಖ್ಯಮಂತ್ರಿಯಾಗಿ ಅಧಿಕಾರ ನಡೆಸಿದ ಅವರ ಜೀವನವು ಶೂನ್ಯದಿಂದ ಸೃಷ್ಟಿಯಾದ ಮಹಾನ್ ಕಥೆಯಂತಿದೆ. ಅವರನ್ನು ಅವರ ಅನುಯಾಯಿಗಳು ಪ್ರೀತಿಯಿಂದ 'ಬೆಹೆನ್ ಜೀ' ಎಂದು ಕರೆಯುತ್ತಾರೆ.

ಮಾಯಾವತಿಯವರ ರಾಜಕೀಯ ಜೀವನ

೧

ಆರಂಭಿಕ ಜೀವನ ಮತ್ತು ಹೋರಾಟ

ಮಾಯಾವತಿ ಅವರು 1956ರಲ್ಲಿ ದೆಹಲಿಯ ಸಾಮಾನ್ಯ ಕುಟುಂಬದಲ್ಲಿ ಜನಿಸಿದರು. ಶಿಕ್ಷಕಿಯಾಗಿ ವೃತ್ತಿ ಜೀವನ ಆರಂಭಿಸಲು ಬಯಸಿದ್ದ ಅವರು, ಕಾನೂನು ಪದವಿಯನ್ನು ಪಡೆದಿದ್ದರು. ಆದರೆ, ಅವರ ಬದುಕಿನ ದಿಕ್ಕನ್ನು ಬದಲಿಸಿದ್ದು ದಲಿತ ನಾಯಕ ಕನ್ಶೀರಾಮ್ ಅವರ ಭೇಟಿ. ಕನ್ಶೀರಾಮ್ ಅವರು ಮಾಯಾವತಿಯವರಲ್ಲಿದ್ದ ಚುರುಕುತನ ಮತ್ತು ನಾಯಕತ್ವದ ಗುಣವನ್ನು ಕಂಡು, "ನೀನು ಕೇವಲ ಜಿಲ್ಲಾಧಿಕಾರಿಯಾಗುವ ಬದಲು, ಅಂತಹ ನೂರಾರು ಅಧಿಕಾರಿಗಳನ್ನು ನಿಯಂತ್ರಿಸುವ ಶಕ್ತಿಯಾಗಬೇಕು" ಎಂದು ರಾಜಕೀಯಕ್ಕೆ ಆಹ್ವಾನಿಸಿದರು.

ಬಹುಜನ ಸಮಾಜ ಪಕ್ಷದ (BSP) ಉದಯ

ಕನ್ಶೀರಾಮ್ ಅವರು ಸ್ಥಾಪಿಸಿದ ಬಿಎಸ್‌ಪಿ ಪಕ್ಷಕ್ಕೆ ಮಾಯಾವತಿ ಅವರು ಶಕ್ತಿಯಾದರು. ದಲಿತರು, ಹಿಂದುಳಿದವರು ಮತ್ತು ಅಲ್ಪಸಂಖ್ಯಾತರನ್ನು ಒಂದುಗೂಡಿಸುವ ಮೂಲಕ 'ಬಹುಜನ' ಶಕ್ತಿಯನ್ನು ಪ್ರದರ್ಶಿಸಿದರು. 1995ರಲ್ಲಿ ಅವರು ಮೊದಲ ಬಾರಿಗೆ ಉತ್ತರ ಪ್ರದೇಶದ ಮುಖ್ಯಮಂತ್ರಿಯಾದಾಗ, ಭಾರತದ ಇತಿಹಾಸದಲ್ಲೇ ಅತ್ಯಂತ ಕಿರಿಯ ವಯಸ್ಸಿನ ಮತ್ತು ಮೊದಲ ದಲಿತ ಮಹಿಳಾ ಮುಖ್ಯಮಂತ್ರಿ ಎಂಬ ಹೆಗ್ಗಳಿಕೆಗೆ ಪಾತ್ರರಾದರು.

ಆಡಳಿತಾತ್ಮಕ ಚಾತುರ್ಯ ಮತ್ತು ಬಿಗಿ ಹಿಡಿತ

ಮಾಯಾವತಿಯವರ ಆಡಳಿತ ಶೈಲಿಯು 'ಬಿಗಿ ಹಿಡಿತ'ಕ್ಕೆ ಹೆಸರಾಗಿತ್ತು. ಅವರು ಮುಖ್ಯಮಂತ್ರಿಯಾಗಿದ್ದ ಅವಧಿಯಲ್ಲಿ ಕಾನೂನು ಸುವ್ಯವಸ್ಥೆ ಅತ್ಯಂತ ಕಟ್ಟುನಿಟ್ಟಾಗಿತ್ತು.

* ಸಾಮಾಜಿಕ ಇಂಜಿನಿಯರಿಂಗ್: 2007ರಲ್ಲಿ ಅವರು 'ದಲಿತ-ಬ್ರಾಹ್ಮಣ' ಸಮೀಕರಣವನ್ನು (Social Engineering) ಯಶಸ್ವಿಯಾಗಿ ಬಳಸಿ ಪೂರ್ಣ ಬಹುಮತದೊಂದಿಗೆ ಅಧಿಕಾರಕ್ಕೆ ಬಂದರು. ಇದು ಭಾರತೀಯ ರಾಜಕಾರಣದಲ್ಲಿ ಒಂದು ಸಂಚಲನ ಮೂಡಿಸಿದ ರಣತಂತ್ರವಾಗಿತ್ತು.

* ಮೂಲಸೌಕರ್ಯ: ಯಮುನಾ ಎಕ್ಸ್‌ಪ್ರೆಸ್‌ವೇ ನಂತಹ ಬೃಹತ್ ಯೋಜನೆಗಳು ಮತ್ತು ನೋಯ್ಡಾದಂತಹ ನಗರಗಳ ಅಭಿವೃದ್ಧಿಯಲ್ಲಿ ಅವರ ಪಾತ್ರ ದೊಡ್ಡದು.

* ದಲಿತ ಅಸ್ಮಿತೆ: ಲಕ್ನೋ ಮತ್ತು ನೋಯ್ಡಾದಲ್ಲಿ ಅವರು ನಿರ್ಮಿಸಿದ ಅಂಬೇಡ್ಕರ್ ಸ್ಮಾರಕಗಳು ಮತ್ತು ಬೃಹತ್ ಪಾರ್ಕ್‌ಗಳು ದಲಿತರ ಆತ್ಮಗೌರವದ ಸಂಕೇತಗಳಾಗಿ ಇಂದಿಗೂ ನಿಂತಿವೆ.

ವಿವಾದಗಳು ಮತ್ತು ಸವಾಲುಗಳು

ಯಾವುದೇ ದೊಡ್ಡ ನಾಯಕನಿಗೆ ಇರುವಂತೆ ಮಾಯಾವತಿಯವರಿಗೂ ವಿವಾದಗಳು ಸುತ್ತಿಕೊಂಡವು. ಅವರ ಪ್ರತಿಮೆಗಳ ನಿರ್ಮಾಣಕ್ಕಾಗಿ ಸಾರ್ವಜನಿಕ ಹಣದ ಬಳಕೆ ಮತ್ತು ಭ್ರಷ್ಟಾಚಾರದ ಆರೋಪಗಳು ಅವರ ಮೇಲೆ ಕೇಳಿಬಂದವು. ಕಳೆದ ದಶಕದಲ್ಲಿ ಬಿಜೆಪಿ ಮತ್ತು ಸಮಾಜವಾದಿ ಪಕ್ಷಗಳ ಪ್ರಬಲ ಪೈಪೋಟಿಯಿಂದಾಗಿ ಅವರ ಪಕ್ಷದ ಪ್ರಭಾವ ಕುಗ್ಗಿದೆಯಾದರೂ, ಇಂದಿಗೂ ಉತ್ತರ ಪ್ರದೇಶದ ರಾಜಕಾರಣದಲ್ಲಿ ಅವರದ್ದೇ ಆದ ಭದ್ರ ಮತಬ್ಯಾಂಕ್ ಇದೆ.

ಯುವ ನಾಯಕರಿಗೆ ಪಾಠ

ಮಾಯಾವತಿಯವರ ಜೀವನದಿಂದ ಕಲಿಯಬೇಕಾದ ಮುಖ್ಯ ಅಂಶವೆಂದರೆ 'ಛಲ'. ಸಮಾಜದ ಕಟ್ಟಕಡೆಯ ವರ್ಗದಿಂದ ಬಂದು, ಯಾವುದೇ ರಾಜಕೀಯ ಹಿನ್ನೆಲೆ ಇಲ್ಲದೆ, ದೇಶದ ಅತಿ ದೊಡ್ಡ ರಾಜ್ಯವನ್ನು ಆಳುವುದು ಸಾಮಾನ್ಯ ಮಾತಲ್ಲ. ಅವರ ಹೋರಾಟದ ಹಾದಿ, ಸಂಘಟನಾ ಶಕ್ತಿ ಮತ್ತು ಎದುರಾಳಿಗಳನ್ನು ಮಣಿಸುವ ರಾಜಕೀಯ ಚತುರತೆ ಇಂದಿನ ಯುವ ನಾಯಕರಿಗೆ ದೊಡ್ಡ ಪಾಠವಾಗಿದೆ.

ಮಾಯಾವತಿ ಅವರ ರಾಜಕೀಯ ಜೀವನವನ್ನು ವಿಶ್ಲೇಷಿಸುವಾಗ, ಅವರು ಅಧಿಕಾರವನ್ನು ಬಳಸಿದ ರೀತಿ ಮತ್ತು ತಮ್ಮ ಸಮುದಾಯಕ್ಕೆ ನೀಡಿದ 'ಆತ್ಮಗೌರವ'ದ ಕುರಿತು ವಿಶೇಷವಾಗಿ ಚರ್ಚಿಸಬೇಕಾಗುತ್ತದೆ. ಅವರು ಕೇವಲ ಒಬ್ಬ ರಾಜಕಾರಣಿಯಾಗಿರಲಿಲ್ಲ, ಬದಲಾಗಿ ವ್ಯವಸ್ಥೆಯ ವಿರುದ್ಧ ಸಿಡಿದು ನಿಂತ ಒಂದು ಧ್ವನಿಯಾಗಿದ್ದರು.

ಆಡಳಿತದ ಮೇಲೆ ಬಿಗಿ ಹಿಡಿತ (Iron Fist Administration)

ಮಾಯಾವತಿ ಅವರ ಆಡಳಿತದ ಅತ್ಯಂತ ದೊಡ್ಡ ಶಕ್ತಿ ಎಂದರೆ ಅಧಿಕಾರಿಗಳ ಮೇಲಿದ್ದ ಅವರ ನಿಯಂತ್ರಣ. ಅವರು ಮುಖ್ಯಮಂತ್ರಿಯಾಗಿದ್ದಾಗ, ಜಿಲ್ಲಾಧಿಕಾರಿಗಳು ಮತ್ತು ಪೊಲೀಸ್ ವರಿಷ್ಠಾಧಿಕಾರಿಗಳು ಫೋನ್ ಕರೆಗೆ ಅಥವಾ ಆದೇಶಕ್ಕೆ ಕ್ಷಣಮಾತ್ರದಲ್ಲಿ ಸ್ಪಂದಿಸುತ್ತಿದ್ದರು. ಕಾನೂನು ಸುವ್ಯವಸ್ಥೆ ಹದಗೆಟ್ಟರೆ ಯಾರನ್ನೂ ಕ್ಷಮಿಸುತ್ತಿರಲಿಲ್ಲ. ಕ್ರಿಮಿನಲ್ ಹಿನ್ನೆಲೆಯುಳ್ಳ ರಾಜಕಾರಣಿಗಳನ್ನು ಜೈಲಿಗೆ ಕಳುಹಿಸುವಲ್ಲಿ ಅವರು ಎಂದೂ ಹಿಂದೆಬೀಳಲಿಲ್ಲ. ಇದು ಸಾಮಾನ್ಯ ಜನರಲ್ಲಿ, ವಿಶೇಷವಾಗಿ ಮಹಿಳೆಯರಲ್ಲಿ ಒಂದು ರೀತಿಯ ಭದ್ರತಾ ಭಾವನೆಯನ್ನು ಮೂಡಿಸಿತ್ತು.

‘ಅಸ್ಮಿತೆ’ಯ ರಾಜಕಾರಣ ಮತ್ತು ಸ್ಮಾರಕಗಳು

ಮಾಯಾವತಿ ಅವರು ನಿರ್ಮಿಸಿದ ಬೃಹತ್ ಸ್ಮಾರಕಗಳು ಮತ್ತು ಪ್ರತಿಮೆಗಳ ಬಗ್ಗೆ ಸಾಕಷ್ಟು ಟೀಕೆಗಳು ಕೇಳಿಬಂದವು. ಆದರೆ, ಅವರ ದೃಷ್ಟಿಕೋನದಲ್ಲಿ ಇವು ಕೇವಲ ಕಲ್ಲುಗಳಲ್ಲ, ಬದಲಾಗಿ ಶತಶತಮಾನಗಳಿಂದ ತುಳಿತಕ್ಕೊಳಗಾದ ಸಮುದಾಯಗಳಿಗೆ ನೀಡಿದ ‘ಗೌರವದ ಸಂಕೇತ’ಗಳಾಗಿದ್ದವು. ದೆಹಲಿ ಮತ್ತು ಲಕ್ನೋ ನಡುವೆ ಸುಂದರವಾದ ಉದ್ಯಾನವನಗಳನ್ನು ನಿರ್ಮಿಸುವ ಮೂಲಕ ಬಡವರು ಮತ್ತು ದಲಿತರಿಗೂ ಸುಸಜ್ಜಿತ ಸಾರ್ವಜನಿಕ ಸ್ಥಳಗಳು ಸಿಗುವಂತೆ ಮಾಡಿದರು. ಇದು "ಅಧಿಕಾರ ಎಂದರೆ ಕೇವಲ ಸೌಲಭ್ಯವಲ್ಲ, ಅದು ಗೌರವದ ಸಂಕೇತವೂ ಹೌದು" ಎಂಬ ಸಂದೇಶವನ್ನು ನೀಡಿತು.

ಸಾಮಾಜಿಕ ಇಂಜಿನಿಯರಿಂಗ್ (Social Engineering)

2007ರಲ್ಲಿ ಮಾಯಾವತಿ ಅವರು ಮಾಡಿದ ಪ್ರಯೋಗ ರಾಜಕೀಯ ಇತಿಹಾಸದಲ್ಲೇ ಅಚ್ಚರಿಯಾದದ್ದು. ‘ಬಹುಜನ’ (ದಲಿತರು) ಮತ್ತು ‘ಸರ್ವಜನ’ (ಮೇಲ್ವರ್ಗದವರು, ವಿಶೇಷವಾಗಿ ಬ್ರಾಹ್ಮಣರು) ಇಬ್ಬರನ್ನೂ ಒಗ್ಗೂಡಿಸಿದರು. "ಹಾಥಿ ನಹಿ ಗಣೇಶ್ ಹೈ" ಎಂಬ ಘೋಷಣೆಯ ಮೂಲಕ ಪರಸ್ಪರ ವಿರೋಧವಿದ್ದ ಸಮುದಾಯಗಳನ್ನು ಒಂದೇ ವೇದಿಕೆಗೆ ತಂದರು. ಇದು ಕೇವಲ ಮತಗಳ ಸಮೀಕರಣವಾಗಿರದೆ, ಸಮಾಜದಲ್ಲಿ ಒಂದು ರೀತಿಯ ಸಮನ್ವಯ ತರುವ ಪ್ರಯತ್ನವಾಗಿತ್ತು. ಒಬ್ಬ ನಾಯಕ ತನ್ನ ಸಿದ್ಧಾಂತಕ್ಕೆ ಚ್ಯುತಿ ಬಾರದಂತೆ ಹೇಗೆ ಹೊಸ ಮಿತ್ರರನ್ನು ಸಂಪಾದಿಸಬಹುದು ಎಂಬುದಕ್ಕೆ ಇದು ಅತ್ಯುತ್ತಮ ಉದಾಹರಣೆ.

ಇಂದಿನ ಸ್ಥಿತಿ ಮತ್ತು ಪಾಠಗಳು

ಇತ್ತೀಚಿನ ವರ್ಷಗಳಲ್ಲಿ ಬಿಎಸ್‌ಪಿ ಪಕ್ಷವು ಚುನಾವಣಾ ಹಿನ್ನಡೆ ಅನುಭವಿಸುತ್ತಿರಬಹುದು, ಆದರೆ ಮಾಯಾವತಿ ಅವರು ಹಾಕಿಕೊಟ್ಟ ದಾರಿ ಇಂದಿಗೂ ಪ್ರಸ್ತುತ. ಅಧಿಕಾರ ಎನ್ನುವುದು ಕೇವಲ ಕುರ್ಚಿಯಲ್ಲ, ಅದು ಸಮಾಜದ ಕಟ್ಟಕಡೆಯ ವ್ಯಕ್ತಿಯನ್ನು ಮುಖ್ಯವಾಹಿನಿಗೆ ತರುವ ಒಂದು ಸಾಧನ ಎಂದು ಅವರು ನಂಬಿದ್ದರು. ಒಬ್ಬ ಮಹಿಳೆಯಾಗಿ, ಅದೂ ದಲಿತ ಸಮುದಾಯದಿಂದ ಬಂದು ಭಾರತದ ಅತಿದೊಡ್ಡ ರಾಜ್ಯವನ್ನು ನಾಲ್ಕು ಬಾರಿ ಆಳುವುದು ಒಂದು ಅಸಾಮಾನ್ಯ ಸಾಧನೆ.

ಯುವ ನಾಯಕರಿಗೆ ಮಾಯಾವತಿ ಅವರ ಜೀವನವು ‘ಛಲ ಮತ್ತು ಶಿಸ್ತಿನ’ ಪಾಠಗಳನ್ನು ಕಲಿಸುತ್ತದೆ. ನೀವು ಎಲ್ಲಿಂದ ಬಂದಿದ್ದೀರಿ ಎನ್ನುವುದಕ್ಕಿಂತ, ಎಲ್ಲಿಗೆ ತಲುಪಬೇಕು ಎಂಬ ಗುರಿ ಸ್ಪಷ್ಟವಾಗಿದ್ದರೆ ಇಡೀ ವ್ಯವಸ್ಥೆಯನ್ನೇ ನಿಮ್ಮತ್ತ ತಿರುಗುವಂತೆ ಮಾಡಬಹುದು.

ತಮಿಳುನಾಡಿನ ರಾಜಕಾರಣದಲ್ಲಿ ಜಯಲಲಿತಾ ಅಥವಾ ಅವರ ಬೆಂಬಲಿಗರು ಕರೆಯುವ ‘ಅಮ್ಮ’ ಎನ್ನುವ ಹೆಸರು ಒಂದು ಅದ್ವಿತೀಯ ಶಕ್ತಿ. ಚಿತ್ರರಂಗದಿಂದ ರಾಜಕೀಯಕ್ಕೆ ಬಂದು, ಪುರುಷ ಪ್ರಧಾನ ರಾಜಕೀಯ ವ್ಯವಸ್ಥೆಯಲ್ಲಿ ತನ್ನದೇ ಆದ ಸಾಮ್ರಾಜ್ಯ ಕಟ್ಟಿದ ಜಯಲಲಿತಾ ಅವರ ಜೀವನವು

ಮಾಯಾವತಿ ಅವರಂತೆಯೇ ಅತ್ಯಂತ ರೋಚಕ ಮತ್ತು ಹೋರಾಟದಿಂದ ಕೂಡಿದೆ.

ಜಯಲಲಿತಾ ಅವರ ರಾಜಕೀಯ ಯಶಸ್ಸಿನ ಹಿಂದಿರುವ ಪ್ರಮುಖ ಅಂಶಗಳನ್ನು ಹೀಗೆ ವಿವರಿಸಬಹುದು:

1. ಸಂಘರ್ಷದಿಂದ ಉದಯಿಸಿದ ನಾಯಕಿ

ಜಯಲಲಿತಾ ಅವರ ರಾಜಕೀಯ ಪ್ರವೇಶ ಸುಗಮವಾಗಿರಲಿಲ್ಲ. ಅವರ ಗುರು ಎಂ.ಜಿ. ರಾಮಚಂದ್ರನ್ (MGR) ನಿಧನದ ನಂತರ, ಪಕ್ಷದ ಒಳಗೇ ಅವರು ತೀವ್ರ ಅವಮಾನ ಮತ್ತು ಸಂಘರ್ಷ ಎದುರಿಸಬೇಕಾಯಿತು. 1989ರಲ್ಲಿ ತಮಿಳುನಾಡು ವಿಧಾನಸಭೆಯಲ್ಲಿ ಅವರ ಮೇಲೆ ನಡೆದ ಹಲ್ಲೆ ಮತ್ತು ಅವಮಾನದ ಘಟನೆ ಅವರ ಜೀವನದ ದೊಡ್ಡ ತಿರುವು. ಅಂದು ಅವರು "ನಾನು ಮತ್ತೆ ಈ ಸಭೆಗೆ ಬಂದರೆ ಮುಖ್ಯಮಂತ್ರಿಯಾಗಿಯೇ ಬರುತ್ತೇನೆ" ಎಂದು ಪ್ರತಿಜ್ಞೆ ಮಾಡಿ ಹೊರನಡೆದರು. ಎರಡು ವರ್ಷಗಳಲ್ಲೇ ಅವರು ಆ ಮಾತನ್ನು ನಿಜ ಮಾಡಿ ತೋರಿಸಿದರು.

2. ಕಲ್ಯಾಣ ರಾಜಕಾರಣದ ಮಾದರಿ (Welfare Governance)

ಜಯಲಲಿತಾ ಅವರು ಜಾರಿಗೆ ತಂದ 'ಅಮ್ಮ' ಬ್ರ್ಯಾಂಡ್‌ನ ಯೋಜನೆಗಳು ಭಾರತೀಯ ರಾಜಕಾರಣದಲ್ಲಿ ಹೊಸ ಸಂಚಲನ ಮೂಡಿಸಿದವು.

* ಅಮ್ಮ ಕ್ಯಾಂಟೀನ್: ಅತ್ಯಂತ ಕಡಿಮೆ ಬೆಲೆಯಲ್ಲಿ ಜನರಿಗೆ ಗುಣಮಟ್ಟದ ಆಹಾರ ನೀಡುವುದು.

* ತೊಟ್ಟಿಲು ಮಗು ಯೋಜನೆ: ಹೆಣ್ಣು ಶಿಶುಹತ್ಯೆ ತಡೆಯಲು ಅವರು ತಂದ ಈ ಯೋಜನೆ ಜಾಗತಿಕ ಮಟ್ಟದಲ್ಲಿ ಮೆಚ್ಚುಗೆ ಪಡೆಯಿತು.

* ಉಚಿತ ಸೌಲಭ್ಯಗಳು: ಮಿಕ್ಸಿ, ಗ್ರೈಂಡರ್ ಮತ್ತು ಲ್ಯಾಪ್‌ಟಾಪ್‌ಗಳನ್ನು ಉಚಿತವಾಗಿ ನೀಡುವ ಮೂಲಕ ಬಡ ಮತ್ತು ಮಧ್ಯಮ ವರ್ಗದ ಜನರ ಬದುಕಿನಲ್ಲಿ ನೇರ ಬದಲಾವಣೆ ತಂದರು.

3. ಆಡಳಿತಾತ್ಮಕ ಬಿಗಿ ಮತ್ತು ಕೇಂದ್ರದೊಂದಿಗೆ ಸಂಬಂಧ

ಮಾಯಾವತಿ ಅವರಂತೆಯೇ ಜಯಲಲಿತಾ ಕೂಡ ಅಧಿಕಾರಿಗಳ ಮೇಲೆ ಅತೀವ ಹಿಡಿತ ಹೊಂದಿದ್ದರು. ತಮಿಳುನಾಡಿನ ಕೈಗಾರಿಕಾ ಪ್ರಗತಿ ಮತ್ತು ಶಿಕ್ಷಣ ಕ್ಷೇತ್ರದಲ್ಲಿನ ಸಾಧನೆಗೆ ಅವರ ಬಿಗಿ ಆಡಳಿತವೇ ಕಾರಣ. ರಾಷ್ಟ್ರ ರಾಜಕಾರಣದಲ್ಲಿ ಅವರು ಒಂದು ನಿರ್ಣಾಯಕ ಶಕ್ತಿಯಾಗಿದ್ದರು. ಕೇಂದ್ರದಲ್ಲಿ ಸರ್ಕಾರಗಳನ್ನು ರಚಿಸುವ ಅಥವಾ ಕೆಡವುವ ಶಕ್ತಿ ಅವರ ಬಳಿಯಿತ್ತು. 1990ರ ದಶಕದಲ್ಲಿ ವಾಜಪೇಯಿ ಅವರ ಸರ್ಕಾರಕ್ಕೆ ಬೆಂಬಲ ನೀಡಿ, ನಂತರ ವಾಪಸ್ ಪಡೆದ ಘಟನೆ ಅವರ ರಾಜಕೀಯ ಹಠಕ್ಕೆ ಸಾಕ್ಷಿ.

4. ವೈಯಕ್ತಿಕ ಘನತೆ ಮತ್ತು ಒಂಟಿ ಹೋರಾಟ

ಜಯಲಲಿತಾ ಅವರು ಎಂದೂ ಟೀಕೆಗಳಿಗೆ ಅಂಜಿದವರಲ್ಲ. ವೈಯಕ್ತಿಕ ಜೀವನದ ಮೇಲಿನ ದಾಳಿಗಳನ್ನು ಅವರು ತಮ್ಮ ಕೆಲಸದ ಮೂಲಕವೇ ಎದುರಿಸಿದರು. ಭ್ರಷ್ಟಾಚಾರದ ಆರೋಪದ ಮೇಲೆ ಜೈಲಿಗೆ ಹೋದರೂ, ಅಲ್ಲಿಂದ ಹೊರಬಂದಾಗ ಅವರ ಜನಪ್ರಿಯತೆ ಕುಗ್ಗುವ ಬದಲು ಹೆಚ್ಚಾಗುತ್ತಿತ್ತು. ಜನರು ಅವರನ್ನು ಕೇವಲ ನಾಯಕಿಯಾಗಿ ನೋಡದೆ, ತಮಗೆ ರಕ್ಷಣೆ ನೀಡುವ 'ತಾಯಿ'ಯಂತೆ ಕಂಡರು.

ಯುವ ನಾಯಕರಿಗೆ ಪಾಠ:

ಜಯಲಲಿತಾ ಮತ್ತು ಮಾಯಾವತಿ ಇಬ್ಬರೂ ನಮಗೆ ಕಲಿಸುವುದು ಏನೆಂದರೆ—ವ್ಯವಸ್ಥೆಯು ನಿಮಗೆ ಎಷ್ಟೇ ಅಡೆತಡೆ ಒಡ್ಡಿದರೂ, ನಿಮ್ಮಲ್ಲಿ 'ಆತ್ಮವಿಶ್ವಾಸ' ಮತ್ತು 'ಜನಪರ ಕಾಳಜಿ' ಇದ್ದರೆ ನೀವು ಇತಿಹಾಸವನ್ನು ಬರೆಯಬಹುದು. ದಕ್ಷಿಣ ಮತ್ತು ಉತ್ತರ ಭಾರತದ ಈ ಇಬ್ಬರು ನಾಯಕಿಯರು ಭಾರತೀಯ ಒಕ್ಕೂಟ ವ್ಯವಸ್ಥೆಯಲ್ಲಿ ಪ್ರಾದೇಶಿಕ ಪಕ್ಷಗಳ ಶಕ್ತಿಯನ್ನು ಜಗತ್ತಿಗೆ ತೋರಿಸಿಕೊಟ್ಟರು.

ಕರ್ನಾಟಕದ ರಾಜಕೀಯ ನಕ್ಷೆಯನ್ನೇ ಬದಲಿಸಿದ ಡಿ. ದೇವರಾಜ ಅರಸು ಅವರ ಆಡಳಿತ ಕೇವಲ ಒಂದು ಅವಧಿಯ ಸರ್ಕಾರವಾಗಿರಲಿಲ್ಲ; ಅದೊಂದು ಮೌನ ಕ್ರಾಂತಿ. ಉತ್ತರ ಪ್ರದೇಶದಲ್ಲಿ ಮಾಯಾವತಿ ಮತ್ತು ತಮಿಳುನಾಡಿನಲ್ಲಿ ಜಯಲಲಿತಾ ಅವರು ಹೇಗೆ ತಮ್ಮ ಸಮುದಾಯಗಳ ಅಸ್ಮಿತೆಗಾಗಿ ಹೋರಾಡಿದರೋ, ಅದಕ್ಕಿಂತ ಮೊದಲೇ ಕರ್ನಾಟಕದಲ್ಲಿ ಅರಸು ಅವರು ಅಂತಹದ್ದೊಂದು ಭದ್ರ ಬುನಾದಿ ಹಾಕಿದ್ದರು.

ಅರಸು ಅವರ ಆಡಳಿತಾತ್ಮಕ ಮತ್ತು ರಾಜಕೀಯ ತಂತ್ರಗಾರಿಕೆಯನ್ನು ಹೀಗೆ ವಿವರಿಸಬಹುದು:

1. ಅಸ್ಪೃಶ್ಯತೆ ಮತ್ತು ಸಾಮಾಜಿಕ ನ್ಯಾಯ

ಅರಸು ಅವರು ಅಧಿಕಾರಕ್ಕೆ ಬಂದಾಗ ಕರ್ನಾಟಕದ ರಾಜಕೀಯವು ಕೆಲವು ಪ್ರಬಲ ಸಮುದಾಯಗಳ ಹಿಡಿತದಲ್ಲಿತ್ತು. ಇವರು ಅಲ್ಪಸಂಖ್ಯಾತರು, ದಲಿತರು ಮತ್ತು ಹಿಂದುಳಿದ ವರ್ಗಗಳನ್ನು ಒಟ್ಟುಗೂಡಿಸಿ 'ಅಹಿಂದ' (ಅಲ್ಪಸಂಖ್ಯಾತ, ಹಿಂದುಳಿದ ಮತ್ತು ದಲಿತ) ಎಂಬ ಹೊಸ ರಾಜಕೀಯ ಶಕ್ತಿಯನ್ನು ರೂಪಿಸಿದರು.

* ಹಾವನೂರು ವರದಿ: ಹಿಂದುಳಿದ ವರ್ಗಗಳಿಗೆ ಮೀಸಲಾತಿ ನೀಡಲು ಎಲ್.ಜಿ. ಹಾವನೂರು ಅವರ ನೇತೃತ್ವದಲ್ಲಿ ಸಮಿತಿ ರಚಿಸಿ, ಅದರ ಶಿಫಾರಸುಗಳನ್ನು ಜಾರಿಗೆ ತಂದರು. ಇದು ಇಂದಿಗೂ ಕರ್ನಾಟಕದ ಮೀಸಲಾತಿ ಪದ್ಧತಿಗೆ ಮೂಲಾಧಾರವಾಗಿದೆ.

2. ಭೂ ಸುಧಾರಣೆ: 'ಉಳುವವನೇ ಭೂಮಿಯ ಒಡೆಯ'

ಅರಸು ಅವರ ಅತ್ಯಂತ ದೊಡ್ಡ ಸಾಧನೆ ಎಂದರೆ ಭೂ ಸುಧಾರಣೆ ಕಾಯ್ದೆಯ ಕಟ್ಟುನಿಟ್ಟಿನ ಜಾರಿ.

* ಬದಲಾವಣೆ: ಜಮೀನ್ದಾರರ ಬಳಿ ಇದ್ದ ಹೆಚ್ಚುವರಿ ಭೂಮಿಯನ್ನು ಕಿತ್ತುಕೊಂಡು, ತಲೆತಲಾಂತರದಿಂದ ಆ ಭೂಮಿಯಲ್ಲಿ ಬೆವರು ಸುರಿಸುತ್ತಿದ್ದ ಕೂಲಿ ಕಾರ್ಮಿಕರಿಗೆ ಹಂಚಿದರು.

* ಪರಿಣಾಮ: ಇದು ಕೇವಲ ಆರ್ಥಿಕ ಬದಲಾವಣೆಯಲ್ಲ, ಹಳ್ಳಿಗಳಲ್ಲಿ ಶೋಷಿತ ವರ್ಗದವರು ತಲೆ ಎತ್ತಿ ಬದುಕುವಂತೆ ಮಾಡಿದ 'ಆತ್ಮಗೌರವದ ಕ್ರಾಂತಿ'. ಇಂದು ಕರ್ನಾಟಕದ ಗ್ರಾಮೀಣ ಭಾಗದಲ್ಲಿ ಮಧ್ಯಮ ವರ್ಗದ ರೈತರು ಸದೃಢರಾಗಿದ್ದರೆ ಅದಕ್ಕೆ ಅರಸು ಅಂದು ತೆಗೆದುಕೊಂಡ ಆ ಕಠಿಣ

ನಿರ್ಧಾರವೇ ಕಾರಣ.

3. ಜನಪರ ಯೋಜನೆಗಳ ಹರಿಕಾರ

ಜಯಲಲಿತಾ ಅವರ 'ಅಮ್ಮ' ಯೋಜನೆಗಳಿಗೆ ಮಾದರಿ ಎನ್ನುವಂತೆ ಅರಸು ಅವರು ಅಂದೇ ಅನೇಕ ಜನಪರ ಕಾರ್ಯಕ್ರಮಗಳನ್ನು ಜಾರಿಗೆ ತಂದಿದ್ದರು.

* ಋಣಮುಕ್ತ ಕಾಯ್ದೆ: ಬಡವರು ಸಾಲದ ಸುಳಿಯಲ್ಲಿ ಸಿಲುಕಿ ಜೀತದಾಳುಗಳಾಗುವುದನ್ನು ತಪ್ಪಿಸಲು ಈ ಕಾಯ್ದೆ ತಂದರು.

* ಭಾಗ್ಯಜ್ಯೋತಿ: ಬಡವರ ಮನೆಗೆ ಉಚಿತವಾಗಿ ಒಂದು ವಿದ್ಯುತ್ ಬಲ್ಬ್ ನೀಡುವ ಯೋಜನೆಯನ್ನು ಇವರೇ ಆರಂಭಿಸಿದ್ದು.

* ಜೀತಪದ್ಧತಿ ನಿರ್ಮೂಲನೆ: ಮನುಷ್ಯನನ್ನು ಗುಲಾಮನಂತೆ ನಡೆಸಿಕೊಳ್ಳುವ ಪದ್ಧತಿಯನ್ನು ಕಾನೂನಿನ ಮೂಲಕ ಸಂಪೂರ್ಣವಾಗಿ ನಿಷೇಧಿಸಿದರು.

4. ಶೈಕ್ಷಣಿಕ ಕ್ರಾಂತಿ

ಅರಸು ಅವರು ಬಡವರ ಮಕ್ಕಳು ವಿದ್ಯಾಭ್ಯಾಸ ಮಾಡಬೇಕೆಂದು ಹಿಂದುಳಿದ ವರ್ಗಗಳ ಮತ್ತು ದಲಿತರ ಮಕ್ಕಳಿಗಾಗಿ ಪ್ರತ್ಯೇಕ ವಸತಿ ನಿಲಯಗಳನ್ನು (Hostels) ರಾಜ್ಯಾದ್ಯಂತ ಆರಂಭಿಸಿದರು. ಇಂದು ಕರ್ನಾಟಕದ ಎಷ್ಟೋ ಐಎಎಸ್, ಕೆಎಎಸ್ ಅಧಿಕಾರಿಗಳು ಮತ್ತು ನಾಯಕರು ಈ ವಸತಿ ನಿಲಯಗಳಲ್ಲಿ ಓದಿ ಬೆಳೆದು ಬಂದವರು.

ಅರಸು ಅವರ ರಾಜಕೀಯ ಮುತ್ಸದ್ದಿತನ

ಅರಸು ಅವರು ಇಂದಿರಾ ಗಾಂಧಿಯವರಿಗೆ ಅತ್ಯಂತ ಆಪ್ತರಾಗಿದ್ದರು. ತುರ್ತು ಪರಿಸ್ಥಿತಿಯ ನಂತರ ಇಂದಿರಾ ಗಾಂಧಿಯವರು ಸೋತಾಗ, ಅವರಿಗೆ ಚಿಕ್ಕಮಗಳೂರಿನಿಂದ ಮರುಜನ್ಮ ನೀಡಿದ್ದೇ ಅರಸು. ಆದರೆ, ನಂತರದ ದಿನಗಳಲ್ಲಿ ಅವರ ನಡುವೆ ಭಿನ್ನಾಭಿಪ್ರಾಯ ಬಂದಾಗ ಅರಸು ಅವರು ತಮ್ಮದೇ ಆದ ಹಾದಿಯಲ್ಲಿ ಸಾಗುವ ಧೈರ್ಯ ತೋರಿದರು.

ಯುವ ನಾಯಕರಿಗೆ ಪಾಠ:

ಅರಸು ಅವರು ಕಲಿಸುವುದು ಏನೆಂದರೆ—"ಸತ್ಯವಾದ ಅಧಿಕಾರ ಎಂದರೆ ದೀನದಲಿತರ ಕಣ್ಣೀರು ಒರೆಸುವುದು." ಅವರು ಅಧಿಕಾರವನ್ನು ಕೇವಲ ಆಡಳಿತ ನಡೆಸಲು ಬಳಸಲಿಲ್ಲ, ಬದಲಾಗಿ ಸಮಾಜದ ರಚನೆಯನ್ನು ಬದಲಿಸಲು ಬಳಸಿದರು. ಒಬ್ಬ ನಾಯಕನಿಗೆ ಇರಬೇಕಾದ 'ದೂರದೃಷ್ಟಿ' ಮತ್ತು 'ಎದೆಗಾರಿಕೆ'ಗೆ ಅರಸು ಅವರೇ ಅತ್ಯುತ್ತಮ ಉದಾಹರಣೆ.

ದೇವಾರಾಜ ಅರಸು ಅವರ ನಂತರ ಕರ್ನಾಟಕದ ರಾಜಕಾರಣದಲ್ಲಿ ಎಸ್. ಬಂಗಾರಪ್ಪ ಅವರ ಕಾಲಘಟ್ಟವು ಒಂದು ಹೊಸ ಸಂಚಲನವನ್ನು ಸೃಷ್ಟಿಸಿತು. ಅರಸು ಅವರು ರೂಪಿಸಿದ 'ಅಹಿಂದ' ವರ್ಗಕ್ಕೆ ಒಂದು ಆಕ್ರಮಣಕಾರಿ ವೇಗ ನೀಡಿದವರು ಬಂಗಾರಪ್ಪ. ಅವರ ರಾಜಕಾರಣವು ಕೇವಲ ಆಡಳಿತಕ್ಕೆ ಸೀಮಿತವಾಗಿರಲಿಲ್ಲ, ಅದು ಅಪ್ಪಟ 'ಜನಪರ' ಮತ್ತು 'ಬಂಡಾಯ'ದ ಹಾದಿಯಾಗಿತ್ತು.

ಬಂಗಾರಪ್ಪನವರ ರಾಜಕೀಯ ಬದುಕಿನ ಪ್ರಮುಖ ಆಯಾಮಗಳು ಇಲ್ಲಿವೆ:

1. ಹಳ್ಳಿಗಳ ಆರಾಧ್ಯ ದೈವ

ಬಂಗಾರಪ್ಪನವರು ಅಧಿಕಾರಕ್ಕೆ ಬಂದಾಗ ಹಳ್ಳಿಗಳಲ್ಲಿ ಒಂದು ಮಾತು ಚಾಲ್ತಿಯಲ್ಲಿತ್ತು—"ಬಂಗಾರಪ್ಪನವರು ಬಡವರ ಮನೆಗೆ ಬಂಗಾರ ತಂದರು" ಎಂದು. ಅವರು ಜಾರಿಗೆ ತಂದ 'ಆಶ್ರಯ' ಯೋಜನೆ ಅಕ್ಷರಶಃ ಲಕ್ಷಾಂತರ ಜನರಿಗೆ ಸ್ವಂತ ಮನೆಯ ಕನಸನ್ನು ನನಸು ಮಾಡಿತು. ಅಂದು ಹಂಚಿದ ಆಶ್ರಯ ಮನೆಗಳು ಇಂದಿಗೂ ಹಳ್ಳಿಗಳಲ್ಲಿ ಬಂಗಾರಪ್ಪನವರ ಹೆಸರನ್ನು ಜೀವಂತವಾಗಿಟ್ಟಿವೆ.

2. ಕ್ರಾಂತಿಕಾರಿ ಯೋಜನೆಗಳ ಸರಮಾಲೆ

ಬಂಗಾರಪ್ಪನವರು ಅಧಿಕಾರಿಗಳ ಅಥವಾ ಫೈಲ್‌ಗಳ ಜಟಿಲತೆಗೆ ಸಿಲುಕದೆ ನೇರವಾಗಿ ಜನರ ಸಮಸ್ಯೆಗೆ ಸ್ಪಂದಿಸುತ್ತಿದ್ದರು.

* ವಿಶ್ವ ಯೋಜನೆ: ಹಳ್ಳಿಯ ಕುಶಲಕರ್ಮಿಗಳಿಗೆ, ಅಕ್ಕಸಾಲಿಗರಿಗೆ, ಕಮ್ಮಾರರಿಗೆ ಆರ್ಥಿಕ ನೆರವು ನೀಡಿ ಅವರ ವೃತ್ತಿಯನ್ನು ಬಲಪಡಿಸಿದರು.

* ಆರಾಧನಾ ಯೋಜನೆ: ಹಳ್ಳಿಗಳಲ್ಲಿ ಶಿಥಿಲಗೊಂಡಿದ್ದ ದೇವಸ್ಥಾನಗಳ ಜೀರ್ಣೋದ್ಧಾರಕ್ಕೆ ಸರ್ಕಾರದಿಂದ ಧನಸಹಾಯ ನೀಡುವ ಮೂಲಕ ಧಾರ್ಮಿಕ ಮತ್ತು ಸಾಮಾಜಿಕ ಸಾಮರಸ್ಯಕ್ಕೆ ಒತ್ತು ನೀಡಿದರು.

* ಅಕ್ಷರ ದಾಸೋಹದ ಮುನ್ಸೂಚನೆ: ಅಂದೇ ಬಡ ಮಕ್ಕಳಿಗಾಗಿ ಶಿಕ್ಷಣ ಕ್ಷೇತ್ರದಲ್ಲಿ ಹಲವು ರಿಯಾಯಿತಿಗಳನ್ನು ನೀಡಿ, "ಶಿಕ್ಷಣವು ಬಡವನ ಮಗನ ಹಕ್ಕಾಗಬೇಕು" ಎಂದು ಪ್ರತಿಪಾದಿಸಿದರು.

3. 'ಬಂಡಾಯ' ಮತ್ತು 'ಛಲ'ದ ರಾಜಕಾರಣ

ಬಂಗಾರಪ್ಪನವರನ್ನು 'ಸೋಲಿಲ್ಲದ ಸರದಾರ' ಎಂದು ಕರೆಯಲಾಗುತ್ತಿತ್ತು. ಅವರು ಕಾಂಗ್ರೆಸ್ ಪಕ್ಷದಲ್ಲಿದ್ದರೂ ಅದರ ಹೈಕಮಾಂಡ್ ಸಂಸ್ಕೃತಿಯನ್ನು ಪ್ರಶ್ನಿಸುವ ಧೈರ್ಯ ತೋರುತ್ತಿದ್ದರು. ಹಲವು ಬಾರಿ ಪಕ್ಷದಿಂದ ಹೊರಬಂದು ಸ್ವಂತ ಪಕ್ಷ ಕಟ್ಟಿದರೂ (ಕೆಸಿಪಿ, ಕೆಡಿಪಿ ಇತ್ಯಾದಿ), ಜನರ ಬೆಂಬಲ ಅವರ ಜೊತೆಗಿರುತ್ತಿತ್ತು. ಒಬ್ಬ ನಾಯಕನಿಗೆ 'ಸ್ವಂತ ಶಕ್ತಿ' (Individual Strength) ಎಷ್ಟಿರಬೇಕು

ಎಂಬುದಕ್ಕೆ ಅವರೇ ಸಾಕ್ಷಿ.

4. ದಲಿತ ಮತ್ತು ಹಿಂದುಳಿದ ವರ್ಗಗಳ ಸಬಲೀಕರಣ

ಬಂಗಾರಪ್ಪನವರು ಕೇವಲ ಜಾತಿ ರಾಜಕಾರಣ ಮಾಡಲಿಲ್ಲ, ಬದಲಾಗಿ ಅರಸು ಅವರು ಹಾಕಿಕೊಟ್ಟ ದಾರಿಯಲ್ಲಿ ಸಾಗಿ ಸಾಮಾಜಿಕವಾಗಿ ಶೋಷಿತರಾದವರನ್ನು ಅಧಿಕಾರ ಕೇಂದ್ರಗಳಿಗೆ ತಂದರು. ಅವರ ಕಾಲದಲ್ಲಿ ಕರ್ನಾಟಕದ ಹಲವು ಹಿಂದುಳಿದ ವರ್ಗಗಳ ನಾಯಕರು ರಾಜಕೀಯವಾಗಿ ಮುಂಚೂಣಿಗೆ ಬಂದರು.

ಯುವ ನಾಯಕರಿಗೆ ಬಂಗಾರಪ್ಪನವರಿಂದ ಪಾಠ

ಬಂಗಾರಪ್ಪನವರ ಜೀವನದಿಂದ ಕಲಿಯಬೇಕಾದದ್ದು 'ಜನರೊಂದಿಗಿನ ನೇರ ಸಂಪರ್ಕ'. ನೀವು ಎಷ್ಟೇ ದೊಡ್ಡ ನಾಯಕರಾದರೂ, ನಿಮ್ಮ ಕ್ಷೇತ್ರದ ಹಳ್ಳಿಯ ಬೀದಿಯಲ್ಲಿರುವ ಬಡವನಿಗೆ "ಇವನು ನಮ್ಮವನು" ಎಂಬ ಭಾವನೆ ಮೂಡಿದರೆ ಮಾತ್ರ ನೀವು ದೀರ್ಘಕಾಲದವರೆಗೆ ರಾಜಕೀಯದಲ್ಲಿ ಉಳಿಯಲು ಸಾಧ್ಯ. ಅವರು ತೋರಿಸಿಕೊಟ್ಟ ಪಾದಯಾತ್ರೆಗಳು ಮತ್ತು ಹಳ್ಳಿ ಸಭೆಗಳು ಇಂದಿನ ರಾಜಕಾರಣಕ್ಕೆ ಅತ್ಯಂತ ಅವಶ್ಯಕ.

ಕರ್ನಾಟಕದ ರಾಜಕಾರಣದಲ್ಲಿ ಜೆ.ಎಚ್. ಪಟೇಲ್ ಎನ್ನುವ ಹೆಸರು ಕೇಳಿದ ಕೂಡಲೇ ನೆನಪಿಗೆ ಬರುವುದು ಅವರ ಹರಿತವಾದ ನಾಲಿಗೆ, ಅದ್ಭುತವಾದ ಹಾಸ್ಯಪ್ರಜ್ಞೆ ಮತ್ತು ಎಲ್ಲಕ್ಕಿಂತ ಹೆಚ್ಚಾಗಿ ಅವರ ವೈಚಾರಿಕ ಬದ್ಧತೆ. ಶಾಂತವೇರಿ ಗೋಪಾಲಗೌಡರ ಗರಡಿಯಲ್ಲಿ ಪಳಗಿದ ಪಟೇಲರು, ರಾಜಕಾರಣ ಎನ್ನುವುದು ಕೇವಲ ಅಧಿಕಾರ ಹಿಡಿಯುವ ತಂತ್ರವಲ್ಲ, ಅದು ಸಮಾಜವನ್ನು ನೋಡುವ ಒಂದು ದೃಷ್ಟಿಕೋನ ಎಂದು ನಂಬಿದ್ದರು.

ಜೆ.ಎಚ್. ಪಟೇಲರ ಆಡಳಿತ ಮತ್ತು ಅವರ ವಿಶಿಷ್ಟ ರಾಜಕೀಯ ಶೈಲಿಯನ್ನು ಹೀಗೆ ವಿವರಿಸುತ್ತಾ ಹೋಗಬಹುದು:

1. ಅಪ್ಪಟ ಲೋಹಿಯಾವಾದಿ ಮತ್ತು ಸಮಾಜವಾದದ ಹರಿಕಾರ

ಪಟೇಲರು ರಾಮ್ ಮನೋಹರ್ ಲೋಹಿಯಾರ ಸಿದ್ಧಾಂತದಿಂದ ಪ್ರಭಾವಿತರಾದವರು. ಅವರಿಗೆ ಅಧಿಕಾರಕ್ಕಿಂತ ಹೆಚ್ಚಾಗಿ ಸಿದ್ಧಾಂತದ ಮೇಲೆ ಗೌರವವಿತ್ತು. ಅವರು ಮುಖ್ಯಮಂತ್ರಿಯಾಗಿದ್ದಾಗ ಯಾವುದೇ ಕೃತಕ ಮುಖವಾಡವನ್ನು ಧರಿಸಲಿಲ್ಲ. "ನಾನು ಮನುಷ್ಯ, ನನಗೂ ಎಲ್ಲರಂತೆ ಇಷ್ಟ-ಕಷ್ಟಗಳಿವೆ" ಎಂದು ಸಾರ್ವಜನಿಕವಾಗಿ ಒಪ್ಪಿಕೊಳ್ಳುವ ಎದೆಗಾರಿಕೆ ಅವರಿಗಿತ್ತು. ರಾಜಕೀಯದಲ್ಲಿ 'ಬೂಟಾಟಿಕೆ' ಇಲ್ಲದೆ ಬದುಕಬಹುದು ಎಂದು ತೋರಿಸಿಕೊಟ್ಟ ಅಪರೂಪದ ನಾಯಕ ಇವರು.

2. ಮಾಹಿತಿ ತಂತ್ರಜ್ಞಾನ (IT) ಮತ್ತು ಬೆಂಗಳೂರಿನ ಉಗಮ

ಇಂದು ಬೆಂಗಳೂರು ಜಾಗತಿಕ ಮಟ್ಟದಲ್ಲಿ ಸಿಲಿಕಾನ್ ವ್ಯಾಲಿ ಎಂದು ಕರೆಸಿಕೊಳ್ಳುತ್ತಿದ್ದರೆ, ಅದಕ್ಕೆ ಭದ್ರವಾದ ಅಡಿಪಾಯ ಹಾಕಿದ್ದು ಪಟೇಲರ ಸರ್ಕಾರ.

* ದೂರದೃಷ್ಟಿ: ಅಂದು ತಂತ್ರಜ್ಞಾನದ ಬಗ್ಗೆ ಅನೇಕರಿಗೆ ಅರಿವಿಲ್ಲದಿದ್ದಾಗ, ಪಟೇಲರು ರಾಜ್ಯದ ಮೊದಲ ಐಟಿ ಪಾಲಿಸಿಯನ್ನು (IT Policy) ಜಾರಿಗೆ ತಂದರು.

* ಅಭಿವೃದ್ಧಿ: ಅವರ ಕಾಲದಲ್ಲೇ ಬೆಂಗಳೂರಿನಲ್ಲಿ ದೊಡ್ಡ ಮಟ್ಟದ ಕೈಗಾರಿಕೆಗಳು ಮತ್ತು ತಂತ್ರಜ್ಞಾನ ಪಾರ್ಕ್‌ಗಳು ತಲೆ ಎತ್ತಲು ಆರಂಭಿಸಿದವು. ಅವರು ಕೇವಲ ಹಳೆಯ ಸಂಪ್ರದಾಯಗಳಿಗೆ ಅಂಟಿಕೊಳ್ಳದೆ, ಆಧುನಿಕ ಜಗತ್ತಿನ ಹರಿವಿಗೆ ತಕ್ಕಂತೆ ಕರ್ನಾಟಕವನ್ನು ಸಜ್ಜುಗೊಳಿಸಿದರು.

3. ವಿಕೇಂದ್ರೀಕರಣದ ಹರಿಕಾರ

ಅಧಿಕಾರ ಎನ್ನುವುದು ಒಬ್ಬ ವ್ಯಕ್ತಿಯ ಅಥವಾ ಒಂದು ಸ್ಥಳದ ಸ್ವತ್ತಾಗಬಾರದು ಎಂದು ಪಟೇಲರು ಪ್ರತಿಪಾದಿಸುತ್ತಿದ್ದರು.

* ತಾಲ್ಲೂಕುಗಳ ಮರುವಿಂಗಡಣೆ: ಆಡಳಿತವನ್ನು ಜನರ ಮನೆ ಬಾಗಿಲಿಗೆ ಕೊಂಡೊಯ್ಯಲು ಅವರು ಏಳು ಹೊಸ ಜಿಲ್ಲೆಗಳನ್ನು ರಚಿಸಿದರು. ಇದರಿಂದ ದೂರದ ಊರುಗಳ ಜನರಿಗೆ ಸರ್ಕಾರಿ ಕೆಲಸಗಳಿಗಾಗಿ ಜಿಲ್ಲಾ ಕೇಂದ್ರಗಳಿಗೆ ಅಲೆಯುವುದು ತಪ್ಪಿತು.

* ಪಂಚಾಯತ್ ರಾಜ್ ಬಲವರ್ಧನೆ: ಗ್ರಾಮ ಪಂಚಾಯತ್‌ಗಳಿಗೆ ಹೆಚ್ಚಿನ ಅನುದಾನ ಮತ್ತು ಅಧಿಕಾರ ನೀಡುವ ಮೂಲಕ ಹಳ್ಳಿಯ ಜನರು ತಮ್ಮ ಗ್ರಾಮದ ಅಭಿವೃದ್ಧಿಯನ್ನು ತಾವೇ ಮಾಡಿಕೊಳ್ಳುವಂತೆ ಪ್ರೇರೇಪಿಸಿದರು.

4. ಕನ್ನಡ ಅಸ್ಮಿತೆ ಮತ್ತು ಸಾಹಿತ್ಯ ಪ್ರೇಮ

ಪಟೇಲರು ಅಪ್ಪಟ ಸಾಹಿತ್ಯ ಪ್ರೇಮಿಗಳಾಗಿದ್ದರು. ಅವರಿಗೆ ನಾಡಿನ ಸಾಹಿತಿಗಳು ಮತ್ತು ಕಲಾವಿದರ ಮೇಲೆ ಅಪಾರ ಗೌರವವಿತ್ತು. ಅವರು ಮುಖ್ಯಮಂತ್ರಿಯಾಗಿದ್ದಾಗ ಕವಿಗೋಷ್ಠಿಗಳು ಮತ್ತು ಸಾಂಸ್ಕೃತಿಕ ಕಾರ್ಯಕ್ರಮಗಳಿಗೆ ಹೆಚ್ಚಿನ ಪ್ರೋತ್ಸಾಹ ನೀಡುತ್ತಿದ್ದರು. ಅವರು ಮಾತನಾಡುವಾಗ ವಚನಗಳನ್ನು, ದಾಸರ ಪದಗಳನ್ನು ಮತ್ತು ಕವಿತೆಗಳನ್ನು ಸಹಜವಾಗಿ ಬಳಸುತ್ತಿದ್ದರು. ಇದು ಒಬ್ಬ ನಾಯಕನಿಗೆ ಇರಬೇಕಾದ ಭಾಷಾಭಿಮಾನ ಮತ್ತು ಸಾಂಸ್ಕೃತಿಕ ಅರಿವನ್ನು ತೋರಿಸುತ್ತದೆ.

5. ಬಿಕ್ಕಟ್ಟಿನ ಸಮಯದ ಚಾಣಾಕ್ಷತೆ

ಪಕ್ಷದ ಒಳಗಿನ ಭಿನ್ನಮತ ಅಥವಾ ವಿರೋಧ ಪಕ್ಷಗಳ ದಾಳಿಯನ್ನು ಪಟೇಲರು ಎದುರಿಸುತ್ತಿದ್ದ ರೀತಿ ಬಹಳ ವಿಭಿನ್ನ. ಅವರು ಸಿಟ್ಟಿನ ಬದಲು ಚುಟುಕಾದ ಹಾಸ್ಯದ ಮೂಲಕ ವಿರೋಧಿಗಳ ಬಾಯಿ ಮುಚ್ಚಿಸುತ್ತಿದ್ದರು. "ರಾಜಕೀಯದಲ್ಲಿ ಯಾರು ಕೂಡ ಶಾಶ್ವತ ಶತ್ರುಗಳಲ್ಲ, ಶಾಶ್ವತ ಮಿತ್ರರೂ ಅಲ್ಲ"

ಎನ್ನುವುದನ್ನು ಅವರು ಚೆನ್ನಾಗಿ ಅರಿತಿದ್ದರು.

ಯುವ ನಾಯಕರಿಗೆ ಪಾಠ:

ಜೆ.ಎಚ್. ಪಟೇಲರಿಂದ ನಾವು ಕಲಿಯಬೇಕಾದದ್ದು 'ಬೌದ್ಧಿಕ ಪ್ರಾಮಾಣಿಕತೆ'. ಅವರು ರಾಜಕೀಯ ಲಾಭಕ್ಕಾಗಿ ಎಂದಿಗೂ ಸುಳ್ಳು ಭರವಸೆಗಳನ್ನು ನೀಡಲಿಲ್ಲ. ಇಂದಿನ ರಾಜಕಾರಣದಲ್ಲಿ ನಾಯಕರು ರೋಬೋಟ್‌ಗಳಂತೆ ವರ್ತಿಸುತ್ತಿರುವಾಗ, ಪಟೇಲರಂತಹ 'ಸಹಜ' ವ್ಯಕ್ತಿತ್ವದ ನಾಯಕರು ನಮಗೆ ಮಾದರಿಯಾಗುತ್ತಾರೆ.

ಕರ್ನಾಟಕದ ರಾಜಕಾರಣದಲ್ಲಿ ಸಿದ್ದರಾಮಯ್ಯ ಎನ್ನುವ ಹೆಸರು ಒಂದು ಭದ್ರವಾದ ಸಿದ್ಧಾಂತ ಮತ್ತು ಜನಸಾಮಾನ್ಯರ ಧ್ವನಿಯ ಸಂಕೇತ. ದೇವರಾಜ ಅರಸು ಅವರ ನಂತರ ಕರ್ನಾಟಕದಲ್ಲಿ 'ಸಾಮಾಜಿಕ ನ್ಯಾಯ'ದ ಪರಿಕಲ್ಪನೆಯನ್ನು ಅತ್ಯಂತ ಪ್ರಬಲವಾಗಿ ಮುನ್ನೆಲೆಗೆ ತಂದ ಕೀರ್ತಿ ಇವರಿಗೆ ಸಲ್ಲುತ್ತದೆ. ಇವರ ರಾಜಕೀಯ ಪಯಣವು ತಳಮಟ್ಟದ ಹೋರಾಟದಿಂದ ಆರಂಭವಾಗಿ ರಾಜ್ಯದ ಅತ್ಯುನ್ನತ ಪದವಿಯವರೆಗೆ ತಲುಪಿದ ಒಂದು ರೋಚಕ ಹಾದಿ.

ಸಿದ್ದರಾಮಯ್ಯ ಅವರ ರಾಜಕೀಯ ವ್ಯಕ್ತಿತ್ವದ ಪ್ರಮುಖ ಆಯಾಮಗಳು ಇಲ್ಲಿವೆ:

1. ಅಹಿಂದ ವರ್ಗದ ಅಪ್ರತಿಮ ನಾಯಕ

ಸಿದ್ದರಾಮಯ್ಯ ಅವರು ಸಮಾಜವಾದಿ ಸಿದ್ಧಾಂತದ ಹಿನ್ನೆಲೆಯಿಂದ ಬಂದವರು. ಅಲ್ಪಸಂಖ್ಯಾತರು, ಹಿಂದುಳಿದ ವರ್ಗಗಳು ಮತ್ತು ದಲಿತರನ್ನು ಒಳಗೊಂಡ 'ಅಹಿಂದ' ಸಂಘಟನೆಯನ್ನು ಬಲಪಡಿಸುವ ಮೂಲಕ ರಾಜ್ಯದ ರಾಜಕೀಯ ಸಮೀಕರಣವನ್ನೇ ಬದಲಿಸಿದರು. ಶೋಷಿತ ವರ್ಗಗಳಿಗೆ ಅಧಿಕಾರ ಮತ್ತು ಸಂಪನ್ಮೂಲಗಳಲ್ಲಿ ಪಾಲು ಸಿಗಬೇಕು ಎಂಬುದು ಅವರ ರಾಜಕಾರಣದ ಮೂಲಮಂತ್ರ.

2. ಬಜೆಟ್ ಮಾಂತ್ರಿಕ ಮತ್ತು ಆರ್ಥಿಕ ಶಿಸ್ತು

ರಾಜ್ಯದ ಹಣಕಾಸು ಸಚಿವರಾಗಿ 13ಕ್ಕೂ ಹೆಚ್ಚು ಬಾರಿ ಬಜೆಟ್ ಮಂಡಿಸಿರುವ ಸಿದ್ದರಾಮಯ್ಯ ಅವರಿಗೆ ಕರ್ನಾಟಕದ ಆರ್ಥಿಕತೆಯ ಮೇಲೆ ಅಪಾರ ಹಿಡಿತವಿದೆ.

* ಶಿಸ್ತು: ಸಾರ್ವಜನಿಕ ಹಣವನ್ನು ಹೇಗೆ ವಿನಿಯೋಗಿಸಬೇಕು ಮತ್ತು ಅಭಿವೃದ್ಧಿ ಕೆಲಸಗಳಿಗೆ ಹಣವನ್ನು ಹೇಗೆ ಕ್ರೋಢೀಕರಿಸಬೇಕು ಎಂಬುದು ಇವರಿಗೆ ಕರತಲಾಮಲಕ.

* ದೂರದೃಷ್ಟಿ: ಇವರ ಬಜೆಟ್‌ಗಳು ಯಾವಾಗಲೂ ಗ್ರಾಮೀಣಾಭಿವೃದ್ಧಿ ಮತ್ತು ಕೃಷಿ ಕ್ಷೇತ್ರಕ್ಕೆ ಹೆಚ್ಚಿನ ಒತ್ತು ನೀಡುತ್ತವೆ.

3. 'ಭಾಗ್ಯ'ಗಳ ಹರಿಕಾರ (Welfare Schemes)

2013 ರಿಂದ 2018ರವರೆಗಿನ ಅವರ ಮೊದಲ ಅವಧಿಯ ಆಡಳಿತವು ಜನಪ್ರಿಯ 'ಭಾಗ್ಯ' ಯೋಜನೆಗಳಿಗೆ ಸಾಕ್ಷಿಯಾಯಿತು.

* ಅನ್ನಭಾಗ್ಯ: ಹಸಿವು ಮುಕ್ತ ಕರ್ನಾಟಕದ ಕನಸಿನೊಂದಿಗೆ ಬಡವರಿಗೆ ಉಚಿತ ಅಕ್ಕಿ ನೀಡುವ ಯೋಜನೆ.

* ಕ್ಷೀರಭಾಗ್ಯ: ಶಾಲಾ ಮಕ್ಕಳಿಗೆ ಹಾಲು ನೀಡುವ ಮೂಲಕ ಪೌಷ್ಟಿಕಾಂಶದ ಮಟ್ಟವನ್ನು ಸುಧಾರಿಸುವುದು.

* ಇಂದಿರಾ ಕ್ಯಾಂಟೀನ್: ನಗರ ಪ್ರದೇಶದ ಕಾರ್ಮಿಕರು ಮತ್ತು ಬಡವರಿಗೆ ಕಡಿಮೆ ದರದಲ್ಲಿ ಊಟ ನೀಡುವುದು.

ಈ ಯೋಜನೆಗಳು ಅವರನ್ನು ಜನಸಾಮಾನ್ಯರಿಗೆ, ವಿಶೇಷವಾಗಿ ಶ್ರಮಿಕ ವರ್ಗಕ್ಕೆ ಹತ್ತಿರವಾಗಿಸಿದವು.

4. ನೇರ ನುಡಿ ಮತ್ತು ವೈಚಾರಿಕ ಸ್ಪಷ್ಟತೆ

ಸಿದ್ದರಾಮಯ್ಯ ಅವರ ಮತ್ತೊಂದು ದೊಡ್ಡ ಶಕ್ತಿ ಎಂದರೆ ಅವರ 'ನೇರ ನುಡಿ'. ಸರಿ ಅನಿಸಿದ್ದನ್ನು ಮುಲಾಜಿಲ್ಲದೆ ಹೇಳುವ ಗುಣ ಅವರಲ್ಲಿದೆ. ಸಂಸದೀಯ ಚರ್ಚೆಗಳಲ್ಲಿ ಕಾನೂನು ಮತ್ತು ಅಂಕಿ-ಅಂಶಗಳ ಸಮೇತ ಅವರು ನೀಡುವ ಉತ್ತರಗಳು ಅವರ ಬೌದ್ಧಿಕ ಸಿದ್ಧತೆಯನ್ನು ಪ್ರತಿಬಿಂಬಿಸುತ್ತವೆ. ವಿರೋಧ ಪಕ್ಷದ ನಾಯಕರಾಗಿದ್ದಾಗ ಸರ್ಕಾರವನ್ನು ಇಕ್ಕಟ್ಟಿಗೆ ಸಿಲುಕಿಸುವಲ್ಲಿ ಅವರು ಅಪ್ರತಿಮರು.

5. ಎರಡನೇ ಬಾರಿ ಮುಖ್ಯಮಂತ್ರಿಯಾಗಿ 'ಗ್ಯಾರಂಟಿ'ಗಳ ಸಾರಥಿ

2023ರಲ್ಲಿ ಎರಡನೇ ಬಾರಿಗೆ ಮುಖ್ಯಮಂತ್ರಿಯಾದ ನಂತರ, ಅವರು ಜಾರಿಗೆ ತಂದ 'ಐದು ಗ್ಯಾರಂಟಿ' ಯೋಜನೆಗಳು ಇಡೀ ದೇಶದ ಗಮನ ಸೆಳೆದಿವೆ. ಗೃಹಲಕ್ಷ್ಮಿ, ಶಕ್ತಿ, ಗೃಹಜ್ಯೋತಿ ಮುಂತಾದ ಯೋಜನೆಗಳ ಮೂಲಕ ಜನರ ಕೈಗೆ ನೇರವಾಗಿ ಹಣ ತಲುಪಿಸುವ 'ಮರುಹಂಚಿಕೆ ಆರ್ಥಿಕತೆ'ಯನ್ನು (Redistributive Economics) ಅವರು ಪ್ರೋತ್ಸಾಹಿಸುತ್ತಿದ್ದಾರೆ.

ಯುವ ನಾಯಕರಿಗೆ ಪಾಠ:

ಸಿದ್ದರಾಮಯ್ಯ ಅವರಿಂದ ಕಲಿಯಬೇಕಾದದ್ದು 'ಸೈದ್ಧಾಂತಿಕ ಬದ್ಧತೆ'. ಎಷ್ಟೇ ರಾಜಕೀಯ ಏರಿಳಿತಗಳು ಬಂದರೂ ತಾವು ನಂಬಿದ ಸಮಾಜವಾದಿ ಮತ್ತು ಜಾತ್ಯತೀತ ತತ್ವಗಳಿಂದ ಅವರು ಹಿಂದೆ ಸರಿಯಲಿಲ್ಲ. ಸೋತಾಗಲೂ ಎದೆಗುಂದದೆ ಪಾದಯಾತ್ರೆಗಳ ಮೂಲಕ ಸಂಘಟನೆ ಮಾಡಿ ಮತ್ತೆ ಅಧಿಕಾರ ಹಿಡಿದ ಅವರ 'ಛಲ' ಪ್ರತಿಯೊಬ್ಬ ರಾಜಕಾರಣಿಗೂ ಮಾದರಿ.

ಕರ್ನಾಟಕದ ರಾಜಕೀಯ ಇತಿಹಾಸದಲ್ಲಿ ಸಿದ್ದರಾಮಯ್ಯ ಅವರು ಹೇಗೆ ಸಮಾಜವಾದಿ ಸಿದ್ಧಾಂತದ ನೆಲೆಯಲ್ಲಿ ನಿಂತಿದ್ದಾರೋ, ಹಾಗೆಯೇ ಹೋರಾಟದ ಹಾದಿಯಿಂದ ಬಂದ ಮತ್ತೊಬ್ಬ ಧ್ರುವತಾರೆ ಬಿ.ಎಸ್. ಯಡಿಯೂರಪ್ಪ. ಸಿದ್ದರಾಮಯ್ಯ ಅವರು 'ಅಹಿಂದ' ವರ್ಗದ ಧ್ವನಿಯಾದರೆ, ಯಡಿಯೂರಪ್ಪ ಅವರು ರಾಜ್ಯದ ರೈತಾಪಿ ವರ್ಗ ಮತ್ತು ಪ್ರಬಲ ಸಮುದಾಯಗಳ ಭಾವನಾತ್ಮಕ ಶಕ್ತಿಯಾಗಿ ಗುರುತಿಸಿಕೊಂಡವರು.

ಬಿ.ಎಸ್. ಯಡಿಯೂರಪ್ಪ ಅವರ ರಾಜಕೀಯ ಜೀವನ ಮತ್ತು ಆಡಳಿತಾತ್ಮಕ ಶೈಲಿಯ ಪ್ರಮುಖ ಅಂಶಗಳು ಇಲ್ಲಿವೆ:

1. ಶಿಕಾರಿಪುರದ ಹೋರಾಟಗಾರನಿಂದ ರಾಜಾಹುಲಿಯವರೆಗೆ

ಯಡಿಯೂರಪ್ಪ ಅವರ ರಾಜಕೀಯ ಜೀವನವು ಅತ್ಯಂತ ಕಡುಬಡತನ ಮತ್ತು ಹೋರಾಟದಿಂದ ಆರಂಭವಾಯಿತು. ಶಿಕಾರಿಪುರದಲ್ಲಿ ಪುರಸಭೆ ಅಧ್ಯಕ್ಷರಾಗಿ ಕೆಲಸ ಆರಂಭಿಸಿದ ಅವರು, ರೈತರ ಸಮಸ್ಯೆಗಳಿಗಾಗಿ ಸತತವಾಗಿ ಬೀದಿಯಲ್ಲಿ ನಿಂತು ಹೋರಾಡಿದವರು. ಸೈಕಲ್ ತುಳಿಯುತ್ತಾ, ಹಳ್ಳಿ ಹಳ್ಳಿಗಳಲ್ಲಿ ಪಕ್ಷವನ್ನು ಸಂಘಟಿಸಿದ ಅವರ ಶ್ರಮ ಕರ್ನಾಟಕದಲ್ಲಿ ಬಿಜೆಪಿಯನ್ನು ಅಧಿಕಾರಕ್ಕೆ ತರುವಲ್ಲಿ ಪ್ರಮುಖ ಪಾತ್ರ ವಹಿಸಿತು.

2. ರೈತ ನಾಯಕತ್ವ ಮತ್ತು 'ಕೃಷಿ ಬಜೆಟ್'

ಯಡಿಯೂರಪ್ಪ ಅವರು ತಮ್ಮನ್ನು ತಾವು ಯಾವಾಗಲೂ 'ರೈತ ನಾಯಕ' ಎಂದೇ ಗುರುತಿಸಿಕೊಳ್ಳಲು ಇಷ್ಟಪಡುತ್ತಾರೆ.

* ಪ್ರತ್ಯೇಕ ಕೃಷಿ ಬಜೆಟ್: ಭಾರತದ ಇತಿಹಾಸದಲ್ಲೇ ಮೊದಲ ಬಾರಿಗೆ ರೈತರಿಗಾಗಿ ಪ್ರತ್ಯೇಕ 'ಕೃಷಿ ಬಜೆಟ್' ಮಂಡಿಸಿದ ಕೀರ್ತಿ ಇವರಿಗೆ ಸಲ್ಲುತ್ತದೆ. ಇದು ಕೃಷಿ ಕ್ಷೇತ್ರಕ್ಕೆ ಸಿಗಬೇಕಾದ ಆದ್ಯತೆಯನ್ನು ಮನವರಿಕೆ ಮಾಡಿಕೊಟ್ಟಿತು.

* ಭಾಗ್ಯಲಕ್ಷ್ಮಿ ಯೋಜನೆ: ಹೆಣ್ಣು ಮಕ್ಕಳ ಸಬಲೀಕರಣಕ್ಕಾಗಿ ಅವರು ತಂದ 'ಭಾಗ್ಯಲಕ್ಷ್ಮಿ' ಬಾಂಡ್ ಯೋಜನೆ ಕರ್ನಾಟಕದ ಲಕ್ಷಾಂತರ ಕುಟುಂಬಗಳಿಗೆ ನೆರವಾಯಿತು.

* ಸೈಕಲ್ ವಿತರಣೆ: ಶಾಲಾ ಮಕ್ಕಳಿಗೆ ಉಚಿತ ಸೈಕಲ್ ನೀಡುವ ಮೂಲಕ ಗ್ರಾಮೀಣ ಭಾಗದ ಶಿಕ್ಷಣ ಕ್ಷೇತ್ರದಲ್ಲಿ ದೊಡ್ಡ ಕ್ರಾಂತಿ ಮಾಡಿದರು.

3. ಭಾವನಾತ್ಮಕ ಮತ್ತು ಸಮುದಾಯದ ನಾಯಕತ್ವ

ಯಡಿಯೂರಪ್ಪ ಅವರು ಕರ್ನಾಟಕದ ಪ್ರಬಲ ಲಿಂಗಾಯತ ಸಮುದಾಯದ ಅಪ್ರತಿಮ ನಾಯಕರಾಗಿ ಬೆಳೆದರು. ಕೇವಲ ಜಾತಿ ರಾಜಕಾರಣವಲ್ಲದೆ, ಮಠಮಾನ್ಯಗಳಿಗೆ ನೀಡಿದ ಪ್ರೋತ್ಸಾಹ ಮತ್ತು

ಸಾಂಸ್ಕೃತಿಕ ಅಸ್ಮಿತೆಯನ್ನು ಎತ್ತಿಹಿಡಿದ ರೀತಿ ಅವರನ್ನು ಜನಪ್ರಿಯಗೊಳಿಸಿತು. ಬಿಕ್ಕಟ್ಟಿನ ಸಮಯದಲ್ಲೂ ಕುಗ್ಗದೆ, ಹಠಕ್ಕೆ ಬಿದ್ದು ಪಕ್ಷ ಕಟ್ಟುವ ಅವರ ಶೈಲಿ ಅನೇಕ ಯುವ ನಾಯಕರಿಗೆ ಪ್ರೇರಣೆ.

4. ಸಂಘರ್ಷ ಮತ್ತು ಪುನರಾಗಮನ

ರಾಜಕೀಯದಲ್ಲಿ ಯಡಿಯೂರಪ್ಪ ಅವರು ಎದುರಿಸಿದಷ್ಟು ಬಿಕ್ಕಟ್ಟುಗಳನ್ನು ಬಹುಶಃ ಯಾರೂ ಎದುರಿಸಿಲ್ಲ. ಅಧಿಕಾರ ಕಳೆದುಕೊಂಡಾಗ, ಜೈಲಿಗೆ ಹೋದಾಗ ಅಥವಾ ಪಕ್ಷದಿಂದ ಹೊರಬಂದು 'ಕೆಜೆಪಿ' ಕಟ್ಟಿದಾಗಲೂ ಅವರು ಜನರಿಂದ ದೂರವಾಗಲಿಲ್ಲ. ಸೋತಾಗಲೂ ಪುಟಿದೇಳುವ ಅವರ ಗುಣವೇ ಅವರನ್ನು ನಾಲ್ಕು ಬಾರಿ ಮುಖ್ಯಮಂತ್ರಿಯನ್ನಾಗಿ ಮಾಡಿತು.

ಸಿದ್ದರಾಮಯ್ಯ ಮತ್ತು ಯಡಿಯೂರಪ್ಪ: ಇಬ್ಬರು ಮಹಾನ್ ನಾಯಕರ ಹೋಲಿಕೆ

ಇಬ್ಬರೂ ನಾಯಕರು ಕರ್ನಾಟಕದ ಎರಡು ಬಲಿಷ್ಠ ಧ್ರುವಗಳು.

* ಸಿದ್ದರಾಮಯ್ಯ: ವೈಚಾರಿಕತೆ, ಅಂಕಿ-ಅಂಶ ಮತ್ತು ಆರ್ಥಿಕ ಶಿಸ್ತಿನ ಮೇಲೆ ನಂಬಿಕೆ ಇಟ್ಟವರು.

* ಯಡಿಯೂರಪ್ಪ: ಹೋರಾಟ, ಜನರ ಭಾವನೆ ಮತ್ತು ಅಭಿವೃದ್ಧಿ ಕೆಲಸಗಳ ವೇಗದ ಮೇಲೆ ನಂಬಿಕೆ ಇಟ್ಟವರು.

ಇಬ್ಬರೂ ರೈತ ಕುಟುಂಬದಿಂದ ಬಂದವರೇ ಆಗಿರುವುದು ಮತ್ತು ಜನಸಾಮಾನ್ಯರ ಭಾಷೆಯಲ್ಲಿ ಮಾತನಾಡುವುದು ಇವರಿಬ್ಬರಿಗೂ ಇರುವ ದೊಡ್ಡ ಸಾಮ್ಯತೆ.

ಯುವ ನಾಯಕರಿಗೆ ಪಾಠ:

ಯಡಿಯೂರಪ್ಪ ಅವರಿಂದ ಕಲಿಯಬೇಕಾದದ್ದು 'ಸೋಲೊಪ್ಪದ ಗುಣ' (Never say die attitude). ರಾಜಕೀಯದಲ್ಲಿ ನಿಮಗೆ ಯಾರೇ ಬೆನ್ನು ಹಾಕಿದರೂ, ಜನರ ಬೆಂಬಲ ನಿಮ್ಮ ಜೊತೆಗಿದ್ದರೆ ನೀವು ಎಂತಹ ಚಕ್ರವ್ಯೂಹವನ್ನಾದರೂ ಭೇದಿಸಿ ಹೊರಬರಬಹುದು ಎಂಬುದಕ್ಕೆ ಯಡಿಯೂರಪ್ಪ ಅವರೇ ಸಾಕ್ಷಿ.

ಕರ್ನಾಟಕದ ರಾಜಕಾರಣದಲ್ಲಿ ಎಚ್.ಡಿ. ದೇವೇಗೌಡ ಎನ್ನುವ ಹೆಸರು ಕೇವಲ ಒಬ್ಬ ನಾಯಕನದ್ದಲ್ಲ, ಅದು ಒಬ್ಬ ಸಾಮಾನ್ಯ ರೈತ ದೇಶದ ಅತ್ಯುನ್ನತ 'ಪ್ರಧಾನ ಮಂತ್ರಿ' ಪೀಠದವರೆಗೆ ತಲುಪಿದ ಅಸಾಧಾರಣ ಹೋರಾಟದ ಕಥೆ. ಇವರನ್ನು 'ಮಣ್ಣಿನ ಮಗ' ಎಂದು ಕರೆಯುವುದು ಕೇವಲ ಬಿರುದಿಗಾಗಿ ಅಲ್ಲ, ಬದಲಾಗಿ ಭೂಮಿ ಮತ್ತು ನೀರಾವರಿಯ ಬಗ್ಗೆ ಅವರಿಗಿರುವ ಅಪಾರ ಜ್ಞಾನ ಮತ್ತು ಕಳಕಳಿಗಾಗಿ.

ದೇವೇಗೌಡರ ರಾಜಕೀಯ ಪಯಣ ಮತ್ತು ಅವರ ಕೊಡುಗೆಗಳನ್ನು ಅಂಕಣದ ಶೈಲಿಯಲ್ಲಿ ಹೀಗೆ ವಿವರಿಸಬಹುದು:

1. ನೀರಾವರಿ ತಜ್ಞ ಮತ್ತು ಸಂಸದೀಯ ಪಟು

ದೇವೇಗೌಡರು ಶಾಸಕರಾಗಿ ಅಸೆಂಬ್ಲಿಗೆ ಬಂದ ಕಾಲದಿಂದಲೂ ಗುರುತಿಸಿಕೊಂಡಿದ್ದು ಅವರ ಅಭ್ಯಾಸ ಬಲದಿಂದ. ಹಗಲು-ರಾತ್ರಿ ಎನ್ನದೆ ಕಡತಗಳನ್ನು ಓದುವ, ಅಂತರರಾಜ್ಯ ನದಿ ನೀರಿನ ವಿವಾದಗಳ ಬಗ್ಗೆ (ಕಾವೇರಿ, ಕೃಷ್ಣಾ) ಅಂಕಿ-ಅಂಶಗಳ ಸಮೇತ ವಾದ ಮಂಡಿಸುವ ಅವರ ಕಲೆ ಅದ್ಭುತವಾದದ್ದು.

* ಸಾಧನೆ: ಕರ್ನಾಟಕದ ನೀರಾವರಿ ಯೋಜನೆಗಳಿಗೆ ವೇಗ ನೀಡಲು ಅವರು ಅಹೋರಾತ್ರಿ ಶ್ರಮಿಸಿದರು. ಆಲಮಟ್ಟಿ ಅಣೆಕಟ್ಟಿನ ಎತ್ತರ ಹೆಚ್ಚಿಸುವ ಅಥವಾ ಹೇಮಾವತಿ ಯೋಜನೆಯನ್ನು ಸಾಕಾರಗೊಳಿಸುವಲ್ಲಿ ಅವರ ಪಾತ್ರ ನಿರ್ಣಾಯಕ.

* ಪಾಠ: ಒಬ್ಬ ನಾಯಕನಿಗೆ ಕೇವಲ ಮಾತುಗಾರಿಕೆ ಇದ್ದರೆ ಸಾಲದು, ತಾನು ಪ್ರತಿನಿಧಿಸುವ ನೆಲದ ಜಲ ಮತ್ತು ಭೂಮಿಯ ಸಂಪೂರ್ಣ ಮಾಹಿತಿ ಇರಬೇಕು ಎಂಬುದಕ್ಕೆ ಗೌಡರೇ ಮಾದರಿ.

2. ಪ್ರಧಾನ ಮಂತ್ರಿಯಾಗಿ ಐತಿಹಾಸಿಕ ಹೆಜ್ಜೆ

1996ರಲ್ಲಿ ಪ್ರಾದೇಶಿಕ ಪಕ್ಷಗಳ ಒಕ್ಕೂಟದ ಸಾರಥಿಯಾಗಿ ಅವರು ಭಾರತದ ಪ್ರಧಾನಿಯಾದಾಗ, ಅದು ಇಡೀ ಕರ್ನಾಟಕಕ್ಕೆ ಹೆಮ್ಮೆಯ ಕ್ಷಣವಾಗಿತ್ತು.

* ರಾಜತಾಂತ್ರಿಕತೆ: ಅಲ್ಪಾವಧಿಯ ಅಧಿಕಾರದಲ್ಲೂ ಅವರು ಕಾಶ್ಮೀರದ ಸಮಸ್ಯೆಯನ್ನು ನಿಭಾಯಿಸಿದ ರೀತಿ ಮತ್ತು ಈಶಾನ್ಯ ರಾಜ್ಯಗಳಿಗೆ ನೀಡಿದ ಭೇಟಿಗಳು ಇಂದಿಗೂ ಸ್ಮರಣೀಯ.

* ದೆಹಲಿ ಮೆಟ್ರೋ: ಇಂದು ದೆಹಲಿಯ ಜೀವನಾಡಿಯಾಗಿರುವ 'ಮೆಟ್ರೋ' ಯೋಜನೆಗೆ ಹಸಿರು ನಿಶಾನೆ ತೋರಿಸಿದ್ದು ಇದೇ ಕನ್ನಡಿಗ ಪ್ರಧಾನಿ ಎಂಬುದು ಅನೇಕರಿಗೆ ತಿಳಿದಿಲ್ಲ.

3. ಸಂಘಟನಾ ಚತುರತೆ ಮತ್ತು ಪ್ರಾದೇಶಿಕ ಶಕ್ತಿ

ದೇವೇಗೌಡರು ಜನತಾ ದಳ (ಜ್ಯಾತ್ಯತೀತ) ಪಕ್ಷವನ್ನು ಕಟ್ಟಿ ಬೆಳೆಸಿದ ರೀತಿ ಒಂದು ಪಾಠವಿದ್ದಂತೆ. ರಾಷ್ಟ್ರೀಯ ಪಕ್ಷಗಳಾದ ಕಾಂಗ್ರೆಸ್ ಮತ್ತು ಬಿಜೆಪಿ ನಡುವೆ ಒಂದು ಪ್ರಾದೇಶಿಕ ಪಕ್ಷವನ್ನು ದಶಕಗಳ ಕಾಲ ಜೀವಂತವಾಗಿರಿಸುವುದು ಸಾಮಾನ್ಯದ ಮಾತಲ್ಲ.

* ತಂತ್ರಗಾರಿಕೆ: ಅಧಿಕಾರ ಇಲ್ಲದಿದ್ದಾಗಲೂ ಅವರು ಕುಗ್ಗಲಿಲ್ಲ. ಪ್ರತಿ ಹಳ್ಳಿಯ ಕಾರ್ಯಕರ್ತನನ್ನು ಹೆಸರಿಡಿದು ಕರೆಯುವ ಅವರ ನೆನಪಿನ ಶಕ್ತಿ ಮತ್ತು ಅವರೊಂದಿಗಿನ ನಂಟು ಪಕ್ಷಕ್ಕೆ ಶಕ್ತಿಯಾಗಿ ನಿಂತಿದೆ.

4. ಶಿಸ್ತು ಮತ್ತು ಸಮಯ ಪ್ರಜ್ಞೆ

ತೊಂಬತ್ತರ ಹರೆಯದಲ್ಲೂ ದೇವೇಗೌಡರು ಪತ್ರಿಕೆಗಳನ್ನು ಓದುವ, ಪಕ್ಷದ ಸಭೆಗಳಲ್ಲಿ ಭಾಗವಹಿಸುವ ಮತ್ತು ಸಂಸತ್ತಿನಲ್ಲಿ ರಾಜ್ಯದ ಹಿತಕ್ಕಾಗಿ ಧ್ವನಿ ಎತ್ತುವ ಉತ್ಸಾಹ ತೋರಿಸುತ್ತಾರೆ. ರಾಜಕೀಯದಲ್ಲಿ ನಿವೃತ್ತಿ ಎಂಬುದು ಕೇವಲ ವಯಸ್ಸಿನ ಸಂಖ್ಯೆಯಲ್ಲ, ಅದು ಮನುಷ್ಯನ ಇಚ್ಛಾಶಕ್ತಿಯ ಮೇಲೆ ನಿಂತಿದೆ ಎಂಬುದನ್ನು ಅವರು ಸಾಬೀತುಪಡಿಸಿದ್ದಾರೆ.

ಯುವ ನಾಯಕರಿಗೆ ಪಾಠ:

ದೇವೇಗೌಡರಿಂದ ಕಲಿಯಬೇಕಾದದ್ದು 'ಅಧ್ಯಯನಶೀಲತೆ'. ರಾಜಕೀಯ ಎಂದರೆ ಕೇವಲ ಚುನಾವಣೆಗಳಲ್ಲ, ಅದು ನೀತಿಗಳ (Policies) ಹೋರಾಟ. ಒಬ್ಬ ನಾಯಕನಿಗೆ ವಿಷಯದ ಮೇಲೆ ಹಿಡಿತವಿದ್ದರೆ ಮಾತ್ರ ಅವನು ಅಧಿಕಾರಿಗಳನ್ನು ಮತ್ತು ವ್ಯವಸ್ಥೆಯನ್ನು ಸರಿಯಾದ ದಾರಿಯಲ್ಲಿ ನಡೆಸಲು ಸಾಧ್ಯ.

ದೇವೇಗೌಡರ ಈ ಹಿರಿಮೆ ಕರ್ನಾಟಕದ ರಾಜಕೀಯದ ಒಂದು ಮಜಲಾದರೆ, ಇದೇ ಹಾದಿಯಲ್ಲಿ ಬೆಳೆದು ಬಂದ ಅವರ ಪುತ್ರ ಎಚ್.ಡಿ. ಕುಮಾರಸ್ವಾಮಿ ಅವರ 'ಗ್ರಾಮ ವಾಸ್ತವ್ಯ' ಮತ್ತು 'ಜನಪ್ರಿಯ' ಆಡಳಿತ ಶೈಲಿ ಕೂಡ ಅಷ್ಟೇ ಕುತೂಹಲಕಾರಿ.

ಎಚ್.ಡಿ. ದೇವೇಗೌಡರ ರಾಜಕೀಯ ವಾರಸುವಿಕೆಯನ್ನು ಹೊತ್ತು ತಂದ ಎಚ್.ಡಿ. ಕುಮಾರಸ್ವಾಮಿ ಅವರು ಕರ್ನಾಟಕದ ರಾಜಕಾರಣದಲ್ಲಿ ತಮ್ಮದೇ ಆದ ಒಂದು ವಿಶಿಷ್ಟ ಛಾಪನ್ನು ಮೂಡಿಸಿದ್ದಾರೆ. ಇವರನ್ನು ಜನರು ಪ್ರೀತಿಯಿಂದ 'ಕುಮಾರಣ್ಣ' ಎಂದು ಕರೆಯಲು ಕಾರಣ ಅವರು ರೂಪಿಸಿಕೊಂಡ 'ಸರಳ' ಮತ್ತು 'ಭಾವನಾತ್ಮಕ' ನಾಯಕತ್ವದ ಶೈಲಿ.

ಕುಮಾರಸ್ವಾಮಿ ಅವರ ರಾಜಕೀಯ ಪಯಣ ಮತ್ತು ಅವರ ಜನಪ್ರಿಯ ಆಡಳಿತಾತ್ಮಕ ಪ್ರಯೋಗಗಳನ್ನು ಹೀಗೆ ವಿವರಿಸಬಹುದು:

1. ಗ್ರಾಮ ವಾಸ್ತವ್ಯ: ಜನರ ಮನೆ ಬಾಗಿಲಿಗೆ ಆಡಳಿತ

ಕುಮಾರಸ್ವಾಮಿ ಅವರು ಮೊದಲ ಬಾರಿಗೆ ಮುಖ್ಯಮಂತ್ರಿಯಾದಾಗ (2006) ಆರಂಭಿಸಿದ 'ಗ್ರಾಮ ವಾಸ್ತವ್ಯ' ಎಂಬ ಪರಿಕಲ್ಪನೆ ಭಾರತೀಯ ರಾಜಕಾರಣದಲ್ಲೇ ಒಂದು ಹೊಸ ಕ್ರಾಂತಿ.

* ವಿಶೇಷತೆ: ಅಧಿಕಾರ ಎಂದರೆ ಬೆಂಗಳೂರಿನ ಹವಾನಿಯಂತ್ರಿತ ಕೊಠಡಿಯಲ್ಲಿ ಕುಳಿತು ಫೈಲ್ ಓದುವುದಲ್ಲ, ಅದು ಹಳ್ಳಿಯ ಗುಡಿಸಲಿನಲ್ಲಿ ಕುಳಿತು ಜನರ ಕಷ್ಟಗಳನ್ನು ಆಲಿಸುವುದು ಎಂದು ಅವರು ತೋರಿಸಿಕೊಟ್ಟರು.

* ಪರಿಣಾಮ: ಹಳ್ಳಿಗಳಲ್ಲಿ ಶಾಲಾ ಕಟ್ಟಡಗಳ ದುರಸ್ತಿ, ರಸ್ತೆ ಸಂಪರ್ಕ ಮತ್ತು ಬಡವರ ಆರೋಗ್ಯ ಸಮಸ್ಯೆಗಳಿಗೆ ಸ್ಥಳದಲ್ಲೇ ಪರಿಹಾರ ಸಿಗುತ್ತಿತ್ತು. ಈ ಪ್ರಯೋಗವು ಆಡಳಿತ ವ್ಯವಸ್ಥೆಯಲ್ಲಿ ನಂಬಿಕೆ ಕಳೆದುಕೊಂಡಿದ್ದ ಜನರಲ್ಲಿ ಹೊಸ ಭರವಸೆ ಮೂಡಿಸಿತು.

2. ರೈತರ ಸಾಲ ಮನ್ನಾ ಮತ್ತು ಕೃಷಿ ಪ್ರೇಮ

ತಂದೆಯಂತೆ ಕುಮಾರಸ್ವಾಮಿ ಅವರಿಗೂ ರೈತರ ಮೇಲೆ ಅಪಾರ ಕಾಳಜಿ. 2018ರಲ್ಲಿ ಅವರು ಸಮ್ಮಿಶ್ರ ಸರ್ಕಾರದ ಮುಖ್ಯಮಂತ್ರಿಯಾದಾಗ ಎದುರಿಸಿದ ಅತಿ ದೊಡ್ಡ ಸವಾಲೆಂದರೆ ಅದು ರೈತರ ಸಾಲ ಮನ್ನಾ.

* ನಿರ್ಧಾರ: ಆರ್ಥಿಕ ಮುಗ್ಗಟ್ಟು ಮತ್ತು ಮೈತ್ರಿ ಸರ್ಕಾರದ ಇಕ್ಕಟ್ಟುಗಳ ನಡುವೆಯೂ ಸಾವಿರಾರು ಕೋಟಿ ರೂಪಾಯಿಗಳ ರೈತರ ಸಾಲವನ್ನು ಮನ್ನಾ ಮಾಡುವ ಮೂಲಕ "ರೈತರಿಗೆ ಕೊಟ್ಟ ಮಾತು ತಪ್ಪುವುದಿಲ್ಲ" ಎಂಬ ಸಂದೇಶ ನೀಡಿದರು.

* ದೂರದೃಷ್ಟಿ: ಕೃಷಿ ಕ್ಷೇತ್ರಕ್ಕೆ ಆದ್ಯತೆ ನೀಡುವುದರ ಜೊತೆಗೆ ಇಸ್ರೇಲ್ ಮಾದರಿಯ ಕೃಷಿ ಪದ್ಧತಿಯನ್ನು ಕರ್ನಾಟಕದಲ್ಲಿ ಅಳವಡಿಸಲು ಅವರು ಆಸಕ್ತಿ ತೋರಿದ್ದರು.

3. ಭಾವನಾತ್ಮಕ ಬೆಸುಗೆ ಮತ್ತು ನೇರ ಸಂವಹನ

ಕುಮಾರಸ್ವಾಮಿ ಅವರ ದೊಡ್ಡ ಶಕ್ತಿ ಎಂದರೆ ಅವರ ಮಾತುಗಳು. ಅವರು ಸಾರ್ವಜನಿಕವಾಗಿ ಮಾತನಾಡುವಾಗ ಜನರ ಕಷ್ಟಗಳನ್ನು ಕಂಡು ಕಣ್ಣೀರು ಹಾಕುವ ಅಥವಾ ಭಾವುಕರಾಗುವ ಕ್ಷಣಗಳು ಅವರನ್ನು ಜನರ ಹತ್ತಿರಕ್ಕೆ ಕರೆದೊಯ್ದುವು.

* ಜನತಾದರ್ಶನ: ಪ್ರತಿದಿನ ಬೆಳಿಗ್ಗೆ ತಮ್ಮ ನಿವಾಸದ ಮುಂದೆ ನೂರಾರು ಜನರನ್ನು ಭೇಟಿ ಮಾಡಿ, ಅವರ ಸಮಸ್ಯೆಗಳಿಗೆ ತಕ್ಷಣವೇ ಸ್ಪಂದಿಸುವ 'ಜನತಾದರ್ಶನ' ಕಾರ್ಯಕ್ರಮ ಅವರ ಸಂವಹನ ಕಲೆಗೆ ಸಾಕ್ಷಿ.

4. ಬಿಕ್ಕಟ್ಟಿನ ಸಮಯದ ಚಾಣಾಕ್ಷತೆ

ಕರ್ನಾಟಕದ ಅಸ್ಥಿರ ರಾಜಕೀಯ ಸಂದರ್ಭದಲ್ಲಿ ಎರಡು ಬಾರಿ ಮುಖ್ಯಮಂತ್ರಿಯಾದ ಕುಮಾರಸ್ವಾಮಿ ಅವರು, ಸಮ್ಮಿಶ್ರ ಸರ್ಕಾರಗಳನ್ನು ನಡೆಸುವಲ್ಲಿ ಸಾಕಷ್ಟು ಸವಾಲುಗಳನ್ನು ಎದುರಿಸಿದ್ದಾರೆ. ವಿರೋಧ ಪಕ್ಷದಲ್ಲಿದ್ದಾಗಲೂ ತೀಕ್ಷ್ಣವಾದ ದಾಳಿಗಳನ್ನು ಮಾಡುವ ಮೂಲಕ ಸರ್ಕಾರದ ವೈಫಲ್ಯಗಳನ್ನು ಜನರ ಮುಂದೆ ಇಡುವಲ್ಲಿ ಅವರು ಸಫಲರಾಗಿದ್ದಾರೆ.

ಯುವ ನಾಯಕರಿಗೆ ಪಾಠ:

ಕುಮಾರಸ್ವಾಮಿ ಅವರಿಂದ ಕಲಿಯಬೇಕಾದದ್ದು 'ಸರಳತೆ ಮತ್ತು ಲಭ್ಯತೆ'. ಒಬ್ಬ ನಾಯಕ ಯಾವಾಗ ಜನರಿಗೆ ಸುಲಭವಾಗಿ ಸಿಗುತ್ತಾನೋ, ಆಗ ಜನರಿಗೆ ಆ ನಾಯಕನ ಮೇಲೆ ಒಂದು ರೀತಿಯ ಮಾಲೀಕತ್ವದ ಭಾವನೆ ಮೂಡುತ್ತದೆ. ರಾಜಕೀಯವೆಂದರೆ ಕೇವಲ ಅಧಿಕಾರವಲ್ಲ, ಅದು ಜನರ ನಾಡಿಮಿಡಿತ ಅರಿಯುವ ಕಲೆ ಎನ್ನುವುದನ್ನು ಅವರು ಸಾಬೀತುಪಡಿಸಿದ್ದಾರೆ.

ಕರ್ನಾಟಕದ ಈ 'ಕುಟುಂಬ ರಾಜಕಾರಣ'ದ ಬಗ್ಗೆ ಚರ್ಚೆಗಳು ನಡೆಯುತ್ತಿದ್ದರೂ, ಕುಮಾರಸ್ವಾಮಿ ಅವರು ತಮ್ಮ ವೈಯಕ್ತಿಕ ಪರಿಶ್ರಮ ಮತ್ತು ಜನರೊಂದಿಗಿನ ನಂಟಿನಿಂದ ಇಂದಿಗೂ ರಾಜ್ಯ ರಾಜಕಾರಣದಲ್ಲಿ ಒಂದು ಪ್ರಬಲ ಶಕ್ತಿಯಾಗಿ ಉಳಿದಿದ್ದಾರೆ.

ಕರ್ನಾಟಕದ ಮಣ್ಣಿನಿಂದ ಬೆಳೆದು ಇಂದು ಭಾರತದ ರಾಷ್ಟ್ರ ರಾಜಕಾರಣದ ಅತ್ಯುನ್ನತ ಮಟ್ಟದಲ್ಲಿರುವ ಮಲ್ಲಿಕಾರ್ಜುನ ಖರ್ಗೆ ಅವರ ಜೀವನವು "ಸಂಯಮ, ನಿಷ್ಠೆ ಮತ್ತು ಹೋರಾಟ"ದ ಒಂದು ದೊಡ್ಡ ಪಠ್ಯಪುಸ್ತಕ. ಅವರನ್ನು ಅವರ ಅಭಿಮಾನಿಗಳು ಪ್ರೀತಿಯಿಂದ 'ಸೋಲಿಲ್ಲದ ಸರದಾರ' ಎಂದೇ ಕರೆಯುತ್ತಾರೆ (ಚುನಾವಣಾ ಇತಿಹಾಸದಲ್ಲಿ ಅವರ ಸುದೀರ್ಘ ಗೆಲುವಿನ ದಾಖಲೆಗಾಗಿ).

ಖರ್ಗೆ ಅವರ ರಾಜಕೀಯ ಪ್ರಬುದ್ಧತೆ ಮತ್ತು ಆಡಳಿತ.

1. ತಳಮಟ್ಟದ ಕಾರ್ಮಿಕ ನಾಯಕನ ಉದಯ

ಕಲಬುರಗಿಯ ಒಂದು ಸಾಮಾನ್ಯ ಕುಟುಂಬದಲ್ಲಿ ಜನಿಸಿದ ಖರ್ಗೆ ಅವರು ವಕೀಲರಾಗಿ ವೃತ್ತಿ ಆರಂಭಿಸಿದರು. ಕಾರ್ಮಿಕ ಸಂಘಟನೆಗಳ ಪರವಾಗಿ ನ್ಯಾಯಾಲಯದಲ್ಲಿ ಹೋರಾಡುತ್ತಾ ಜನರ ಧ್ವನಿಯಾದವರು. ಅವರ ಈ ಕಾರ್ಮಿಕ ಹಿನ್ನೆಲೆಯೇ ಅವರಿಗೆ ಬಡವರ ಮತ್ತು ಶ್ರಮಿಕರ ಕಷ್ಟಗಳನ್ನು ಹತ್ತಿರದಿಂದ ಅರಿಯುವಂತೆ ಮಾಡಿತು. 1972ರಲ್ಲಿ ಮೊದಲ ಬಾರಿಗೆ ಶಾಸಕರಾಗಿ ಆಯ್ಕೆಯಾದ ನಂತರ ಸತತವಾಗಿ ಒಂಬತ್ತು ಬಾರಿ ವಿಧಾನಸಭೆಗೆ ಗೆದ್ದ ಅಪರೂಪದ ದಾಖಲೆ ಅವರದ್ದು.

2. ಸಂಸದೀಯ ಘನತೆ ಮತ್ತು ಸಂಯಮ

ಖರ್ಗೆ ಅವರ ದೊಡ್ಡ ಗುಣವೆಂದರೆ ಅವರ ಸಂಯಮ. ಸದನದಲ್ಲಿ ಎಂತಹ ಕಠಿಣ ಟೀಕೆಗಳು ಬಂದರೂ ಅವರು ಅಸಮಾಧಾನಗೊಳ್ಳದೆ, ಸಂವಿಧಾನ ಮತ್ತು ನಿಯಮಗಳ ಚೌಕಟ್ಟಿನಲ್ಲೇ ತರ್ಕಬದ್ಧವಾಗಿ ಉತ್ತರಿಸುತ್ತಾರೆ.

* ಅಧಿಕಾರ ಅವಧಿ: ಕರ್ನಾಟಕದಲ್ಲಿ ಗೃಹ, ಕಂದಾಯ, ಶಿಕ್ಷಣದಂತಹ ಪ್ರಮುಖ ಖಾತೆಗಳನ್ನು ನಿಭಾಯಿಸಿದ ಅವರು, ಕೇಂದ್ರದಲ್ಲಿ ರೈಲ್ವೆ ಮತ್ತು ಕಾರ್ಮಿಕ ಸಚಿವರಾಗಿ ತಮ್ಮ ಆಡಳಿತಾತ್ಮಕ ದಕ್ಷತೆಯನ್ನು ಸಾಬೀತುಪಡಿಸಿದರು.

* 371(ಜೆ) ವಿಧಿ: ಕಲ್ಯಾಣ ಕರ್ನಾಟಕ (ಹೈದರಾಬಾದ್ ಕರ್ನಾಟಕ) ಭಾಗಕ್ಕೆ ವಿಶೇಷ ಸ್ಥಾನಮಾನ ನೀಡುವ 371(ಜೆ) ಕಲಂ ಜಾರಿಗೆ ತರುವಲ್ಲಿ ಖರ್ಗೆ ಅವರ ಪಾತ್ರ ಅತ್ಯಂತ ನಿರ್ಣಾಯಕ. ಇದು ಆ ಭಾಗದ ಯುವಕರಿಗೆ ಶಿಕ್ಷಣ ಮತ್ತು ಉದ್ಯೋಗದಲ್ಲಿ ಹೊಸ ಬಾಗಿಲುಗಳನ್ನು ತೆರೆಯಿತು.

3. ರಾಷ್ಟ್ರ ರಾಜಕಾರಣದ ಸಾರಥ್ಯ

ಇಂದು ಕಾಂಗ್ರೆಸ್ ಪಕ್ಷದ ರಾಷ್ಟ್ರೀಯ ಅಧ್ಯಕ್ಷರಾಗಿ ಅವರು ಇಡೀ ದೇಶದ ವಿರೋಧ ಪಕ್ಷಗಳನ್ನು ಒಗ್ಗೂಡಿಸುವ ಜವಾಬ್ದಾರಿಯನ್ನು ಹೊತ್ತಿದ್ದಾರೆ. ಅತ್ಯಂತ ಕ್ಲಿಷ್ಟಕರ ಸಮಯದಲ್ಲಿ ಪಕ್ಷವನ್ನು ಮುನ್ನಡೆಸುತ್ತಿರುವ ಅವರು, ಮೈತ್ರಿಕೂಟಗಳ ನಡುವೆ ಸಮನ್ವಯ ಸಾಧಿಸುವಲ್ಲಿ ತಮ್ಮ ದಶಕಗಳ ರಾಜಕೀಯ ಅನುಭವವನ್ನು ಬಳಸುತ್ತಿದ್ದಾರೆ.

4. ದಲಿತ ಅಸ್ಮಿತೆ ಮತ್ತು ಸೈದ್ಧಾಂತಿಕ ನಿಷ್ಠೆ

ಖರ್ಗೆ ಅವರು ದಲಿತ ಸಮುದಾಯದಿಂದ ಬಂದವರಾದರೂ, ಎಂದೂ ಅವರು ಕೇವಲ ಒಂದು ಸಮುದಾಯಕ್ಕೆ ಸೀಮಿತವಾಗಲಿಲ್ಲ. ಬೌದ್ಧ ಧರ್ಮದ ತತ್ವಗಳು ಮತ್ತು ಅಂಬೇಡ್ಕರ್ ಅವರ ವಿಚಾರಧಾರೆಗಳಿಂದ ಪ್ರಭಾವಿತರಾದ ಅವರು, ಸಮಾನತೆಯ ತಳಹದಿಯ ಮೇಲೆ ರಾಜಕಾರಣವನ್ನು ಕಟ್ಟಿದರು. ದಶಕಗಳ ಕಾಲ ಒಂದೇ ಪಕ್ಷಕ್ಕೆ ನಿಷ್ಠರಾಗಿ ಉಳಿಯುವುದು ಇಂದಿನ ಬದಲಾಗುತ್ತಿರುವ ರಾಜಕೀಯ ಪರಿಸ್ಥಿತಿಯಲ್ಲಿ ದೊಡ್ಡ ವಿಚಾರ.

ಯುವ ನಾಯಕರಿಗೆ ಪಾಠ:

ಮಲ್ಲಿಕಾರ್ಜುನ ಖರ್ಗೆ ಅವರಿಂದ ಕಲಿಯಬೇಕಾದದ್ದು 'ಸಂಸದೀಯ ಶಿಸ್ತು'. ಅಧಿಕಾರ ಸಿಕ್ಕಾಗ ಮದವೇರದೆ, ಅಧಿಕಾರ ಇಲ್ಲದಿದ್ದಾಗ ಎದೆಗುಂದದೆ ಹೇಗೆ ಘನತೆಯಿಂದ ವರ್ತಿಸಬೇಕು ಎಂಬುದಕ್ಕೆ ಅವರೇ ಸಾಕ್ಷಿ. ರಾಜಕೀಯದಲ್ಲಿ 'ನಿಷ್ಠೆ' ಎನ್ನುವುದು ಹೇಗೆ ಒಬ್ಬ ವ್ಯಕ್ತಿಯನ್ನು ಉನ್ನತ ಸ್ಥಾನಕ್ಕೆ ಕೊಂಡೊಯ್ಯುತ್ತದೆ ಎಂಬುದನ್ನು ಅವರ ಜೀವನ ತೋರಿಸಿಕೊಡುತ್ತದೆ.

ಕರ್ನಾಟಕ ರಾಜಕಾರಣದ ಇಂದಿನ 'ಸಂಕಟಮೋಚಕ' ಎಂದೇ ಬಿಂಬಿತವಾಗಿರುವ ಡಿ.ಕೆ. ಶಿವಕುಮಾರ್ ಅವರ ರಾಜಕೀಯ ಶೈಲಿಯು ಅತ್ಯಂತ ವಿಶಿಷ್ಟವಾದುದು. ಶೂನ್ಯ ಸಂಪಾದನೆಯ ಅರಿವುಳ್ಳ ನೀವು, ಹೇಗೆ ಒಬ್ಬ ವ್ಯಕ್ತಿ ಶೂನ್ಯದಿಂದ ಸಾಮ್ರಾಜ್ಯ ಕಟ್ಟಬಲ್ಲ ಎಂಬುದಕ್ಕೆ ಇವರ ಜೀವನವನ್ನೂ ಒಂದು ಉದಾಹರಣೆಯಾಗಿ ನೋಡಬಹುದು. ಇವರನ್ನು ಅಭಿಮಾನಿಗಳು ಪ್ರೀತಿಯಿಂದ 'ಕನಕಪುರದ ಬಂಡೆ' ಎಂದು ಕರೆಯುತ್ತಾರೆ.

ಡಿ.ಕೆ. ಶಿವಕುಮಾರ್ ಅವರ ರಾಜಕೀಯ ತಂತ್ರಗಾರಿಕೆಯನ್ನು ಹೀಗೆ ವಿವರಿಸಬಹುದು:

1. ಸಂಘಟನಾ ಚತುರತೆ ಮತ್ತು ಕಾರ್ಯಕರ್ತರ ನಾಯಕ

ಡಿ.ಕೆ. ಶಿವಕುಮಾರ್ ಅವರ ಅತ್ಯಂತ ದೊಡ್ಡ ಶಕ್ತಿ ಎಂದರೆ ಅವರ ಸಂಘಟನಾ ಸಾಮರ್ಥ್ಯ. ಬೂತ್ ಮಟ್ಟದ ಕಾರ್ಯಕರ್ತನಿಂದ ಹಿಡಿದು ದಿಲ್ಲಿಯ ನಾಯಕರವರೆಗೆ ಇವರ ಸಂಪರ್ಕ ಜಾಲ ಹರಡಿದೆ.

* ಕಾರ್ಯಕರ್ತರ ನಂಟು: ಕಾರ್ಯಕರ್ತರು ಸಂಕಷ್ಟದಲ್ಲಿದ್ದಾಗ ಅವರ ಹಿಂದೆ ಬಂಡೆಯಂತೆ ನಿಲ್ಲುವ ಇವರ ಗುಣವು ಪಕ್ಷದಲ್ಲಿ ಇವರಿಗೆ ದೊಡ್ಡ ಬೆಂಬಲಿಗರ ಪಡೆಯನ್ನೇ ಸೃಷ್ಟಿಸಿಕೊಟ್ಟಿದೆ. "ಪಕ್ಷ ಮೊದಲು, ಆಮೇಲೆ ವ್ಯಕ್ತಿ" ಎಂಬ ತತ್ವವನ್ನು ಅವರು ಸತತವಾಗಿ ಪ್ರತಿಪಾದಿಸುತ್ತಾರೆ

2. ರಾಜಕೀಯ ಸಂಕಟಮೋಚಕ (The Trouble Shooter)

ರಾಷ್ಟ್ರ ಮಟ್ಟದಲ್ಲಿ ಕಾಂಗ್ರೆಸ್ ಪಕ್ಷಕ್ಕೆ ಯಾವುದೇ ಬಿಕ್ಕಟ್ಟು ಎದುರಾದಾಗ ಅಥವಾ ಶಾಸಕರನ್ನು ರಕ್ಷಿಸಬೇಕಾದ ಸಂದರ್ಭ ಬಂದಾಗ ಹೈಕಮಾಂಡ್ ಮೊದಲು ನೆನಪಿಸಿಕೊಳ್ಳುವುದು ಇವರನ್ನೇ.

* ತಂತ್ರಗಾರಿಕೆ: ಎದುರಾಳಿಗಳ ನಡೆಗಳನ್ನು ಮೊದಲೇ ಊಹಿಸಿ, ಅವುಗಳಿಗೆ ಪ್ರತಿಯಾಗಿ ತಂತ್ರ ರೂಪಿಸುವಲ್ಲಿ ಇವರು ಚಾಣಾಕ್ಷರು. ಗುಜರಾತ್ ಅಥವಾ ಮಹಾರಾಷ್ಟ್ರದ ರಾಜಕೀಯ ಮೇಲಾಟಗಳ ಸಮಯದಲ್ಲಿ ಇವರು ತೋರಿದ ಧೈರ್ಯ ಇಡೀ ದೇಶದ ಗಮನ ಸೆಳೆದಿತ್ತು

3. ಕೆಪಿಸಿಸಿ ಅಧ್ಯಕ್ಷರಾಗಿ ಪಕ್ಷದ ಪುನಶ್ಚೇತನ

2023ರ ವಿಧಾನಸಭಾ ಚುನಾವಣೆಯಲ್ಲಿ ಕಾಂಗ್ರೆಸ್ ಪಕ್ಷದ ಅಭೂತಪೂರ್ವ ಗೆಲುವಿನ ಹಿಂದೆ ಡಿ.ಕೆ. ಶಿವಕುಮಾರ್ ಅವರ ಪರಿಶ್ರಮ ದೊಡ್ಡದಿದೆ.

* ಮೆಕಾನಿಕಲ್ ಪ್ರೆಸಿಷನ್: ಚುನಾವಣೆ ಎಂದರೆ ಕೇವಲ ಭಾಷಣವಲ್ಲ, ಅದು ಅಂಕಿ-ಅಂಶಗಳು ಮತ್ತು ಸರಿಯಾದ ನಿರ್ವಹಣೆಯ ಆಟ ಎಂದು ಅವರು ತೋರಿಸಿಕೊಟ್ಟರು. 'ಮೇಕೆದಾಟು ಪಾದಯಾತ್ರೆ'ಯಂತಹ ಬೃಹತ್ ಕಾರ್ಯಕ್ರಮಗಳ ಮೂಲಕ ಪಕ್ಷಕ್ಕೆ ಹೊಸ ಜೀವ ತುಂಬಿದರು.

4. ದೃಢತೆ ಮತ್ತು ಭಾವನಾತ್ಮಕ ಹೋರಾಟ

ರಾಜಕೀಯ ಜೀವನದಲ್ಲಿ ಅವರು ಎದುರಿಸಿದ ಕಾನೂನು ಸಂಘರ್ಷಗಳು ಮತ್ತು ಜೈಲುವಾಸದ ದಿನಗಳು ಅವರನ್ನು ಮತ್ತಷ್ಟು ಗಟ್ಟಿಗೊಳಿಸಿದವು. ದೆಹಲಿಯ ಜೈಲಿನಿಂದ ಹಿಂದಿರುಗಿ ಬಂದಾಗ ಅವರಿಗೆ ಸಿಕ್ಕ ಜನಸ್ತೋಮದ ಬೆಂಬಲವು ಅವರ ಜನಪ್ರಿಯತೆಗೆ ಸಾಕ್ಷಿಯಾಗಿತ್ತು. ಎಷ್ಟೇ ದೊಡ್ಡ ಸವಾಲುಗಳು ಬಂದರೂ ಕುಗ್ಗದೆ, "ನಾನು ಯಾರಿಗೂ ಹೆದರುವುದಿಲ್ಲ" ಎಂದು ಎದೆಯುಬ್ಬಿಸಿ ನಿಲ್ಲುವ ಅವರ ಬಂಡೆಯಂತಹ ಗುಣ ಯುವಕರಲ್ಲಿ ಪ್ರಭಾವ ಬೀರಿದೆ.

ಯುವ ನಾಯಕರಿಗೆ ಪಾಠ:

ಡಿ.ಕೆ. ಶಿವಕುಮಾರ್ ಅವರಿಂದ ಕಲಿಯಬೇಕಾದದ್ದು 'ಸಮರ್ಪಣಾ ಮನೋಭಾವ'. ಒಂದು ಗುರಿಯನ್ನು ತಲುಪಲು ಎಷ್ಟು ಪರಿಶ್ರಮ ಹಾಕಬೇಕು ಮತ್ತು ವಿರೋಧಿಗಳು ಎಷ್ಟೇ ಪ್ರಬಲರಾಗಿದ್ದರೂ ಹೇಗೆ ತಂತ್ರಗಾರಿಕೆಯಿಂದ ಮಣಿಸಬೇಕು ಎಂಬುದು ಇವರಿಂದ ತಿಳಿಯಬಹುದು. ರಾಜಕೀಯ ಎಂದರೆ ಕೇವಲ ಸಮಾಜ ಸೇವೆ ಮಾತ್ರವಲ್ಲ, ಅದೊಂದು ನಿರಂತರ 'ಜಾಗರೂಕತೆಯ ಕಲೆ' ಎಂಬುದನ್ನು

ಅವರು ತೋರಿಸಿಕೊಟ್ಟಿದ್ದಾರೆ.

ಕರ್ನಾಟಕದ ರಾಜಕಾರಣದಲ್ಲಿ ಸತೀಶ್ ಜಾರಕಿಹೊಳಿ ಅವರ ಹೆಸರು ಕೇಳಿದಾಗ ನೆನಪಿಗೆ ಬರುವುದು ಅವರ ವೈಚಾರಿಕ ನಿಲುವು ಮತ್ತು ಮೂಢನಂಬಿಕೆಗಳ ವಿರುದ್ಧದ ಅವರ ದಿಟ್ಟ ಹೋರಾಟ. ಬೆಳಗಾವಿ ಜಿಲ್ಲೆಯ ಪ್ರಬಲ ರಾಜಕೀಯ ಕುಟುಂಬದಿಂದ ಬಂದವರಾದರೂ, ಇವರು ತಮ್ಮನ್ನು ತಾವು ಗುರುತಿಸಿಕೊಂಡಿರುವುದು ಒಬ್ಬ 'ಮಾನವತಾವಾದಿ' ಮತ್ತು 'ಸಿದ್ಧಾಂತವಾದಿ'ಯಾಗಿ.

ಸತೀಶ್ ಜಾರಕಿಹೊಳಿ ಅವರ ರಾಜಕೀಯ ಮತ್ತು ಸಾಮಾಜಿಕ ವ್ಯಕ್ತಿತ್ವದ ಪ್ರಮುಖ ಅಂಶಗಳು ಇಲ್ಲಿವೆ:

1. ಮೂಢನಂಬಿಕೆ ವಿರೋಧಿ ಮತ್ತು ವೈಚಾರಿಕ ಕ್ರಾಂತಿ

ಸತೀಶ್ ಜಾರಕಿಹೊಳಿ ಅವರ ಅತ್ಯಂತ ದೊಡ್ಡ ಗುರುತು ಎಂದರೆ ಅವರು ಸ್ಮಶಾನದಲ್ಲಿ ನಡೆಸುವ ಕಾರ್ಯಕ್ರಮಗಳು. ಸಮಾಜದಲ್ಲಿ ಮನೆಮಾಡಿರುವ ಸ್ಮಶಾನದ ಬಗೆಗಿನ ಭಯ ಮತ್ತು ಮೂಢನಂಬಿಕೆಗಳನ್ನು ಹೋಗಲಾಡಿಸಲು ಅವರು ಸ್ಮಶಾನದಲ್ಲೇ ವಾಸ್ತವ್ಯ ಹೂಡಿ, ಅಲ್ಲಿಯೇ ಊಟ ಮಾಡಿ ಜನರ ಗಮನ ಸೆಳೆದಿದ್ದಾರೆ.

* ಮಾನವ ಬಂಧುತ್ವ ವೇದಿಕೆ: ಈ ಸಂಘಟನೆಯ ಮೂಲಕ ಅವರು ರಾಜ್ಯಾದ್ಯಂತ ಬುದ್ಧ, ಬಸವ ಮತ್ತು ಅಂಬೇಡ್ಕರ್ ಅವರ ವಿಚಾರಧಾರೆಗಳನ್ನು ಪ್ರಚಾರ ಮಾಡುತ್ತಿದ್ದಾರೆ. "ದೇವರಿಗಿಂತ ಮನುಷ್ಯ ದೊಡ್ಡವನು" ಎಂಬುದು ಇವರ ಬಲವಾದ ನಂಬಿಕೆ.

2. ಸಂಘಟನಾ ಶಕ್ತಿ ಮತ್ತು 'ಬೆಳಗಾವಿಯ ಸಾಹುಕಾರ'

ಜಾರಕಿಹೊಳಿ ಕುಟುಂಬ ಬೆಳಗಾವಿ ರಾಜಕಾರಣದ ದಿಕ್ಸೂಚಿಯಿದ್ದಂತೆ. ಸತೀಶ್ ಅವರು ಕೇವಲ ತಮ್ಮ ಕ್ಷೇತ್ರದಲ್ಲಿ ಮಾತ್ರವಲ್ಲದೆ ಇಡೀ ಉತ್ತರ ಕರ್ನಾಟಕದಾದ್ಯಂತ ತಮ್ಮದೇ ಆದ ಬೆಂಬಲಿಗರ ಪಡೆಯನ್ನು ಹೊಂದಿದ್ದಾರೆ.

* ಅಭಿವೃದ್ಧಿ ಪಥ: ಲೋಕೋಪಯೋಗಿ ಸಚಿವರಾಗಿ ಅವರು ರಸ್ತೆ ಮತ್ತು ಮೂಲಭೂತ ಸೌಕರ್ಯಗಳಿಗೆ ನೀಡುತ್ತಿರುವ ಆದ್ಯತೆ ಗಮನಾರ್ಹ. ಯಾವುದೇ ಆಡಂಬರವಿಲ್ಲದೆ ಕೆಲಸ ಮಾಡುವುದು ಇವರ ಶೈಲಿ.

3. ಅಹಿಂದ ವರ್ಗದ ಧ್ವನಿ

ಸಿದ್ದರಾಮಯ್ಯ ಅವರ ಆಪ್ತ ವಲಯದಲ್ಲಿ ಗುರುತಿಸಿಕೊಂಡಿರುವ ಸತೀಶ್ ಅವರು, ಹಿಂದುಳಿದ ವರ್ಗಗಳ ಸಬಲೀಕರಣಕ್ಕಾಗಿ ಸತತವಾಗಿ ಶ್ರಮಿಸುತ್ತಿದ್ದಾರೆ. ವಾಲ್ಮೀಕಿ ಸಮುದಾಯದ ಪ್ರಭಾವಿ ನಾಯಕರಾಗಿದ್ದರೂ, ಎಲ್ಲಾ ಶೋಷಿತ ವರ್ಗಗಳನ್ನು ಒಗ್ಗೂಡಿಸಿಕೊಂಡು ಹೋಗುವ ಗುಣ ಇವರಲ್ಲಿದೆ. ಶೂನ್ಯ ಸಂಪಾದನೆಯ ಅರಿವುಳ್ಳ ನೀವು, ಅಧ್ಯಾತ್ಮಕ್ಕಿಂತ ಹೆಚ್ಚಾಗಿ ಕರ್ಮ ಮತ್ತು ಸತ್ಯದಲ್ಲಿ ನಂಬಿಕೆ ಇಟ್ಟಿರುವ ಸತೀಶ್ ಅವರ ವ್ಯಕ್ತಿತ್ವವನ್ನು ಮೆಚ್ಚಬಹುದು.

4. ಸರಳತೆ ಮತ್ತು ನೇರ ನುಡಿ

ಅಧಿಕಾರವಿದ್ದಾಗ ಅಥವಾ ಇಲ್ಲದಿದ್ದಾಗಲೂ ಸತೀಶ್ ಜಾರಕಿಹೊಳಿ ಅವರ ಜೀವನಶೈಲಿ ಬದಲಾಗುವುದಿಲ್ಲ. ಸಚಿವ ಸ್ಥಾನಕ್ಕಾಗಿ ಅತಿಯಾದ ಹಪಹಪಿಕೆ ತೋರಿಸದೆ, ತಮಗೆ ವಹಿಸಿದ ಜವಾಬ್ದಾರಿಯನ್ನು ನಿಷ್ಠೆಯಿಂದ ನಿಭಾಯಿಸುತ್ತಾರೆ. ವಿವಾದಗಳಿಂದ ದೂರ ಉಳಿದು, ಸೈದ್ಧಾಂತಿಕ ಚರ್ಚೆಗಳಲ್ಲಿ ಭಾಗವಹಿಸುವುದು ಇವರ ವಿಶೇಷತೆ.

ಯುವ ನಾಯಕರಿಗೆ ಪಾಠ:

ಸತೀಶ್ ಜಾರಕಿಹೊಳಿ ಅವರಿಂದ ಕಲಿಯಬೇಕಾದದ್ದು 'ಸೈದ್ಧಾಂತಿಕ ಪ್ರಾಮಾಣಿಕತೆ'. ರಾಜಕೀಯ ಲಾಭಕ್ಕಾಗಿ ಮೂಢನಂಬಿಕೆಗಳಿಗೆ ಶರಣಾಗದೆ, ವಿಜ್ಞಾನ ಮತ್ತು ಮಾನವೀಯತೆಯನ್ನು ಎತ್ತಿಹಿಡಿಯುವ ಎದೆಗಾರಿಕೆ ಇಂದಿನ ಕಾಲಕ್ಕೆ ಬಹಳ ಅಗತ್ಯ. ಒಬ್ಬ ನಾಯಕ ಎಂದರೆ ಕೇವಲ ಮತ ಕೇಳುವವನಲ್ಲ, ಬದಲಾಗಿ ಸಮಾಜದ ಮೌಢ್ಯವನ್ನು ತೊಡೆದುಹಾಕುವ ವೈದ್ಯನಂತಿರಬೇಕು ಎಂಬುದಕ್ಕೆ ಇವರೇ ಉದಾಹರಣೆ.

ಈ ಮಾಹಿತಿ ಅತ್ಯಂತ ಪ್ರಮುಖ "ಅಂಕಿ-ಅಂಶಗಳ ವಿಶ್ಲೇಷಣೆ" ಅಧ್ಯಾಯಕ್ಕೆ ಭದ್ರಬುನಾದಿ ನೀಡುತ್ತದೆ. 1947 ರಿಂದ ಇಂದಿನವರೆಗೆ ಕರ್ನಾಟಕದ ರಾಜಕೀಯ ಪಥವನ್ನು ನಿರ್ಧರಿಸಿದ ಮುಖ್ಯಮಂತ್ರಿಗಳ ಪಟ್ಟಿ, ಅವರ ಅವಧಿ, ಪಕ್ಷ ಮತ್ತು ಜಾತಿವಾರು ಹಿನ್ನೆಲೆಯನ್ನು ಇಲ್ಲಿ ಸವಿಸ್ತಾರವಾಗಿ ನೀಡಲಾಗಿದೆ.

ಕರ್ನಾಟಕದ ಮುಖ್ಯಮಂತ್ರಿಗಳ ಸಮಗ್ರ ಮಾಹಿತಿ (1947 - 2026)

	ಮುಖ್ಯಮಂತ್ರಿಗಳ ಹೆಸರು	ಅವಧಿ	ಪಕ್ಷ	ಜಾತಿ/ ಹಿನ್ನೆಲೆ
೧	ಕೆ. ಚೆಂಗಲರಾಯ ರೆಡ್ಡಿ	1947 - 1952	ಕಾಂಗ್ರೆಸ್	ಒಕ್ಕಲಿಗ (ಹಳೆಯ ಮೈಸೂರು ಭಾಗದ ಪ್ರಭಾವಿ ನಾಯಕ)
೨	ಕೆ. ಹನುಮಂತಯ್ಯ	1952 - 1956	ಕಾಂಗ್ರೆಸ್	ಒಕ್ಕಲಿಗ (ವಿಧಾನಸೌಧದ ನಿರ್ಮಾತೃ)
೩	ಕಡಿ ದಾಳ್ ಮಂಜಪ್ಪ	1956 (ಅಲ್ಪಕಾಲ)	ಕಾಂಗ್ರೆಸ್	ಒಕ್ಕಲಿಗ
೪	ಎಸ್. ನಿಜಲಿಂಗಪ್ಪ	1956 - 1958	ಕಾಂಗ್ರೆಸ್	ಲಿಂಗಾಯತ (ಏಕೀಕೃತ ಕರ್ನಾಟಕದ ಮೊದಲ ಸಿಎಂ)
೫	ಬಿ.ಡಿ. ಜತ್ತಿ	1958 - 1962	ಕಾಂಗ್ರೆಸ್	ಲಿಂಗಾಯತ (ನಂತರ ಭಾರತದ ಉಪರಾಷ್ಟ್ರಪತಿಯಾದವರು)
೬	ಎಸ್.ಆರ್. ಕಂಠಿ	1962 (ಅಲ್ಪಕಾಲ)	ಕಾಂಗ್ರೆಸ್	ಲಿಂಗಾಯತ
೭	ಎಸ್. ನಿಜಲಿಂಗಪ್ಪ	1962 - 1968	ಕಾಂಗ್ರೆಸ್	ಲಿಂಗಾಯತ
೮	ವೀರೇಂದ್ರ ಪಾಟೀಲ್	1968 - 1971	ಕಾಂಗ್ರೆಸ್	ಲಿಂಗಾಯತ
೯	ಡಿ. ದೇವರಾಜ ಅರಸು	1972 - 1980	ಕಾಂಗ್ರೆಸ್	ಅರಸು (ಹಿಂದುಳಿದ ವರ್ಗಗಳ ಹರಿಕಾರ, ಭೂ ಸುಧಾರಣೆ ಜಾರಿಗೆ ತಂದವರು)
೧೦	ಆರ್. ಗುಂಡೂರಾವ್	1980 - 1983	ಕಾಂಗ್ರೆಸ್	ಬ್ರಾಹ್ಮಣ

| ೧೧ | ರಾಮಕೃಷ್ಣ ಹೆಗಡೆ | 1983 - 1988 | ಜನತಾ ಪಕ್ಷ | ಬ್ರಾಹ್ಮಣ (ಮೊದಲ ಕಾಂಗ್ರೆಸ್ಸೇತರ ಸಿಎಂ) |

| ೧೨ | ಎಸ್.ಆರ್. ಬೊಮ್ಮಾಯಿ | 1988 - 1989 | ಜನತಾ ದಳ | ಲಿಂಗಾಯತ |

| ೧೩ | ವೀರೇಂದ್ರ ಪಾಟೀಲ್ | 1989 - 1990 | ಕಾಂಗ್ರೆಸ್ | ಲಿಂಗಾಯತ |

| ೧೪ | ಎಸ್. ಬಂಗಾರಪ್ಪ | 1990 - 1992 | ಕಾಂಗ್ರೆಸ್ | ಈಡಿಗ (ಹಿಂದುಳಿದ ವರ್ಗ) |

| ೧೫ | ಎಂ. ವೀರಪ್ಪ ಮೊಯ್ಲಿ | 1992 - 1994 | ಕಾಂಗ್ರೆಸ್ | ದೇವಡಿಗ (ಹಿಂದುಳಿದ ವರ್ಗ) |

| ೧೬ | ಹೆಚ್.ಡಿ. ದೇವೇಗೌಡ | 1994 - 1996 | ಜನತಾ ದಳ | ಒಕ್ಕಲಿಗ (ನಂತರ ಭಾರತದ ಪ್ರಧಾನಿಯಾದವರು) |

| ೧೭ | ಜೆ.ಹೆಚ್. ಪಟೇಲ್ | 1996 - 1999 | ಜನತಾ ದಳ | ಲಿಂಗಾಯತ |

| ೧೮ | ಎಸ್.ಎಂ. ಕೃಷ್ಣ | 1999 - 2004 | ಕಾಂಗ್ರೆಸ್ | ಒಕ್ಕಲಿಗ (ಬೆಂಗಳೂರು ಐಟಿ ಹಬ್ ಮಾಡಿದ ಶ್ರೇಯಸ್ಸು) |

| ೧೯ | ಧರ್ಮಸಿಂಗ್ | 2004 - 2006 | ಕಾಂಗ್ರೆಸ್ | ರಜಪೂತ (ಸಮ್ಮಿಶ್ರ ಸರ್ಕಾರ) |

| ೨೦ | ಹೆಚ್.ಡಿ. ಕುಮಾರಸ್ವಾಮಿ | 2006 - 2007 | ಜೆಡಿಎಸ್ | ಒಕ್ಕಲಿಗ (ಗ್ರಾಮ ವಾಸ್ತವ್ಯಕ್ಕೆ ಹೆಸರುವಾಸಿ) |

| ೨೧ | ಬಿ.ಎಸ್. ಯಡಿಯೂರಪ್ಪ | 2008 - 2011 | ಬಿಜೆಪಿ | ಲಿಂಗಾಯತ (ದಕ್ಷಿಣ ಭಾರತದ ಮೊದಲ ಬಿಜೆಪಿ ಸಿಎಂ) |

| ೨೨ | ಡಿ.ವಿ. ಸದಾನಂದ ಗೌಡ | 2011 - 2012 | ಬಿಜೆಪಿ | ಒಕ್ಕಲಿಗ |

| ೨೩ | ಜಗದೀಶ್ ಶೆಟ್ಟರ್ | 2012 - 2013 | ಬಿಜೆಪಿ | ಲಿಂಗಾಯತ |

| ೨೪ | ಸಿದ್ದರಾಮಯ್ಯ | 2013 - 2018 | ಕಾಂಗ್ರೆಸ್ | ಕುರುಬ (ಅಹಿಂದ ರಾಜಕಾರಣದ ಪ್ರಬಲ ನಾಯಕ) |

| ೨೫ | ಹೆಚ್.ಡಿ. ಕುಮಾರಸ್ವಾಮಿ | 2018 - 2019 | ಜೆಡಿಎಸ್ | ಒಕ್ಕಲಿಗ |

| ೨೬ | ಬಿ.ಎಸ್. ಯಡಿಯೂರಪ್ಪ | 2019 - 2021 | ಬಿಜೆಪಿ | ಲಿಂಗಾಯತ |

| ೨೭ | ಬಸವರಾಜ ಬೊಮ್ಮಾಯಿ | 2021 - 2023 | ಬಿಜೆಪಿ | ಲಿಂಗಾಯತ |

| ೨೮ | ಸಿದ್ದರಾಮಯ್ಯ | 2023 - ಇಂದಿನವರೆಗೆ | ಕಾಂಗ್ರೆಸ್ | ಕುರುಬ |

ರಾಜಕೀಯ ವಿಶ್ಲೇಷಣೆ (ವಿಶೇಷ ಅಂಶಗಳು):

* ಜಾತಿವಾರು ಪ್ರಾತಿನಿಧ್ಯ: ಕರ್ನಾಟಕದ ರಾಜಕೀಯದಲ್ಲಿ ಲಿಂಗಾಯತ ಮತ್ತು ಒಕ್ಕಲಿಗ ಸಮುದಾಯದವರು ಅತಿ ಹೆಚ್ಚು ಬಾರಿ ಮುಖ್ಯಮಂತ್ರಿ ಹುದ್ದೆಯನ್ನು ಅಲಂಕರಿಸಿದ್ದಾರೆ. ಇದು ರಾಜ್ಯದ "ಬಲಿಷ್ಠ ಸಮುದಾಯಗಳ" ರಾಜಕೀಯ ಪ್ರಭಾವವನ್ನು ತೋರಿಸುತ್ತದೆ.

* ಹಿಂದುಳಿದ ವರ್ಗಗಳ ಜಾಗೃತಿ: ಡಿ. ದೇವರಾಜ ಅರಸು ಅವರು ಮುಖ್ಯಮಂತ್ರಿಯಾದ ನಂತರವೇ 'ಅಹಿಂದ' (ಅಲ್ಪಸಂಖ್ಯಾತ, ಹಿಂದುಳಿದ ಮತ್ತು ದಲಿತ) ವರ್ಗಗಳಿಗೆ ರಾಜಕೀಯ ಅಧಿಕಾರ ಸಿಗಲು ಆರಂಭವಾಯಿತು.

* ಪ್ರಾದೇಶಿಕ ಪ್ರಭಾವ: ಹಳೆಯ ಮೈಸೂರು ಭಾಗದ ನಾಯಕರು ಆರಂಭಿಕ ದಶಕಗಳಲ್ಲಿ ಪ್ರಭಾವಶಾಲಿಯಾಗಿದ್ದರೆ, ನಂತರದ ದಿನಗಳಲ್ಲಿ ಉತ್ತರ ಕರ್ನಾಟಕ (ಲಿಂಗಾಯತ ನಾಯಕರು) ಮತ್ತು ಕರಾವಳಿ ಭಾಗದ ನಾಯಕತ್ವವೂ ಮುನ್ನೆಲೆಗೆ ಬಂತು.

ಕರ್ನಾಟಕ ರಾಜಕಾರಣದ ಇಬ್ಬರು ಧ್ರುವತಾರೆಗಳಾದ ಹೆಚ್.ಡಿ. ದೇವೇಗೌಡರು ಮತ್ತು ಬಿ.ಎಸ್. ಯಡಿಯೂರಪ್ಪ ಅವರ ಕುರಿತಾದ ಈ 'ಕೇಸ್ ಸ್ಟಡಿ'

ಕೇಸ್ ಸ್ಟಡಿ ೧: ಹೆಚ್.ಡಿ. ದೇವೇಗೌಡ - "ಮಣ್ಣಿನ ಮಗ ಮತ್ತು ಸಂಸದೀಯ ಪಟು"

ರಾಜಕೀಯ ತತ್ವ: ಪ್ರಾದೇಶಿಕ ಅಸ್ಮಿತೆ ಮತ್ತು ರೈತ ಕೇಂದ್ರಿತ ರಾಜಕಾರಣ.

* ಶೂನ್ಯದಿಂದ ಸಾಮ್ರಾಜ್ಯ: ಹಾಸನ ಜಿಲ್ಲೆಯ ಒಬ್ಬ ಸಾಮಾನ್ಯ ಇಂಜಿನಿಯರ್ ಆಗಿ ವೃತ್ತಿ ಆರಂಭಿಸಿ, ಪಕ್ಷೇತರ ಅಭ್ಯರ್ಥಿಯಾಗಿ ವಿಧಾನಸಭೆ ಪ್ರವೇಶಿಸಿ, ನಂತರ ಭಾರತದ ಪ್ರಧಾನಿ ಹುದ್ದೆಯವರೆಗೆ ಏರಿದ ಅಪರೂಪದ ಪಯಣ.

* ಪ್ರಮುಖ ಸಾಧನೆಗಳು:

* ನೀರಾವರಿ ಕ್ರಾಂತಿ: ಕೃಷ್ಣಾ ಮೇಲ್ದಂಡೆ ಯೋಜನೆ (UKP) ಮತ್ತು ಕಾವೇರಿ ನೀರಾವರಿ ಯೋಜನೆಗಳಿಗೆ ವೇಗ ನೀಡಿದ್ದು ಇವರ ದೊಡ್ಡ ಕೊಡುಗೆ.

* ಮೀಸಲಾತಿ: ಕರ್ನಾಟಕದಲ್ಲಿ ಹಿಂದುಳಿದ ವರ್ಗಗಳಿಗೆ ಮತ್ತು ಮುಸ್ಲಿಂ ಸಮುದಾಯಕ್ಕೆ 4% ಮೀಸಲಾತಿ ನೀಡುವಲ್ಲಿ ಇವರ ಪಾತ್ರ ನಿರ್ಣಾಯಕ.

* ರೈತ ಪರ ಹೋರಾಟ: ಕೃಷಿ ಪಂಪ್‌ಸೆಟ್‌ಗಳಿಗೆ ಉಚಿತ ವಿದ್ಯುತ್ ನೀಡುವ ಚಿಂತನೆಗೆ ಬಲ ನೀಡಿದವರು.

* ವಿಶ್ಲೇಷಣೆ: ದೇವೇಗೌಡರು 'ಹಳೆ ಮೈಸೂರು' ಭಾಗದ ಒಕ್ಕಲಿಗ ಸಮುದಾಯವನ್ನು ಪ್ರಬಲ ರಾಜಕೀಯ ಶಕ್ತಿಯನ್ನಾಗಿ ಸಂಘಟಿಸಿದ ರೀತಿಗೆ ಇಂದಿಗೂ ಪ್ರಾಮುಖ್ಯತೆಯಿದೆ.

ಕೇಸ್ ಸ್ಟಡಿ ೨: ಬಿ.ಎಸ್. ಯಡಿಯೂರಪ್ಪ - "ಸಂಘಟನಾ ಚತುರ ಮತ್ತು ದಕ್ಷಿಣದ ದಿಕ್ಸೂಚಿ"

ರಾಜಕೀಯ ತತ್ವ: ಶಿಸ್ತುಬದ್ಧ ಸಂಘಟನೆ ಮತ್ತು ರೈತ ಕಲ್ಯಾಣ.

* ಶೂನ್ಯದಿಂದ ಸಾಮ್ರಾಜ್ಯ: ಶಿಕಾರಿಪುರದ ಪುರಸಭೆ ಸದಸ್ಯರಾಗಿ ಆರಂಭಿಸಿ, ಸೈಕಲ್ ಮೇಲೆ ಹಳ್ಳಿ ಹಳ್ಳಿ ಸುತ್ತಿ ಬಿಜೆಪಿಯನ್ನು ಶೂನ್ಯದಿಂದ ಕಟ್ಟಿದವರು. ದಕ್ಷಿಣ ಭಾರತದಲ್ಲಿ ಮೊದಲ ಬಾರಿಗೆ ಬಿಜೆಪಿ ಸರ್ಕಾರವನ್ನು ಅಸ್ತಿತ್ವಕ್ಕೆ ತಂದ ಶ್ರೇಯಸ್ಸು ಇವರಿಗೆ ಸಲ್ಲುತ್ತದೆ.

* ಪ್ರಮುಖ ಸಾಧನೆಗಳು:

* ರೈತ ಬಜೆಟ್: ಭಾರತದಲ್ಲಿಯೇ ಮೊದಲ ಬಾರಿಗೆ ಪ್ರತ್ಯೇಕ 'ಕೃಷಿ ಬಜೆಟ್' ಮಂಡಿಸಿದ ಕೀರ್ತಿ ಇವರದ್ದು.

* ಭಾಗ್ಯಲಕ್ಷ್ಮಿ ಯೋಜನೆ: ಹೆಣ್ಣು ಮಕ್ಕಳ ಸಬಲೀಕರಣಕ್ಕಾಗಿ ತಂದ ಈ ಯೋಜನೆ ಇಂದಿಗೂ ಮನೆಮಾತಾಗಿದೆ.

* ನೈತಿಕ ಮತ್ತು ಮಠ-ಮಾನ್ಯಗಳ ಬೆಂಬಲ: ಉತ್ತರ ಕರ್ನಾಟಕದ ಲಿಂಗಾಯತ ಸಮುದಾಯ ಮತ್ತು ವಿವಿಧ ಮಠಗಳನ್ನು ರಾಜಕೀಯವಾಗಿ ಒಗ್ಗೂಡಿಸಿದ ಇವರ ತಂತ್ರಗಾರಿಕೆ ಅದ್ವಿತೀಯ.

ಸಿದ್ದರಾಮಯ್ಯ ಮತ್ತು ದೇವರಾಜ ಅರಸು ಇವರಿಬ್ಬರೂ ಕರ್ನಾಟಕದ ರಾಜಕಾರಣದಲ್ಲಿ 'ಸಾಮಾಜಿಕ ನ್ಯಾಯ' (Social Justice) ಎಂಬ ಪರಿಕಲ್ಪನೆಯನ್ನು ಗಟ್ಟಿಗೊಳಿಸಿದವರು. ಒಬ್ಬ M.A. Political Science ಪದವೀಧರರಾಗಿ ನೀವು ಇವರ ಬಗ್ಗೆ ಬರೆಯುವಾಗ 'ಅಹಿಂದ' (AHINDA) ವರ್ಗಗಳ ಸಬಲೀಕರಣ ಮತ್ತು ಸಂವಿಧಾನಾತ್ಮಕ ಮೌಲ್ಯಗಳ ಜಾರಿಯ ದೃಷ್ಟಿಕೋನದಿಂದ ವಿಶ್ಲೇಷಿಸುವುದು ನಿಮ್ಮ ಪುಸ್ತಕಕ್ಕೆ ಒಂದು ವಿಶೇಷ ತೂಕ ನೀಡುತ್ತದೆ.

ಕೇಸ್ ಸ್ಟಡಿ ೩: ಡಿ. ದೇವರಾಜ ಅರಸು - "ನಿಶ್ಯಬ್ದ ಕ್ರಾಂತಿಯ ಹರಿಕಾರ"

ರಾಜಕೀಯ ತತ್ವ: ಭೂ ಸುಧಾರಣೆ ಮತ್ತು ಹಿಂದುಳಿದ ವರ್ಗಗಳ ರಾಜಕೀಯ ಸಬಲೀಕರಣ.

* ಹಿನ್ನೆಲೆ: ಅರಸು ಅವರು ಕರ್ನಾಟಕ ರಾಜಕಾರಣದ ದಿಕ್ಕನ್ನೇ ಬದಲಿಸಿದವರು. ಬಲಿಷ್ಠ ಸಮುದಾಯಗಳ ಹಿಡಿತದಲ್ಲಿದ್ದ ಅಧಿಕಾರವನ್ನು ತಳಮಟ್ಟದ ಸಮುದಾಯಗಳಿಗೆ ತಲುಪಿಸಿದ ಶ್ರೇಯಸ್ಸು ಇವರಿಗೆ ಸಲ್ಲುತ್ತದೆ.

* ಪ್ರಮುಖ ಸಾಧನೆಗಳು:

* ಉಳುವವನೇ ಭೂಮಿಯ ಒಡೆಯ: ಈ ಕ್ರಾಂತಿಕಾರಕ ಕಾಯಿದೆಯ ಮೂಲಕ ಸಾವಿರಾರು ಭೂಹೀನ ದಲಿತರು ಮತ್ತು ಹಿಂದುಳಿದವರಿಗೆ ಭೂಮಿಯ ಹಕ್ಕನ್ನು ಕೊಡಿಸಿದರು.

* ಹಾವನೂರು ವರದಿ: ಹಿಂದುಳಿದ ವರ್ಗಗಳಿಗೆ ಮೊದಲ ಬಾರಿಗೆ ವ್ಯವಸ್ಥಿತವಾಗಿ ಮೀಸಲಾತಿ ಕಲ್ಪಿಸಲು ಹಾವನೂರು ಆಯೋಗ ನೇಮಿಸಿದರು.

* ಬಾಂಡ್ ಕಾರ್ಮಿಕ ಪದ್ಧತಿ ನಿರ್ಮೂಲನೆ: ಬಡವರನ್ನು ಶೋಷಣೆಯಿಂದ ಮುಕ್ತಗೊಳಿಸಲು ಕಠಿಣ ಕಾನೂನು ತಂದರು.

* ವಿಶ್ಲೇಷಣೆ: ಅರಸು ಅವರು ಕರ್ನಾಟಕದ ರಾಜಕಾರಣವನ್ನು 'ಜಾತಿ ಕೇಂದ್ರಿತ'ದಿಂದ 'ವರ್ಗ ಕೇಂದ್ರಿತ'ವಾಗಿ (Class-based politics) ಪರಿವರ್ತಿಸಿದ ಅಗ್ರಗಣ್ಯ ನಾಯಕ.

ಕೇಸ್ ಸ್ಟಡಿ ೪: ಸಿದ್ದರಾಮಯ್ಯ - "ಅಹಿಂದ ಜಾಗೃತಿ ಮತ್ತು ಜನಪ್ರಿಯ ಯೋಜನೆಗಳ ಪರ್ವ"

ರಾಜಕೀಯ ತತ್ವ: ಅಹಿಂದ (ಅಲ್ಪಸಂಖ್ಯಾತ, ಹಿಂದುಳಿದ, ದಲಿತ) ಏಳಿಗೆ ಮತ್ತು ಭಾಗ್ಯಗಳ ಆಡಳಿತ.

* ಶೂನ್ಯದಿಂದ ಸಾಮ್ರಾಜ್ಯ: ವಕೀಲ ವೃತ್ತಿಯಿಂದ ಆರಂಭಿಸಿ, ಲೋಕದಳದ ಮೂಲಕ ಜನತಾ ಪರಿವಾರದಲ್ಲಿ ಬೆಳೆದು, ಇಂದು ಕಾಂಗ್ರೆಸ್‌ನ ಅತ್ಯಂತ ಪ್ರಭಾವಿ ನಾಯಕರಾಗಿ ಹೊರಹೊಮ್ಮಿದವರು. ಹಣಕಾಸು ಸಚಿವರಾಗಿ ೧೫ಕ್ಕೂ ಹೆಚ್ಚು ಬಜೆಟ್ ಮಂಡಿಸಿದ ದಾಖಲೆ ಇವರದ್ದು.

* ಪ್ರಮುಖ ಸಾಧನೆಗಳು:

* ಅನ್ನಭಾಗ್ಯ ಮತ್ತು ಕ್ಷೀರಭಾಗ್ಯ: ಹಸಿವು ಮುಕ್ತ ಕರ್ನಾಟಕದ ಕನಸಿನೊಂದಿಗೆ ಜಾರಿಗೆ ತಂದ ಈ ಯೋಜನೆಗಳು ಇಂದಿಗೂ ಇವರ ದೊಡ್ಡ ಗುರುತು.

* ಪಂಚ ಗ್ಯಾರಂಟಿಗಳು: ೨೦೨೩ರ ಚುನಾವಣೆಯಲ್ಲಿ ಇವರು ತಂದ ಐದು ಗ್ಯಾರಂಟಿಗಳು ಭಾರತದ ರಾಜಕಾರಣದಲ್ಲಿ 'ವೆಲ್ಫೇರ್ ಎಕನಾಮಿಕ್ಸ್' (Welfare Economics) ಬಗ್ಗೆ ಹೊಸ ಚರ್ಚೆ ಹುಟ್ಟುಹಾಕಿವೆ.

* ಜಾತಿ ಗಣತಿ: ಸಮಾಜದ ಕಟ್ಟಕಡೆಯ ಮನುಷ್ಯನಿಗೆ ಸೌಲಭ್ಯ ಸಿಗಬೇಕೆಂಬ ಉದ್ದೇಶದಿಂದ ಸಾಮಾಜಿಕ-ಶೈಕ್ಷಣಿಕ ಸಮೀಕ್ಷೆ ನಡೆಸಿದ ಧೈರ್ಯ ಇವರದ್ದು.

* ವಿಶ್ಲೇಷಣೆ: ಸಿದ್ದರಾಮಯ್ಯ ಅವರು ದೇವರಾಜ ಅರಸು ಅವರ 'ಅಹಿಂದ' ತತ್ವವನ್ನು ಇಂದಿನ ಡಿಜಿಟಲ್ ಯುಗಕ್ಕೆ ಮರುರೂಪ ನೀಡಿದವರು.

ಭವಿಷ್ಯದ ರಾಜಕೀಯವು ಕೇವಲ ಜಾತಿಯ ಮೇಲೆ ನಿಲ್ಲದೆ, ತಂತ್ರಜ್ಞಾನ ಮತ್ತು ಆರ್ಥಿಕತೆಯ ಮೇಲೆ ಹೇಗೆ ಬದಲಾಗಲಿದೆ ಎಂಬ ಬಗ್ಗೆ ಈ ಕೆಳಗಿನ ಡೇಟಾ ಮತ್ತು ಅಂಶಗಳನ್ನು ಇಲ್ಲಿ ವಿವರಿಸಲಾಗಿದೆ.

: ಕರ್ನಾಟಕ ರಾಜಕಾರಣ - ಮುಂದಿನ ದಶಕದ ಮುನ್ನೋಟ (2026 - 2036)

೧. ನಾಯಕತ್ವದ ಬದಲಾವಣೆ (Transition of Leadership)

ಮುಂದಿನ ೧೦ ವರ್ಷಗಳಲ್ಲಿ ಹಿರಿಯ ನಾಯಕರ ಪರ್ವ ಮುಗಿದು, ಎರಡನೇ ಮತ್ತು ಮೂರನೇ ಹಂತದ ನಾಯಕರು (Next-Gen Leaders) ಮುನ್ನೆಲೆಗೆ ಬರಲಿದ್ದಾರೆ. ಇದು ಕೇವಲ ವಂಶಪಾರಂಪರ್ಯ ರಾಜಕಾರಣವಾಗದೆ, ವೃತ್ತಿಪರತೆ (Professionalism) ಕಡೆಗೆ ಸಾಗುವ ಲಕ್ಷಣಗಳಿವೆ.

೧. ಡಿಜಿಟಲ್ ರಾಜಕಾರಣ ಮತ್ತು ಡೇಟಾ (Data-Driven Politics)

ಚುನಾವಣೆಗಳು ಇನ್ನು ಮುಂದೆ ಕೇವಲ ಭಾಷಣಗಳಿಂದ ಗೆಲ್ಲಲಾಗುವುದಿಲ್ಲ.

* ಡೇಟಾ ಅನಾಲಿಟಿಕ್ಸ್: ಮತದಾರರ ಮನಸ್ಥಿತಿಯನ್ನು ಅರಿಯಲು ಎಐ (AI) ಮತ್ತು ಬಿಗ್ ಡೇಟಾ ಬಳಕೆ ಹೆಚ್ಚಾಗಲಿದೆ.

* ಸೋಶಿಯಲ್ ಮೀಡಿಯಾ: ಅಭ್ಯರ್ಥಿಯ ವ್ಯಕ್ತಿತ್ವಕ್ಕಿಂತ ಅವರ 'ಡಿಜಿಟಲ್ ಇಮೇಜ್' ಮತಗಳನ್ನು ನಿರ್ಧರಿಸುವ ಕಾಲ ಬರಲಿದೆ.

೩. ಅಭಿವೃದ್ಧಿ Vs ಗ್ಯಾರಂಟಿ ಯೋಜನೆಗಳು (Development Vs Welfare)

ಮುಂದಿನ ದಶಕದಲ್ಲಿ ಕರ್ನಾಟಕದ ಬಜೆಟ್ ಮೇಲೆ 'ಗ್ಯಾರಂಟಿ ಯೋಜನೆಗಳ' ಪ್ರಭಾವ ಹೆಚ್ಚಿರಲಿದೆ.

* ರಾಜ್ಯದ ಸಾಲದ ಹೊರೆ ಮತ್ತು ಮೂಲಭೂತ ಸೌಕರ್ಯಗಳ (Infrastructure) ನಡುವಿನ ಸಮತೋಲನ ಕಾಯ್ದುಕೊಳ್ಳುವುದು ಮುಂದಿನ ಮುಖ್ಯಮಂತ್ರಿಗಳಿಗೆ ದೊಡ್ಡ ಸವಾಲಾಗಲಿದೆ.

* ಬೆಂಗಳೂರು ಕೇಂದ್ರಿತ ರಾಜಕಾರಣವು ಹಂತ-ಹಂತವಾಗಿ ಎರಡನೇ ಹಂತದ ನಗರಗಳಿಗೆ (ಮೈಸೂರು, ಹುಬ್ಬಳ್ಳಿ, ಕಲ್ಬುರ್ಗಿ) ವಿಸ್ತರಣೆಯಾಗಬೇಕಾದ ಅನಿವಾರ್ಯತೆ ಸೃಷ್ಟಿಯಾಗಲಿದೆ.

೪. ಪ್ರಾದೇಶಿಕ ಅಸ್ಮಿತೆ ಮತ್ತು ಒಕ್ಕೂಟ ವ್ಯವಸ್ಥೆ

ಕೇಂದ್ರ ಮತ್ತು ರಾಜ್ಯಗಳ ನಡುವಿನ ತೆರಿಗೆ ಹಂಚಿಕೆ (Tax Devolution) ಮತ್ತು ಭಾಷಾ ಅಸ್ಮಿತೆಯ ವಿಷಯಗಳು ಮುಂದಿನ ಹತ್ತು ವರ್ಷಗಳಲ್ಲಿ ಪ್ರಬಲ ರಾಜಕೀಯ ಅಸ್ತ್ರಗಳಾಗಲಿವೆ. ಕರ್ನಾಟಕದ ಹಿತಾಸಕ್ತಿ ಕಾಯುವ 'ಕನ್ನಡ ಅಸ್ಮಿತೆ'ಯ ರಾಜಕಾರಣ ಹೊಸ ರೂಪ ಪಡೆಯಲಿದೆ.ಒಬ್ಬ ನಾಯಕನ ಗೆಲುವಿಗಿಂತಲೂ ಆತನ 'ಸೋಲು' ಮತ್ತು ಆ ಸೋಲಿನಿಂದ ಆತ ಹೇಗೆ ಎದ್ದು ಬಂದ ಎಂಬುದು ಹೆಚ್ಚಿನ ಪಾಠಗಳನ್ನು ಕಲಿಸುತ್ತದೆ.

ಅಧಿಕಾರದ ಏರಿಳಿತ - ಸೋಲು ಮತ್ತು ಗೆಲುವಿನ ರಾಜಕೀಯ ಪಾಠಗಳು

ಕರ್ನಾಟಕದ ರಾಜಕೀಯ ಇತಿಹಾಸದಲ್ಲಿ ಅಧಿಕಾರ ಎಂಬುದು ಯಾರಿಗೂ ಸುಲಭವಾಗಿ ಒಲಿದಿಲ್ಲ. ಇಲ್ಲಿ ವಿಶ್ಲೇಷಿಸಲಾದ ನಾಲ್ವರು ನಾಯಕರು ಕೂಡ ಅತ್ಯಂತ ಹೀನಾಯ ಸೋಲುಗಳನ್ನು ಕಂಡು,

ನಂತರ ಫೀನಿಕ್ಸ್ ಹಕ್ಕಿಯಂತೆ ಎದ್ದು ಬಂದವರು.

೧. ಡಿ. ದೇವರಾಜ ಅರಸು: ಅಧಿಕಾರ ಮತ್ತು ಒಂಟಿತನದ ಹೋರಾಟ

* ಗೆಲುವಿನ ಶಿಖರ: ೧೯೭೨ ಮತ್ತು ೧೯೭೮ರಲ್ಲಿ ಅರಸು ಅವರು ಸತತವಾಗಿ ಕಾಂಗ್ರೆಸ್ ಅನ್ನು ಅಧಿಕಾರಕ್ಕೆ ತಂದರು. ಇಂದಿರಾ ಗಾಂಧಿಯವರ ತುರ್ತುಪರಿಸ್ಥಿತಿಯ ನಂತರವೂ ಕರ್ನಾಟಕದಲ್ಲಿ ಕಾಂಗ್ರೆಸ್ ಉಳಿಯಲು ಅರಸು ಅವರ 'ಅಹಿಂದ' ಪ್ರಯೋಗವೇ ಕಾರಣವಾಗಿತ್ತು.

* ಸೋಲಿನ ಕಹಿ: ಅಧಿಕಾರದ ಉತ್ತುಂಗದಲ್ಲಿದ್ದಾಗಲೇ ಇಂದಿರಾ ಗಾಂಧಿಯವರೊಂದಿಗೆ ಉಂಟಾದ ಭಿನ್ನಾಭಿಪ್ರಾಯದಿಂದ ಅವರು ಕಾಂಗ್ರೆಸ್ ತೊರೆದು 'ಕಾಂಗ್ರೆಸ್ (ಯು)' ಕಟ್ಟಿದರು. ೧೯೮೦ರ ಲೋಕಸಭಾ ಚುನಾವಣೆಯಲ್ಲಿ ಅವರು ತಮ್ಮ ಸ್ವಂತ ಜಿಲ್ಲೆಯಾದ ಮೈಸೂರಿನಲ್ಲೂ ಗೆಲ್ಲಲಾಗಲಿಲ್ಲ.

* ವಿಶ್ಲೇಷಣೆ: ಅರಸು ಅವರ ಸೋಲಿಗೆ ಕಾರಣ 'ವೈಯಕ್ತಿಕ ವರ್ಚಸ್ಸು' ವರ್ಸಸ್ 'ಪಕ್ಷದ ವರ್ಚಸ್ಸು'. ಅವರು ಪಕ್ಷಕ್ಕಿಂತ ದೊಡ್ಡವರಾಗಲು ಪ್ರಯತ್ನಿಸಿದಾಗ ಮತದಾರರು ಅವರನ್ನು ಕೈಬಿಟ್ಟರು. ಆದರೆ ಅವರು ಬಿತ್ತಿದ ಸಾಮಾಜಿಕ ನ್ಯಾಯದ ಬೀಜ ಇಂದಿಗೂ ಸಜೀವವಾಗಿದೆ.

೨. ಹೆಚ್.ಡಿ. ದೇವೇಗೌಡ: ಅನಿರೀಕ್ಷಿತ ಏರಿಕೆ ಮತ್ತು ಪ್ರಾದೇಶಿಕ ಅಳಿವು-ಉಳಿವಿನ ಸಂಘರ್ಷ

* ಗೆಲುವಿನ ಶಿಖರ: ೧೯೯೪ರಲ್ಲಿ ಜನತಾ ದಳಕ್ಕೆ ಭರ್ಜರಿ ಬಹುಮತ ತಂದು ಮುಖ್ಯಮಂತ್ರಿಯಾದ ಗೌಡರು, ನಂತರ ಅನಿರೀಕ್ಷಿತವಾಗಿ ಭಾರತದ ಪ್ರಧಾನ ಮಂತ್ರಿಯಾದರು. ದಕ್ಷಿಣ ಭಾರತದ ರೈತ ನಾಯಕನೊಬ್ಬ ದೆಹಲಿಯ ಕೆಂಪುಕೋಟೆಯ ಮೇಲೆ ಬಾವುಟ ಹಾರಿಸಿದ್ದು ಅವರ ಬದುಕಿನ ಅತ್ಯುನ್ನತ ಗೆಲುವು.

* ಸೋಲಿನ ಕಹಿ: ೧೯೮೯ರ ವಿಧಾನಸಭಾ ಚುನಾವಣೆಯಲ್ಲಿ ಗೌಡರು ತಾವು ಸ್ಪರ್ಧಿಸಿದ್ದ ಎರಡು ಕ್ಷೇತ್ರಗಳಲ್ಲೂ (ಹೊಳೆನರಸೀಪುರ ಮತ್ತು ಕನಕಪುರ) ಸೋತಿದ್ದರು. ಅಂದು ಅವರ ರಾಜಕೀಯ ಜೀವನ ಮುಗಿಯಿತು ಎಂದವರೇ ಹೆಚ್ಚು. ಆದರೆ ಅವರು ಮತ್ತೆ ಸಂಘಟನೆಯ ಮೂಲಕ ಎದ್ದು ಬಂದರು. ಇತ್ತೀಚಿನ ೨೦೧೯ರ ಲೋಕಸಭಾ ಚುನಾವಣೆಯ ಸೋಲು ಕೂಡ ಅವರ ಸುದೀರ್ಘ ಪಯಣದ ಒಂದು ಭಾಗ.

* ವಿಶ್ಲೇಷಣೆ: ಗೌಡರ ಗೆಲುವಿಗೆ ಕಾರಣ ಅವರ 'ಛಲ' ಮತ್ತು 'ರೈತ ಪರ ಕಾಳಜಿ'. ಅವರ ಸೋಲುಗಳಿಗೆ ಕಾರಣ ಕುಟುಂಬ ರಾಜಕಾರಣದ ಮೇಲಿನ ಆರೋಪಗಳು ಮತ್ತು ರಾಷ್ಟ್ರೀಯ ಪಕ್ಷಗಳ ತಂತ್ರಗಾರಿಕೆ.

೩. ಬಿ.ಎಸ್. ಯಡಿಯೂರಪ್ಪ: ಪ್ರತಿಭಟನೆಯೇ ಗೆಲುವಿನ ಸೋಪಾನ

* ಗೆಲುವಿನ ಶಿಖರ: ೨೦೦೮ರಲ್ಲಿ ದಕ್ಷಿಣ ಭಾರತದ ಮೊದಲ ಬಿಜೆಪಿ ಸರ್ಕಾರ ರಚಿಸಿದ್ದು ಯಡಿಯೂರಪ್ಪ ಅವರ ಐತಿಹಾಸಿಕ ಗೆಲುವು. ಆಪರೇಷನ್ ಕಮಲದಂತಹ ವಿವಾದಗಳ ನಡುವೆಯೂ ಅವರು 'ಜನಪ್ರಿಯ ನಾಯಕ'ನಾಗಿ ಹೊರಹೊಮ್ಮಿದರು.

* ಸೋಲಿನ ಕಹಿ: ೨೦೧೩ರಲ್ಲಿ ಬಿಜೆಪಿ ತೊರೆದು ಕೆಜೆಪಿ (KJP) ಕಟ್ಟಿದಾಗ ಅವರು ಕೇವಲ ೬ ಸ್ಥಾನ ಗೆಲ್ಲಲಷ್ಟೇ ಶಕ್ತರಾದರು. ಆದರೆ ಅವರು ಬಿಜೆಪಿಯ ಮತಗಳನ್ನು ಸೀಳುವ ಮೂಲಕ ಬಿಜೆಪಿಯನ್ನೇ ಸೋಲಿಸಿದರು. ಭ್ರಷ್ಟಾಚಾರದ ಆರೋಪದ ಮೇಲೆ ಜೈಲಿಗೆ ಹೋಗಬೇಕಾಗಿ ಬಂದದ್ದು ಅವರ ಜೀವನದ ಕಪ್ಪು ಚುಕ್ಕೆ.

* ವಿಶ್ಲೇಷಣೆ: ಯಡಿಯೂರಪ್ಪ ಅವರ ಗೆಲುವಿನ ರಹಸ್ಯ 'ಹೋರಾಟ'. ಅವರು ಪ್ರತಿಪಕ್ಷದಲ್ಲಿದ್ದಾಗ ಮಾಡಿದ ಸೈಕಲ್ ಜಾಥಾ, ಪಾದಯಾತ್ರೆಗಳು ಅವರನ್ನು ಜನರ ಹತ್ತಿರಕ್ಕೆ ಕೊಂಡೊಯ್ದವು. ಸೋಲು ಅವರಿಗೆ 'ಪಕ್ಷ ನಿಷ್ಠೆ'ಯ ಮಹತ್ವವನ್ನು ಕಲಿಸಿತು.

೪. ಸಿದ್ದರಾಮಯ್ಯ: ಸೈದ್ಧಾಂತಿಕ ಹಠ ಮತ್ತು ಚುನಾವಣಾ ತಂತ್ರಗಾರಿಕೆ

* ಗೆಲುವಿನ ಶಿಖರ: ೨೦೧೩ರಲ್ಲಿ ಪೂರ್ಣ ಬಹುಮತದೊಂದಿಗೆ ಸರ್ಕಾರ ರಚಿಸಿ ೫ ವರ್ಷಗಳ ಕಾಲ ಯಶಸ್ವಿ ಆಡಳಿತ ನೀಡಿದ್ದು ಇವರ ಸಾಧನೆ. ೨೦೨೩ರಲ್ಲಿ ಮತ್ತೆ ೧೩೫ ಸ್ಥಾನಗಳೊಂದಿಗೆ ಅಧಿಕಾರಕ್ಕೆ ಬಂದದ್ದು ಇವರ ಜನಪ್ರಿಯತೆಗೆ ಸಾಕ್ಷಿ.

* ಸೋಲಿನ ಕಹಿ: ೨೦೧೮ರ ಚುನಾವಣೆಯಲ್ಲಿ ಚಾಮುಂಡೇಶ್ವರಿ ಕ್ಷೇತ್ರದಲ್ಲಿ ಭಾರೀ ಅಂತರದಿಂದ ಸೋತಿದ್ದು ಮತ್ತು ಬಾದಾಮಿಯಲ್ಲಿ ಕಷ್ಟಪಟ್ಟು ಗೆದ್ದಿದ್ದು ಇವರ ರಾಜಕೀಯ ಜೀವನದ ಅತಿ ದೊಡ್ಡ ಹಿನ್ನಡೆ. ತಮ್ಮದೇ ಸರ್ಕಾರದ ಹಿರಿಯ ನಾಯಕರ ವಿರೋಧ ಇವರ ಸೋಲಿಗೆ ಕಾರಣವಾಯಿತು.

* ವಿಶ್ಲೇಷಣೆ: ಸಿದ್ದರಾಮಯ್ಯನವರ ಗೆಲುವಿಗೆ 'ಅಹಿಂದ' ಸಂಘಟನೆ ಮತ್ತು ಜನಪರ ಯೋಜನೆಗಳು ಕಾರಣ. ಅವರ ಸೋಲಿಗೆ ಕಾರಣ 'ಸಮುದಾಯಗಳ ನಡುವಿನ ಧ್ರುವೀಕರಣ' ಮತ್ತು ಕೆಲವು ವಿವಾದಾತ್ಮಕ ನಿರ್ಧಾರಗಳು (ಉದಾ: ಲಿಂಗಾಯತ ಧರ್ಮದ ವಿವಾದ).

ಒಬ್ಬ ನಾಯಕನ ಗೆಲುವಿಗಿಂತಲೂ ಆತನ 'ಸೋಲು' ಮತ್ತು ಆ ಸೋಲಿನಿಂದ ಆತ ಹೇಗೆ ಎದ್ದು ಬಂದ ಎಂಬುದು ಹೆಚ್ಚಿನ ಪಾಠಗಳನ್ನು ಕಲಿಸುತ್ತದೆ.

ಅಧ್ಯಾಯ: ಅಧಿಕಾರದ ಏರಿಳಿತ - ಸೋಲು ಮತ್ತು ಗೆಲುವಿನ ರಾಜಕೀಯ ಪಾಠಗಳು

ಕರ್ನಾಟಕದ ರಾಜಕೀಯ ಇತಿಹಾಸದಲ್ಲಿ ಅಧಿಕಾರ ಎಂಬುದು ಯಾರಿಗೂ ಸುಲಭವಾಗಿ ಒಲಿದಿಲ್ಲ. ಇಲ್ಲಿ ವಿಶ್ಲೇಷಿಸಲಾದ ನಾಲ್ವರು ನಾಯಕರು ಕೂಡ ಅತ್ಯಂತ ಹೀನಾಯ ಸೋಲುಗಳನ್ನು ಕಂಡು, ನಂತರ ಫೀನಿಕ್ಸ್ ಹಕ್ಕಿಯಂತೆ ಎದ್ದು ಬಂದವರು.

೧. ಡಿ. ದೇವರಾಜ ಅರಸು: ಅಧಿಕಾರ ಮತ್ತು ಒಂಟಿತನದ ಹೋರಾಟ

* ಗೆಲುವಿನ ಶಿಖರ: ೧೯೭೨ ಮತ್ತು ೧೯೭೮ರಲ್ಲಿ ಅರಸು ಅವರು ಸತತವಾಗಿ ಕಾಂಗ್ರೆಸ್ ಅನ್ನು ಅಧಿಕಾರಕ್ಕೆ ತಂದರು. ಇಂದಿರಾ ಗಾಂಧಿಯವರ ತುರ್ತುಪರಿಸ್ಥಿತಿಯ ನಂತರವೂ ಕರ್ನಾಟಕದಲ್ಲಿ ಕಾಂಗ್ರೆಸ್ ಉಳಿಯಲು ಅರಸು ಅವರ 'ಅಹಿಂದ' ಪ್ರಯೋಗವೇ ಕಾರಣವಾಗಿತ್ತು.

* ಸೋಲಿನ ಕಹಿ: ಅಧಿಕಾರದ ಉತ್ತುಂಗದಲ್ಲಿದ್ದಾಗಲೇ ಇಂದಿರಾ ಗಾಂಧಿಯವರೊಂದಿಗೆ ಉಂಟಾದ ಭಿನ್ನಾಭಿಪ್ರಾಯದಿಂದ ಅವರು ಕಾಂಗ್ರೆಸ್ ತೊರೆದು 'ಕಾಂಗ್ರೆಸ್ (ಯು)' ಕಟ್ಟಿದರು. ೧೯೮೦ರ ಲೋಕಸಭಾ ಚುನಾವಣೆಯಲ್ಲಿ ಅವರು ತಮ್ಮ ಸ್ವಂತ ಜಿಲ್ಲೆಯಾದ ಮೈಸೂರಿನಲ್ಲೂ ಗೆಲ್ಲಲಾಗಲಿಲ್ಲ.

* ವಿಶ್ಲೇಷಣೆ: ಅರಸು ಅವರ ಸೋಲಿಗೆ ಕಾರಣ 'ವೈಯಕ್ತಿಕ ವರ್ಚಸ್ಸು' ವರ್ಸಸ್ 'ಪಕ್ಷದ ವರ್ಚಸ್ಸು'. ಅವರು ಪಕ್ಷಕ್ಕಿಂತ ದೊಡ್ಡವರಾಗಲು ಪ್ರಯತ್ನಿಸಿದಾಗ ಮತದಾರರು ಅವರನ್ನು ಕೈಬಿಟ್ಟರು. ಆದರೆ ಅವರು ಬಿತ್ತಿದ ಸಾಮಾಜಿಕ ನ್ಯಾಯದ ಬೀಜ ಇಂದಿಗೂ ಸಜೀವವಾಗಿದೆ.

೨. ಹೆಚ್.ಡಿ. ದೇವೇಗೌಡ: ಅನಿರೀಕ್ಷಿತ ಏರಿಕೆ ಮತ್ತು ಪ್ರಾದೇಶಿಕ ಅಳಿವು-ಉಳಿವಿನ ಸಂಘರ್ಷ

* ಗೆಲುವಿನ ಶಿಖರ: ೧೯೯೪ರಲ್ಲಿ ಜನತಾ ದಳಕ್ಕೆ ಭರ್ಜರಿ ಬಹುಮತ ತಂದು ಮುಖ್ಯಮಂತ್ರಿಯಾದ ಗೌಡರು, ನಂತರ ಅನಿರೀಕ್ಷಿತವಾಗಿ ಭಾರತದ ಪ್ರಧಾನ ಮಂತ್ರಿಯಾದರು. ದಕ್ಷಿಣ ಭಾರತದ ರೈತ ನಾಯಕನೊಬ್ಬ ದೆಹಲಿಯ ಕೆಂಪುಕೋಟೆಯ ಮೇಲೆ ಬಾವುಟ ಹಾರಿಸಿದ್ದು ಅವರ ಬದುಕಿನ ಅತ್ಯುನ್ನತ ಗೆಲುವು.

* ಸೋಲಿನ ಕಹಿ: ೧೯೮೯ರ ವಿಧಾನಸಭಾ ಚುನಾವಣೆಯಲ್ಲಿ ಗೌಡರು ತಾವು ಸ್ಪರ್ಧಿಸಿದ್ದ ಎರಡು ಕ್ಷೇತ್ರಗಳಲ್ಲೂ (ಹೊಳೆನರಸೀಪುರ ಮತ್ತು ಕನಕಪುರ) ಸೋತಿದ್ದರು. ಅಂದು ಅವರ ರಾಜಕೀಯ ಜೀವನ ಮುಗಿಯಿತು ಎಂದವರೇ ಹೆಚ್ಚು. ಆದರೆ ಅವರು ಮತ್ತೆ ಸಂಘಟನೆಯ ಮೂಲಕ ಎದ್ದು ಬಂದರು. ಇತ್ತೀಚಿನ ೨೦೧೯ರ ಲೋಕಸಭಾ ಚುನಾವಣೆಯ ಸೋಲು ಕೂಡ ಅವರ ಸುದೀರ್ಘ ಪಯಣದ ಒಂದು ಭಾಗ.

* ವಿಶ್ಲೇಷಣೆ: ಗೌಡರ ಗೆಲುವಿಗೆ ಕಾರಣ ಅವರ 'ಛಲ' ಮತ್ತು 'ರೈತ ಪರ ಕಾಳಜಿ'. ಅವರ ಸೋಲುಗಳಿಗೆ ಕಾರಣ ಕುಟುಂಬ ರಾಜಕಾರಣದ ಮೇಲಿನ ಆರೋಪಗಳು ಮತ್ತು ರಾಷ್ಟ್ರೀಯ ಪಕ್ಷಗಳ ತಂತ್ರಗಾರಿಕೆ.

೩. ಬಿ.ಎಸ್. ಯಡಿಯೂರಪ್ಪ: ಪ್ರತಿಭಟನೆಯೇ ಗೆಲುವಿನ ಸೋಪಾನ

* ಗೆಲುವಿನ ಶಿಖರ: ೨೦೦೮ರಲ್ಲಿ ದಕ್ಷಿಣ ಭಾರತದ ಮೊದಲ ಬಿಜೆಪಿ ಸರ್ಕಾರ ರಚಿಸಿದ್ದು ಯಡಿಯೂರಪ್ಪ ಅವರ ಐತಿಹಾಸಿಕ ಗೆಲುವು. ಆಪರೇಷನ್ ಕಮಲದಂತಹ ವಿವಾದಗಳ ನಡುವೆಯೂ ಅವರು 'ಜನಪ್ರಿಯ ನಾಯಕ'ನಾಗಿ ಹೊರಹೊಮ್ಮಿದರು.

* ಸೋಲಿನ ಕಹಿ: ೨೦೧೩ರಲ್ಲಿ ಬಿಜೆಪಿ ತೊರೆದು ಕೆಜೆಪಿ (KJP) ಕಟ್ಟಿದಾಗ ಅವರು ಕೇವಲ ೬ ಸ್ಥಾನ ಗೆಲ್ಲಲಷ್ಟೇ ಶಕ್ತರಾದರು. ಆದರೆ ಅವರು ಬಿಜೆಪಿಯ ಮತಗಳನ್ನು ಸೀಳುವ ಮೂಲಕ ಬಿಜೆಪಿಯನ್ನೇ ಸೋಲಿಸಿದರು. ಭ್ರಷ್ಟಾಚಾರದ ಆರೋಪದ ಮೇಲೆ ಜೈಲಿಗೆ ಹೋಗಬೇಕಾಗಿ ಬಂದದ್ದು ಅವರ ಜೀವನದ ಕಪ್ಪು ಚುಕ್ಕೆ.

* ವಿಶ್ಲೇಷಣೆ: ಯಡಿಯೂರಪ್ಪ ಅವರ ಗೆಲುವಿನ ರಹಸ್ಯ 'ಹೋರಾಟ'. ಅವರು ಪ್ರತಿಪಕ್ಷದಲ್ಲಿದ್ದಾಗ ಮಾಡಿದ ಸೈಕಲ್ ಜಾಥಾ, ಪಾದಯಾತ್ರೆಗಳು ಅವರನ್ನು ಜನರ ಹತ್ತಿರಕ್ಕೆ ಕೊಂಡೊಯ್ದವು. ಸೋಲು ಅವರಿಗೆ 'ಪಕ್ಷ ನಿಷ್ಠೆ'ಯ ಮಹತ್ವವನ್ನು ಕಲಿಸಿತು.

೪. ಸಿದ್ದರಾಮಯ್ಯ: ಸೈದ್ಧಾಂತಿಕ ಹಠ ಮತ್ತು ಚುನಾವಣಾ ತಂತ್ರಗಾರಿಕೆ

* ಗೆಲುವಿನ ಶಿಖರ: ೨೦೧೩ರಲ್ಲಿ ಪೂರ್ಣ ಬಹುಮತದೊಂದಿಗೆ ಸರ್ಕಾರ ರಚಿಸಿ ೫ ವರ್ಷಗಳ ಕಾಲ ಯಶಸ್ವಿ ಆಡಳಿತ ನೀಡಿದ್ದು ಇವರ ಸಾಧನೆ. ೨೦೨೩ರಲ್ಲಿ ಮತ್ತೆ ೧೩೫ ಸ್ಥಾನಗಳೊಂದಿಗೆ ಅಧಿಕಾರಕ್ಕೆ ಬಂದದ್ದು ಇವರ ಜನಪ್ರಿಯತೆಗೆ ಸಾಕ್ಷಿ.

* ಸೋಲಿನ ಕಹಿ: ೨೦೧೮ರ ಚುನಾವಣೆಯಲ್ಲಿ ಚಾಮುಂಡೇಶ್ವರಿ ಕ್ಷೇತ್ರದಲ್ಲಿ ಭಾರೀ ಅಂತರದಿಂದ ಸೋತಿದ್ದು ಮತ್ತು ಬಾದಾಮಿಯಲ್ಲಿ ಕಷ್ಟಪಟ್ಟು ಗೆದ್ದಿದ್ದು ಇವರ ರಾಜಕೀಯ ಜೀವನದ ಅತಿ ದೊಡ್ಡ ಹಿನ್ನಡೆ. ತಮ್ಮದೇ ಸರ್ಕಾರದ ಹಿರಿಯ ನಾಯಕರ ವಿರೋಧ ಇವರ ಸೋಲಿಗೆ ಕಾರಣವಾಯಿತು.

* ವಿಶ್ಲೇಷಣೆ: ಸಿದ್ದರಾಮಯ್ಯನವರ ಗೆಲುವಿಗೆ 'ಅಹಿಂದ' ಸಂಘಟನೆ ಮತ್ತು ಜನಪರ ಯೋಜನೆಗಳು ಕಾರಣ. ಅವರ ಸೋಲಿಗೆ ಕಾರಣ 'ಸಮುದಾಯಗಳ ನಡುವಿನ ಧ್ರುವೀಕರಣ' ಮತ್ತು ಕೆಲವು ವಿವಾದಾತ್ಮಕ ನಿರ್ಧಾರಗಳು (ಉದಾ: ಲಿಂಗಾಯತ ಧರ್ಮದ ವಿವಾದ).

ಸಾರಾಂಶ: ಲೇಖಕನ ದೃಷ್ಟಿಕೋನ

ಈ ನಾಲ್ವರು ನಾಯಕರ ಸೋಲು-ಗೆಲುವುಗಳನ್ನು ಗಮನಿಸಿದಾಗ ನಮಗೆ ಮೂರು ಅಂಶಗಳು ಸ್ಪಷ್ಟವಾಗುತ್ತವೆ:

* ಜಾತಿ ಮತ್ತು ಸಿದ್ಧಾಂತ: ಕರ್ನಾಟಕದಲ್ಲಿ ಕೇವಲ ಜಾತಿ ಸಾಕಾಗುವುದಿಲ್ಲ, ಅದರ ಜೊತೆಗೆ ಒಂದು ಗಟ್ಟಿಯಾದ ಸಿದ್ಧಾಂತ ಅಥವಾ ಜನಪರ ಯೋಜನೆ ಇರಬೇಕು.

* ಛಲ: ಸೋತಾಗ ಮನೆಯಲ್ಲಿ ಕುಳಿತುಕೊಳ್ಳುವ ನಾಯಕ ಇಲ್ಲಿ ಬೆಳೆಯಲಾರ. ಜನರ ನಡುವೆ ಹೋಗುವವನೇ ಮತ್ತೆ ಗೆಲ್ಲುತ್ತಾನೆ.

ಅಂತಿಮ ಪುಟ: ನಾಯಕತ್ವ ಎನ್ನುವುದು ಒಂದು ನಿರಂತರ ಪಯಣ

ಈ ಪುಸ್ತಕದ ಪುಟಗಳನ್ನು ತಿರುವಿ ಹಾಕಿದಾಗ ನಮಗೆ ಕಾಣಿಸುವುದು ಕೇವಲ ವ್ಯಕ್ತಿಗಳಲ್ಲ, ಬದಲಾಗಿ ಒಂದು ನಾಡಿನ ಏಳಿಗೆಗಾಗಿ ಮಿಡಿದ ಹತ್ತಾರು ಕನಸುಗಳು. ನಾವು ಚರ್ಚಿಸಿದ ಪ್ರತಿಯೊಬ್ಬ ನಾಯಕನೂ ಸಮಾಜದ ಒಂದೊಂದು ಮುಖವನ್ನು ಪ್ರತಿನಿಧಿಸುತ್ತಾರೆ. ದೇವರಾಜ ಅರಸು ಅವರ ಸಾಮಾಜಿಕ ಸಮಾನತೆ, ಯಡಿಯೂರಪ್ಪ ಅವರ ಮಣ್ಣಿನ ಭಕ್ತಿ, ಸಿದ್ದರಾಮಯ್ಯ ಅವರ ಸೈದ್ಧಾಂತಿಕ ಸ್ಪಷ್ಟತೆ ಅಥವಾ ಸತೀಶ್ ಜಾರಕಿಹೊಳಿ ಅವರ ವೈಚಾರಿಕ ಕ್ರಾಂತಿ—ಇವೆಲ್ಲವೂ ಕರ್ನಾಟಕವೆಂಬ ಭವ್ಯ ಸಂಸ್ಕೃತಿಯ ಬಿಂಬಗಳು.

ರಾಜಕೀಯ ಎನ್ನುವುದು ಅಧಿಕಾರದ ಆಟವಲ್ಲ, ಅದು **'ಶೂನ್ಯ ಸಂಪಾದನೆ'**ಯ ಅರಿವು. ಇಲ್ಲಿ ಏನನ್ನೂ ನಮ್ಮದಾಗಿಸಿಕೊಳ್ಳಲು ಬರುವುದಿಲ್ಲ; ನಾವು ಕೊಟ್ಟು ಹೋದದ್ದಷ್ಟೇ ನಮ್ಮನ್ನು ಜನರ ನೆನಪಿನಲ್ಲಿ ಜೀವಂತವಾಗಿರಿಸುತ್ತದೆ. ಒಬ್ಬ ನಾಯಕ ಎಂದರೆ ಕೇವಲ ಆದೇಶ ನೀಡುವವನಲ್ಲ, ಬದಲಾಗಿ ಜನರ ಕಣ್ಣೀರು ಒರೆಸುವವನು ಮತ್ತು ಮುಂದಿನ ಪೀಳಿಗೆಗೆ ಮಾದರಿಯಾಗುವವನು.

ಓದುಗರಿಗೊಂದು ಆಲೋಚನೆ

ಈ ಪುಸ್ತಕವು ನಿಮ್ಮ ಮುಂದೆ ರಾಜಕೀಯದ ವಿವಿಧ ಆಯಾಮಗಳನ್ನು ತೆರೆದಿಟ್ಟಿದೆ. ಆದರೆ, ನಿಜವಾದ ಬದಲಾವಣೆ ಆರಂಭವಾಗುವುದು ನಾವು 'ಪ್ರಜಾಪ್ರಭುತ್ವ'ದ ಶಕ್ತಿಯನ್ನು ಅರಿತಾಗ. ರಾಜಕೀಯವು ಕಲುಷಿತವಾಗಿದೆ ಎಂದು ದೂರ ಸರಿಯುವ ಬದಲು, ಅದನ್ನು ಶುದ್ಧೀಕರಿಸುವ ಜವಾಬ್ದಾರಿ ಇಂದಿನ ಯುವ ಸಮೂಹದ ಮೇಲಿದೆ.

ನಾಯಕತ್ವದ ಮಂತ್ರ:

* ಸಿದ್ಧಾಂತವೇ ನಿಮ್ಮ ದಾರಿದೀಪವಾಗಲಿ.

* ಸತ್ಯವೇ ನಿಮ್ಮ ಧ್ವನಿಯಾಗಲಿ.

* ಜನಸೇವೆಯೇ ನಿಮ್ಮ ಅಂತಿಮ ಗುರಿಯಾಗಲಿ.

ಈ ಪುಸ್ತಕದ ಪಯಣ ಇಲ್ಲಿಗೆ ಮುಕ್ತಾಯವಾಗಬಹುದು, ಆದರೆ ನಿಮ್ಮ ಆಲೋಚನೆಗಳ ಹಾದಿ ಇಲ್ಲಿಂದಲೇ ಆರಂಭವಾಗಲಿ. ಪ್ರತಿಯೊಬ್ಬರೂ ತಮ್ಮ ಕ್ಷೇತ್ರದಲ್ಲಿ ಒಬ್ಬ ಉತ್ತಮ ನಾಯಕನಾಗಿ

ಹೊರಹೊಮ್ಮಲಿ ಎನ್ನುವುದೇ ಈ ಕೃತಿಯ ಆಶಯ.

"ಲೋಕದ ಡೊಂಕ ನೀವೇಕೆ ತಿದ್ದುವಿರಿ? ನಿಮ್ಮ ನಿಮ್ಮ ತನುವ ತಿದ್ದಿಕೊಳ್ಳಿ, ನಿಮ್ಮ ನಿಮ್ಮ ಮನವ ತಿದ್ದಿಕೊಳ್ಳಿ."

— ವಿಶ್ವಗುರು ಬಸವಣ್ಣ

ಈ ಸಂಶೋಧನಾತ್ಮಕ ಬರಹಕ್ಕೆ ಅತ್ಯಗತ್ಯವಾದ ಆಧಾರ ಗ್ರಂಥಗಳು ಮತ್ತು ದತ್ತಾಂಶ ಮೂಲಗಳು ಈ ಇಲ್ಲಿಂದ ಸಂಗ್ರಹಿಸಲಾಗಿದೆ.

ಆಧಾರ ಗ್ರಂಥಗಳು ಮತ್ತು ದತ್ತಾಂಶ ಮೂಲಗಳು (Bibliography & Data Sources)

೧. ಅಧಿಕೃತ ಸರ್ಕಾರಿ ದಾಖಲೆಗಳು ಮತ್ತು ವರದಿಗಳು:

* ಕರ್ನಾಟಕ ರಾಜ್ಯ ಗೆಜೆಟಿಯರ್ (Karnataka State Gazetteer): ರಾಜ್ಯದ ಇತಿಹಾಸ ಮತ್ತು ರಾಜಕೀಯ ಬೆಳವಣಿಗೆಗಳ ಅಧಿಕೃತ ಮಾಹಿತಿ.

* ಭಾರತೀಯ ಚುನಾವಣಾ ಆಯೋಗ (Election Commission of India - ECI): ೧೯೫೨ ರಿಂದ ೨೦೨೩ ರವರೆಗಿನ ಕರ್ನಾಟಕ ವಿಧಾನಸಭಾ ಚುನಾವಣೆಗಳ ಅಧಿಕೃತ ಅಂಕಿ-ಅಂಶಗಳು ಮತ್ತು ಫಲಿತಾಂಶಗಳ ದತ್ತಾಂಶ.

* ಹಾವನೂರು ವರದಿ (Havanur Commission Report): ಕರ್ನಾಟಕದ ಹಿಂದುಳಿದ ವರ್ಗಗಳ ಮೀಸಲಾತಿ ಮತ್ತು ಸಾಮಾಜಿಕ ನ್ಯಾಯದ ಇತಿಹಾಸಕ್ಕಾಗಿ.

* ಕರ್ನಾಟಕ ಆರ್ಥಿಕ ಸಮೀಕ್ಷೆ (Economic Survey of Karnataka): ರಾಜ್ಯದ ಅಭಿವೃದ್ಧಿ ದರ ಮತ್ತು ಗ್ಯಾರಂಟಿ ಯೋಜನೆಗಳ ಆರ್ಥಿಕ ವಿಶ್ಲೇಷಣೆಗಾಗಿ.

೨. ಪ್ರಮುಖ ಪುಸ್ತಕಗಳು ಮತ್ತು ಜೀವನಚರಿತ್ರೆಗಳು:

* ಡಿ. ದೇವರಾಜ ಅರಸು: "ನನ್ನ ಆಡಳಿತದ ಹಾದಿ" ಮತ್ತು ಅರಸು ಅವರ ಜೀವನಾಧಾರಿತ ವಿವಿಧ ಲೇಖನ ಸಂಗ್ರಹಗಳು.

* ಹೆಚ್.ಡಿ. ದೇವೇಗೌಡ: "ಮಣ್ಣಿನ ಮಗ" (ಜೀವನಚರಿತ್ರೆ) ಮತ್ತು ಅವರ ಸಂಸದೀಯ ಭಾಷಣಗಳ ಸಂಕಲನ.

* ಬಿ.ಎಸ್. ಯಡಿಯೂರಪ್ಪ: "ಹೋರಾಟದ ಪಥ" ಮತ್ತು ಅವರ ರಾಜಕೀಯ ಸಂಘಟನೆಯ ಕುರಿತಾದ ಸಂಶೋಧನಾ ಲೇಖನಗಳು.

* ಸಿದ್ದರಾಮಯ್ಯ: "ಸಿದ್ದಾರ್ಥ" ಮತ್ತು ಅವರ ಆಯವ್ಯಯ (Budget) ಭಾಷಣಗಳ ವಿಶ್ಲೇಷಣಾತ್ಮಕ ಕೃತಿಗಳು.

* ಕರ್ನಾಟಕ ರಾಜಕೀಯ ಇತಿಹಾಸ: ಜೇಮ್ಸ್ ಮ್ಯಾನರ್ (James Manor) ಮತ್ತು ಇತರ ಪ್ರಮುಖ ರಾಜಕೀಯ ವಿಶ್ಲೇಷಕರು ಬರೆದ ಕರ್ನಾಟಕದ ಸಮಕಾಲೀನ ರಾಜಕೀಯ ಕುರಿತಾದ ಪ್ರಬಂಧಗಳು.

೩. ಡಿಜಿಟಲ್ ಮತ್ತು ಇತರ ಮೂಲಗಳು:

* PRS Legislative Research: ಕರ್ನಾಟಕ ವಿಧಾನಸಭೆಯ ಕಲಾಪಗಳು ಮತ್ತು ಶಾಸನಗಳ ವಿಶ್ಲೇಷಣೆ.

* Association for Democratic Reforms (ADR): ಅಭ್ಯರ್ಥಿಗಳ ಹಿನ್ನೆಲೆ ಮತ್ತು ಚುನಾವಣಾ ಸುಧಾರಣೆಗಳ ವರದಿಗಳು.

* ತಾಂತ್ರಿಕ ಸಹಯೋಗ: ಈ ಕೃತಿಯ ದತ್ತಾಂಶ ಸಂಯೋಜನೆ ಮತ್ತು ರಚನಾತ್ಮಕ ವಿನ್ಯಾಸದಲ್ಲಿ Gemini (AI) ತಂತ್ರಜ್ಞಾನದ ನೆರವು ಪಡೆಯಲಾಗಿದೆ.

ಪುಸ್ತಕದ ಅಂತಿಮ ಹಂತದ ಒಂದು ಸಣ್ಣ ಸಲಹೆ:

> "ಜ್ಞಾನವು ಹಂಚಿದಷ್ಟೂ ಬೆಳೆಯುತ್ತದೆ, ಆದರೆ ಆ ಜ್ಞಾನಕ್ಕೆ ಮೂಲವಾದ ಸತ್ಯವನ್ನು ಗೌರವಿಸುವುದು ನಮ್ಮ ಧರ್ಮ."

ಲೇಖಕರ ಮಾತು: ನನ್ನ ಅರಿವಿನ ಪಥ ಮತ್ತು ಪ್ರೇರಣೆಯ ಸೆಲೆ

ಬದುಕಿನ ಪಾಠ ಮತ್ತು ಅಕ್ಷರ ಲೋಕ:

ರಾಜಕೀಯ ಎಂಬುದು ಕೇವಲ ಅಧಿಕಾರಕ್ಕಾಗಿ ನಡೆಯುವ ಸಂಘರ್ಷವಲ್ಲ, ಅದು ಸಮಾಜದ ಕಟ್ಟಕಡೆಯ ಮನುಷ್ಯನ ಹಣೆಬರಹವನ್ನು ಬದಲಿಸುವ ಶಕ್ತಿ ಎಂದು ನಾನು ನಂಬಿದ್ದೇನೆ. ಹಳ್ಳಿಯ ಸಾಮಾನ್ಯ ಪರಿಸರದಿಂದ ಬಂದು, ಇಂದು ರಾಜ್ಯಶಾಸ್ತ್ರದಲ್ಲಿ ಸ್ನಾತಕೋತ್ತರ ಪದವಿಯನ್ನು (M.A. Political Science) ಪೂರೈಸುವವರೆಗಿನ ನನ್ನ ಪಯಣದಲ್ಲಿ ನಾನು ಕಂಡುಕೊಂಡ ಸತ್ಯಗಳೇ ಈ ಕೃತಿಯ ಜೀವಾಳ.

ನನ್ನ ಈ ಬೌದ್ಧಿಕ ಬೆಳವಣಿಗೆಯ ಹಿಂದೆ ಅಚಲವಾಗಿ ನಿಂತಿರುವ ಶಕ್ತಿ ಎಂದರೆ ನನ್ನ ಪ್ರೀತಿಯ ಅಣ್ಣವರಾದ ಗುಂಡಪ್ಪ ಭಿಮರಾಯ ಸೋಲಾಪುರ ಅವರು ನನಗೆ ಅಕ್ಷರ ಕಲಿಸಿದರಷ್ಟೇ ಅಲ್ಲ, ಮನುಷ್ಯತ್ವದ ಪಾಠವನ್ನೂ ಕಲಿಸಿದವರು. "ನೀನು ಎಷ್ಟೇ ಓದಿದರೂ ಅದು ಬಡವರ ಬದುಕಿಗೆ ಬೆಳಕಾಗದಿದ್ದರೆ ಆ ವಿದ್ಯೆ ವ್ಯರ್ಥ" ಎಂದು ಅವರು ನೀಡಿದ ಕಿವಿಮಾತು ಈ ಪುಸ್ತಕದ ಪ್ರತಿ ಪುಟದಲ್ಲೂ ಅನುರಣಿಸುತ್ತಿದೆ. ತಾಯಿ ಹಣಮವ್ವ ಅವರ ನೈತಿಕ ಬೆಂಬಲವಿಲ್ಲದಿದ್ದರೆ, ಈ 'ರಾಜಕೀಯ ಪಥ' ಕೇವಲ ಒಂದು ಕನಸಾಗಿಯೇ ಉಳಿಯುತ್ತಿತ್ತು. ಅವರಿಗೆ ಈ ಕೃತಿಯನ್ನು ಅರ್ಪಿಸುವುದು ನನ್ನ ಪಾಲಿನ ಸೌಭಾಗ್ಯ

ಪುಸ್ತಕದ ಉದ್ದೇಶ ಮತ್ತು ಸಂಶೋಧನೆ:

ರಾಜ್ಯಶಾಸ್ತ್ರದ ವಿದ್ಯಾರ್ಥಿಯಾಗಿ ನನಗೆ ಯಾವಾಗಲೂ ಕಾಡುತ್ತಿದ್ದ ಪ್ರಶ್ನೆ ಎಂದರೆ—ಕರ್ನಾಟಕದ ರಾಜಕಾರಣದಲ್ಲಿ ಶೂನ್ಯದಿಂದ ಬಂದ ನಾಯಕರು ಹೇಗೆ ಸಾಮ್ರಾಜ್ಯ ಕಟ್ಟಿದರು? ಈ ಕುತೂಹಲವೇ ನನ್ನನ್ನು ಈ ಸಂಶೋಧನೆಗೆ ಪ್ರೇರೇಪಿಸಿತು. ಡಿ. ದೇವರಾಜ ಅರಸು ಅವರ ಸಾಮಾಜಿಕ ನ್ಯಾಯದ ಹಾದಿಯಿಂದ ಹಿಡಿದು, ಸಿದ್ದರಾಮಯ್ಯನವರ ಅಹಿಂದ ಜಾಗೃತಿಯವರೆಗೆ; ದೇವೇಗೌಡರ ರೈತ ಪರ ಹೋರಾಟದಿಂದ ಹಿಡಿದು ಯಡಿಯೂರಪ್ಪನವರ ಸಂಘಟನಾ ಚತುರತೆಯವರೆಗೆ ಪ್ರತಿಯೊಂದನ್ನೂ ಇಲ್ಲಿ ವಸ್ತುನಿಷ್ಠವಾಗಿ ವಿಶ್ಲೇಷಿಸಲಾಗಿದೆ.

ಇಲ್ಲಿ ಕೇವಲ ವ್ಯಕ್ತಿ ಚಿತ್ರಣಗಳಿಲ್ಲ, ಬದಲಿಗೆ ಅವರ ಗೆಲುವಿನ ಹಿಂದಿದ್ದ ತಂತ್ರಗಾರಿಕೆ ಮತ್ತು ಸೋಲಿನ ಹಿಂದಿದ್ದ ಸಾಮಾಜಿಕ ಕಾರಣಗಳ ಆಳವಾದ ಅಧ್ಯಯನವಿದೆ. ಅಂಕಿ-ಅಂಶಗಳ ಆಧಾರದ ಮೇಲೆ ಮುಂದಿನ ಹತ್ತು ವರ್ಷಗಳ ಕರ್ನಾಟಕ ರಾಜಕಾರಣ ಹೇಗಿರಬಹುದು ಎಂಬ ಮುನ್ನೋಟವನ್ನೂ ಈ ಕೃತಿ ಒಳಗೊಂಡಿದೆ.

ಓದುಗರಿಗೆ ನನ್ನ ವಿನಂತಿ:

ಈ ಪುಸ್ತಕ ಕೇವಲ ರಾಜಕೀಯ ವಿದ್ಯಾರ್ಥಿಗಳಿಗಷ್ಟೇ ಅಲ್ಲ, ಪ್ರಜಾಪ್ರಭುತ್ವದ ಮೇಲೆ ನಂಬಿಕೆಯಿರುವ ಪ್ರತಿಯೊಬ್ಬ ಕನ್ನಡಿಗನಿಗೂ ಅರ್ಪಿತ. ರಾಜಕೀಯವನ್ನು ನಾವು ಟೀಕಿಸುವ ಬದಲು ಅದನ್ನು ಅರ್ಥಮಾಡಿಕೊಂಡು ಸರಿಪಡಿಸುವ ಕಡೆಗೆ ಹೆಜ್ಜೆ ಇಡಬೇಕು ಎಂಬುದು ನನ್ನ ಆಶಯ.

ನನ್ನ ಈ ಚೊಚ್ಚಲ ಪ್ರಯತ್ನದಲ್ಲಿ ಯಾವುದಾದರೂ ತಪ್ಪು-ತಡೆಗಳಿದ್ದರೆ, ನನ್ನ ಹಿರಿಯರು ಮತ್ತು ಓದುಗರು ಅದನ್ನು ಮುಕ್ತವಾಗಿ ತಿಳಿಸುತ್ತಾರೆಂಬ ಭರವಸೆ ನನಗಿದೆ. ನಿಮ್ಮ ಪ್ರೋತ್ಸಾಹವೇ ನನಗೆ ಮುಂದಿನ ಸಂಶೋಧನೆಗಳಿಗೆ ಸ್ಫೂರ್ತಿ.

ವಂದನೆಗಳೊಂದಿಗೆ,

ಶರಣಕುಮಾರ ಸೋಲಾಪುರ್, M.A.

ರಾಜ್ಯಶಾಸ್ತ್ರ ಪದವೀಧರರು

"ಪ್ರೇರಣೆಯ ಸೆಲೆ: ಶ್ರೀಮತಿ ಹಣಮವ್ವ ಭೀಮರಾಯ ಸೋಲಾಪುರ್"

ಅಂತಿಮ ಅಧ್ಯಾಯ: ಮುಕ್ತಾಯ ಮತ್ತು ಮುಂದಿನ ಹಾದಿ (Conclusion: The Way Forward)

ನಾವು ಈ ಪುಸ್ತಕದುದ್ದಕ್ಕೂ ಕರ್ನಾಟಕ ರಾಜಕಾರಣದ ಏರಿಳಿತಗಳನ್ನು, ಧ್ರುವತಾರೆಗಳ ಸಾಧನೆಗಳನ್ನು ಮತ್ತು ಶೂನ್ಯದಿಂದ ಸಾಮ್ರಾಜ್ಯ ಕಟ್ಟಿದ ಕಥೆಗಳನ್ನು ವಿಶ್ಲೇಷಿಸಿದ್ದೇವೆ. ಆದರೆ ಇತಿಹಾಸ ಎಂಬುದು ಕೇವಲ ನೆನಪಿಗಾಗಿ ಇರುವುದಲ್ಲ; ಅದು ಭವಿಷ್ಯವನ್ನು ರೂಪಿಸುವ ಪಾಠವಾಗಬೇಕು. ಇಂದು ಕರ್ನಾಟಕವು ಅಭಿವೃದ್ಧಿಯ ಪಥದಲ್ಲಿ ವೇಗವಾಗಿ ಸಾಗುತ್ತಿದ್ದರೂ, ರಾಜಕೀಯ ಮೌಲ್ಯಗಳು ಮತ್ತು ಪ್ರಜಾಪ್ರಭುತ್ವದ ಅಡಿಪಾಯದ ಮೇಲೆ ಹೊಸ ಸವಾಲುಗಳು ಎದುರಾಗಿವೆ.

೧. ಮುಂದಿನ ಪೀಳಿಗೆಯ ನಾಯಕರಿಗೆ ಸಂದೇಶ: ನೈತಿಕತೆಯೇ ಬಂಡವಾಳ

ಇಂದಿನ ರಾಜಕೀಯದಲ್ಲಿ ಹಣ ಮತ್ತು ಬಾಹುಬಲದ ಪ್ರಭಾವ ಹೆಚ್ಚುತ್ತಿದೆ ಎಂಬ ಆತಂಕ ಎಲ್ಲೆಡೆ ಇದೆ. ಆದರೆ, ಮುಂದಿನ ದಶಕದ ರಾಜಕಾರಣವು 'ಜ್ಞಾನಾಧಾರಿತ ರಾಜಕಾರಣ' (Knowledge-based Politics) ಆಗಿರಲಿದೆ. ಯುವ ನಾಯಕರಿಗೆ ನನ್ನ ಕಿವಿಮಾತುಗಳೆಂದರೆ:

* ಸಂಘರ್ಷದಿಂದ ಸಂವಾದದ ಕಡೆಗೆ: ರಾಜಕೀಯ ಶತ್ರುತ್ವವನ್ನು ವೈಯಕ್ತಿಕ ದ್ವೇಷವನ್ನಾಗಿ ಮಾಡಿಕೊಳ್ಳದೆ, ಸೈದ್ಧಾಂತಿಕ ಭಿನ್ನಾಭಿಪ್ರಾಯಗಳನ್ನು ಗೌರವಿಸುವ ಸಂಸ್ಕೃತಿ ಮತ್ತೆ ಬೆಳೆಯಬೇಕು.

* ಅಂಕಿ-ಅಂಶಗಳ ಆಧಾರಿತ ಆಡಳಿತ: ಕೇವಲ ಭಾಷಣಗಳಿಂದ ಜನರನ್ನು ಮೆಚ್ಚಿಸುವ ಕಾಲ ಮುಗಿಯುತ್ತಿದೆ. ಪ್ರತಿ ಯೋಜನೆಯೂ ವೈಜ್ಞಾನಿಕ ದತ್ತಾಂಶ ಮತ್ತು ದಕ್ಷತೆಯ ಮೇಲೆ ನಿಲ್ಲಬೇಕು.

೨. ರಾಜಕೀಯ ವಿಕೇಂದ್ರೀಕರಣ ಮತ್ತು ಯುವಶಕ್ತಿ

ರಾಜಕೀಯವು ಕೇವಲ ಬೆಂಗಳೂರಿನ ವಿಧಾನಸೌಧದ ಹಜಾರಗಳಿಗೆ ಸೀಮಿತವಾಗಬಾರದು.

* ಪಂಚಾಯತ್ ರಾಜ್ ಬಲವರ್ಧನೆ: ರಾಮಕೃಷ್ಣ ಹೆಗಡೆಯವರು ಕಂಡ ಕನಸಿನಂತೆ ಅಧಿಕಾರವು ಹಳ್ಳಿಗಳ ತಳಮಟ್ಟದವರೆಗೆ ಹರಿಯಬೇಕು.

* ಯುವ ಪ್ರತಿನಿಧಿಗಳ ಆಯ್ಕೆ: ರಾಜ್ಯಶಾಸ್ತ್ರ ಓದಿದ ವಿದ್ಯಾವಂತ ಯುವಕರು ಗ್ರಾಮ ಪಂಚಾಯತ್‌ನಿಂದ ಹಿಡಿದು ಸಂಸತ್ತಿನವರೆಗೆ ಹೆಚ್ಚು ಸಂಖ್ಯೆಯಲ್ಲಿ ಭಾಗವಹಿಸಬೇಕು. ರಾಜಕೀಯವು 'ವೃತ್ತಿ'ಯಾಗುವ ಬದಲು ಮತ್ತೆ 'ಸೇವೆ'ಯಾಗಬೇಕು.

೩. ತಂತ್ರಜ್ಞಾನ ಮತ್ತು ಸಾಮಾಜಿಕ ನ್ಯಾಯದ ಸಮನ್ವಯ

ನಾವು ೨೧ನೇ ಶತಮಾನದಲ್ಲಿದ್ದೇವೆ. ಡಿಜಿಟಲ್ ಯುಗದಲ್ಲಿ ರಾಜಕೀಯವು ಹೇಗೆ ಬದಲಾಗಬೇಕು?

* ಪಾರದರ್ಶಕತೆ: ಬ್ಲಾಕ್‌ಚೈನ್ ಮತ್ತು ಎಐ (AI) ತಂತ್ರಜ್ಞಾನಗಳನ್ನು ಭ್ರಷ್ಟಾಚಾರ ತಡೆಗಟ್ಟಲು ಬಳಸಬೇಕು.

* ಸಮರ್ಪಕ ಹಂಚಿಕೆ: ದೇವರಾಜ ಅರಸು ಅವರು ತೋರಿದ ಸಾಮಾಜಿಕ ನ್ಯಾಯದ ಹಾದಿಯಲ್ಲಿ, ತಂತ್ರಜ್ಞಾನದ ನೆರವಿನಿಂದ ಸೌಲಭ್ಯಗಳು ಮಧ್ಯವರ್ತಿಗಳಿಲ್ಲದೆ ಅರ್ಹರಿಗೆ ತಲುಪುವಂತೆ ಮಾಡುವುದು

ಮುಂದಿನ ನಾಯಕರ ಜವಾಬ್ದಾರಿ.

೪. ನನ್ನ ಆಶಯ: ಸರ್ವೋದಯದ ಕರ್ನಾಟಕ

ಕರ್ನಾಟಕದ ರಾಜಕಾರಣವು ಕೇವಲ ಒಂದು ಜಾತಿ ಅಥವಾ ಒಂದು ವಲಯದ ಅಭಿವೃದ್ಧಿಗೆ ಸೀಮಿತವಾಗಬಾರದು. ಕಿತ್ತೂರು ಕರ್ನಾಟಕದ ಒಣಭೂಮಿಯಿಂದ ಕರಾವಳಿಯ ತೀರದವರೆಗೆ, ಕಲ್ಯಾಣ ಕರ್ನಾಟಕದ ಹಿಂದುಳಿದ ಜಿಲ್ಲೆಗಳಿಂದ ಹಳೆಯ ಮೈಸೂರಿನ ಫಲವತ್ತಾದ ಬಯಲುವರೆಗೆ ಎಲ್ಲರಿಗೂ ಸಮಾನ ಅವಕಾಶಗಳು ಸಿಗುವ 'ಸಮೃದ್ಧ ಕರ್ನಾಟಕ'ವೇ ನಮ್ಮ ಗುರಿ.

ಅಂತಿಮ ಅನಿಸಿಕೆ (Final Closing):

ನನ್ನ ತಾಯಿ ಹಣಮವ್ವ ಭೀಮರಾಯ ಸೋಲಾಪುರ್ ಅವರು ಒಂದು ಮಾತು ಹೇಳುತ್ತಿದ್ದರು—"ಮರ ಬೆಳೆದ ಮೇಲೆ ನೆರಳು ಕೊಡದಿದ್ದರೆ ಆ ಮರ ಇದ್ದು ಏನು ಬಂತು?" ಹಾಗೆಯೇ, ರಾಜಕೀಯ ಅಧಿಕಾರ ಎಂಬುದು ಸಾಮಾನ್ಯ ಜನರಿಗೆ ನೆರಳು ನೀಡುವ ಮರವಾಗಬೇಕು. ಈ 'ರಾಜಕೀಯ ಪಥ' ಕೃತಿಯು ಅಂತಹ ಒಂದು ನೆರಳಿನ ಮರವನ್ನು ಬೆಳೆಸುವ ನಿಟ್ಟಿನಲ್ಲಿ ನಿಮ್ಮಲ್ಲಿ ಅಲ್ಪಮಟ್ಟಿಗಾದರೂ ಪ್ರಜ್ಞೆ ಮೂಡಿಸಿದರೆ ನನ್ನ ಈ ಸಂಶೋಧನೆ ಸಾರ್ಥಕ.

ನಮ್ಮ ರಾಜ್ಯದ ಇತಿಹಾಸ ಭವ್ಯವಾಗಿದೆ, ನಮ್ಮ ಭವಿಷ್ಯವು ನಮ್ಮ ಕೈಯಲ್ಲಿದೆ. ಬನ್ನಿ, ಮೌಲ್ಯಾಧಾರಿತ ರಾಜಕಾರಣದ ಮೂಲಕ ನವ ಕರ್ನಾಟಕವನ್ನು ನಿರ್ಮಿಸೋಣ.

ಜೈ ಕರ್ನಾಟಕ ಮಾತೆ.

www.ingramcontent.com/pod-product-compliance
Lightning Source LLC
LaVergne TN
LVHW100322210926
848480LV00003B/1223
9798903625062